விழுந்துகொண்டிருக்கும் பெண்
மொழியாக்கச் சிறுகதைகள்

விழுந்துகொண்டிருக்கும் பெண்
மொழியாக்கச் சிறுகதைகள்
எம்.எஸ். (1929–2017)

கன்னியாகுமரி மாவட்டம், திருப்பதிசாரம் கிராமத்தில் பிறந்தார். பள்ளி இறுதிவரை படித்த இவர் அரசு அலுவலகத்தில் சுமார் முப்பது ஆண்டுகள் பணிபுரிந்து 1987இல் ஓய்வு பெற்றார். இலக்கிய ஆர்வலரான இவர் சுந்தர ராமசாமி போன்ற எழுத்தாளர்களின் நெருங்கிய நட்பைப் பெற்றிருந்தார். படைப்பாளிகளின் நூல்களை மிகுந்த ஆர்வத்துடன் படித்துப் பிழைதிருத்திச் செம்மைப்படுத்துவதில் ஆர்வம்கொண்டவர். ஆங்கிலம், மலையாளம், ஹிந்தி ஆகிய மொழிகளிலிருந்து பல நாவல்கள், சிறுகதைகள், வாழ்க்கை வரலாறு போன்ற வற்றை மொழிபெயர்த்திருக்கிறார். 'அமைதியான ஒரு மாலைப் பொழுதில்', 'ஆட்டுக்குட்டிகள் அளிக்கும் தண்டனை', 'ஜானு', 'கிழவனும் கடலும்', 'விடியலை நோக்கி', 'அன்டன் செக்கோவ் சிறுகதைகள்', 'ஆதியில் பெண் இருந்தாள்', 'புலியின் நிழலில்' முதலானவை இவரது மொழிபெயர்ப்பில் வெளிவந்த நூல்கள். காலச்சுவடு போன்ற பல பதிப்பகங்களுக்கு இலக்கியச் சேவை புரிந்துவந்தார்.

எம்.எஸ்.

விழுந்துகொண்டிருக்கும் பெண்

மொழியாக்கச் சிறுகதைகள்

காலச்சுவடு பதிப்பகம்

விழுந்துகொண்டிருக்கும் பெண் ♦ சிறுகதைகள் ♦ தமிழில்: எம்.எஸ். ♦ முதல் பதிப்பு: டிசம்பர் 2013, மூன்றாம் பதிப்பு: டிசம்பர் 2017 ♦ வெளியீடு: காலச்சுவடு பப்ளிகேஷன்ஸ் (பி) லிட்., 669, கே. பி. சாலை, நாகர்கோவில் 629001

viZuntukontirukkum peN ♦ Short Stories ♦ Translation: M.S. ♦ Language: Tamil ♦ First Edition: December 2013, Third Edition: December 2017 ♦ Size: Demy 1 x 8 ♦ Paper: 18.6 kg maplitho ♦ Pages: 208

Published by Kalachuvadu Publications Pvt. Ltd., 669, K.P. Road, Nagercoil 629001, India ♦ Phone: 91-4652-278525 ♦ e-mail: publications @kalachuvadu.com ♦ Printed at Compuprint Premier Design House, Chennai 600086

ISBN: 978-93-82033-03-5

12/2017/S.No. 538, kcp 1946, 18.6 (3) OLL

பொருளடக்கம்

பதிப்பாளர் குறிப்பு	9
முன்னுரை	
கனவுகளின் மாற்றுமதிப்பு	11
அமைதியான ஒரு மாலைப்பொழுதில் – *ரே பிராட்பரி*	19
கோவிலில் ஒரு நீண்ட இரவுக் காவல் – *ராபர்ட் சில்வர்பெர்க்*	27
விழுந்துகொண்டிருக்கும் பெண் – *டினோ புஸாட்டி*	59
வெட்டுக்கிளியும் சில்வண்டும் – *யஸுநரி கவபட்டா*	65
ஓமெலாஸைவிட்டு வெளியேறியவர்கள் – *உர்ஸுலா லெக்யுன்*	70
சாவி – *ஐசக் பாஷவிஸ் ஸிங்கர்*	79
பாதி தோலுரித்த காட்டுமாடு – *அன்னி ஃப்ரூல்க்ஸ்*	92
பாரம் – *ஜான் எட்கர் வைட்மான்*	113
ரேமாண்டின் ஓட்டம் – *டோனிகேட் பம்பாரா*	130
மகிழ்ச்சியான மனிதன் – *அன்டன் செக்கோவ்*	141
ஆட்டுக்குட்டிகள் அளிக்கும் தண்டனை – *ஃபெர்னான்டோ ஸோரன்டினோ*	148
டோபர்மோரி – *சகி*	155
கடமை – *சாதத் ஹசன் மண்டோ*	165
ஹிக்விட்டா – *என்.எஸ். மாதவன்*	172
யாருக்குத் தெரியும் – *ஸக்கரியா*	181
பசி – *அனில் வ்யாஸ்*	188
ஆதியில் பெண் இருந்தாள் – *மரிஜா ஸ்ரெஸ்*	202

பதிப்பாளர் குறிப்பு

காலச்சுவடுக்கு வயது 25. எம்.எஸ்.க்கு 85. இருவருமே துடிப்புடன் இருப்பது சிறப்பு.

காலச்சுவடு முதல் இதழிலிருந்து முக்கியப் பங்களிப்பைச் செய்துவரும் எம்.எஸ்.ஸை கௌரவிக்கும் விதமாக இத்தொகுப்பைப் பிரசுரிக் கிறோம். சில ஆண்டுகள் இடைவெளிக்குப் பின்னர் 1994 அக்டோபரில் காலச்சுவடின் ஒன்பதாவது இதழ் என்னைப் பதிப்பாளர் – ஆசிரியராகக் கொண்டு புதிய ஆசிரியர் குழுவின் பொறுப்பில் வெளிவந்தது. அவ்விதழில் எம்.எஸ்., தி.அ. ஸ்ரீனிவாசன் இணைந்து மொழிபெயர்த்த 'மீறல்' என்ற சாதத் ஹசன் மண்டோவின் சிறுகதை வெளிவந்தது. இதற்கு ஒரு சில ஆண்டு களுக்குப் பின்னர் சு.ரா. அமெரிக்காவிலிருந்து 'Sudden Fiction International' என்ற தொகுப்பை வாங்கிவந்தார். உலக அளவிலான சிறிய சிறுகதை களின் தொகுப்பு அது. இத்தொகுப்பை எடுத்துச் சென்ற எம்.எஸ். அவராகவே டினோ புஸாட்டியின் 'விழுந்துகொண்டிருக்கும் பெண்' (The Falling Girl) மற்றும் ஃபெர்னான்டோ ஸோரன்டினோ வின் 'அவன் என்னைக் குடையால் அடித்துக் கொண்டேயிருக்கிறான்' (There's a Man in the Habit of Hitting Me on the Head with an Umbrella) ஆகிய இரு கதைகளையும் மொழிபெயர்த்துக் கொண்டு வந்தார். இக்கதைகள் *காலச்சுவடு 23 (1998)* இதழில் வெளிவந்தன. 'பசி' என்ற கதா விருது பெற்ற குஜராத்திச் சிறுகதையின் மொழிபெயர்ப்பு சதங்கையில் 1998இல் வெளிவந்தது.

இத்தொகுப்பின் முன்னுரையில் எம்.எஸ்.ஸின் முதல் மொழிபெயர்ப்பு தன்னுடைய தூண்டுதலால் மேற்கொள்ளப் பட்டு *சொல் புதிது* இதழில் பிரசுரம் பெற்றது என்ற ஜெயமோக னின் கூற்று பிழையானது. 1999இல் *சொல் புதிது* முதல் இதழ் வெளிவரும் முன்னரே நாமறிந்தவரை அவரது நான்கு மொழிபெயர்ப்புக் கதைகள் பிரசுரம் பெற்றுவிட்டன. 1970களிலும் 80களிலும் வெளிவந்த *சதங்கை* இதழ்களை முழுமையாகப் பார்வையிட்டால் மேலும் சில மொழிபெயர்ப்புகள் கிடைக்கும் சாத்தியம் உண்டு.

இத்தொகுப்பில் உள்ள சிறுகதைகள் எம்.எஸ். மொழி பெயர்ப்புகளின் முழுமையான தொகுப்பு அல்ல. முக்கியமான மொழிபெயர்ப்புகள் அடங்கிய பிரதிநிதித்துவத் தொகுப்பு என்று கொள்ளலாம்.

காலச்சுவடில் 25 ஆண்டுகள் பங்களித்திருக்கும் எம்.எஸ்.க்கு நன்றியையும் வணக்கத்தையும் தெரிவித்துக்கொள்கிறோம்.

கண்ணன்
பதிப்பாளர்

முன்னுரை

கனவுகளின் மாற்றுமதிப்பு

ப்ரயன் மகே (*Bryan Magee*) எழுதிய தத்துவவாதியின் சுயவாக்குமூலம் (*Confessions of a Philosopher*) என்ற நூலின் தொடக்கம் சுவாரசிய மானது. இளமையில் அவர் தூங்கி விழித்ததும் ஒவ்வொருநாளும் உடன் தூங்கிய அக்காவிடம் கேட்பாராம் 'நான் நேற்று எப்போது தூங்கினேன்?' என்று. அக்கா ஒரு விஷயத்தைச் சொல்லி அதை நான் சொல்லிக்கொண்டிருந்தபோது என்பார். இல்லை, அது எனக்குத் தெரியும், அதை நான் கேட்டேன். அதற்குப் பிறகு எப்போது என்பாராம். அப்படியே கடைசியாகக் கேட்டதைக்கூட நினைவு கூர முடியும். தூங்கிய கணத்தை நினைவுகூர முடியாது.

நம் அன்றாட வாழ்க்கைக்குள் இப்படி ஒரு பெரும்புதிர் இருப்பதை உணர்ந்து திகிலடைந்த தாக ப்ரயன் சொல்கிறார். அவருக்குள் இருந்த தத்துவவாதி தன்னைக் கண்டுகொண்டது அப் போதுதான். நான் அதை வாசித்தபோது நினைத்துக் கொண்டேன், எந்தெந்த விஷயங்கள் எல்லாம் தத்துவ சிந்தனையை தூண்டும் புள்ளிகள் என. ஒற்றைவரியில் இப்படிச் சுருக்கிக்கொண்டேன். நம் இருப்பையும் நம்மைச் சுற்றிய பிரபஞ்சத்தின் இருப்பையும் நாம் அனுபவமாக உணரும் கணங்கள். ஆச்சரியமென்னவென்றால் அவை எல்லாமே கவிதையின் கணங்களுமாக உள்ளன.

அப்படிப்பட்ட தருணங்களெல்லாமே கவிதை யில் நிரந்தரமான படிமங்களாக ஆகியிருக் கின்றன. பிறப்பு, மரணம் போன்ற பெரிய

தருணங்கள். பூ விரியும் கணம் போல் சிறிய தருணங்கள். அவ்வாறு என்றென்றும் கவிதையில் படிமமாக உள்ள ஐம்பது அறுபது விஷயங்களைப் பட்டியலிட முடியும். அவற்றில் ஒன்றாக நவீனக் கவிதையில் கவிதையை மொழிபெயர்ப்ப தும் இருப்பது அப்போது நினைவுக்கு வந்தது. கவிதை மொழியாக்கம் பற்றி ஏராளமான வரிகள் நினைவில் நிறைந் தன. மொழியாக்கம் அப்படி ஒரு மகத்தான தருணமா என்ன?

இல்லையென்றால் ஏன் அதைக் கவிஞர்கள் அப்படி எழுதுகிறார்கள். கவிதை என்பது மொழியில் நிகழ்வதானா லும் மொழியில் தடமுள்ளதல்ல என்று கவிஞர்கள் உணர்கிறார் கள். அதிகடத்தி இழைவழியாக உயர்அழுத்த மின்சாரம் செல்லும்போது தோல்விளைவு என ஒன்று உருவாகுமாம். கம்பிவழியாக மின்சாரம் செல்லாது, கம்பிக்குமேல் ஒரு அயனிமண்டலத்தை உருவாக்கி அதனூடாகப் பாய்ந்து செல்லும். கம்பி இருப்பதனால்தான் மின்சாரம் பாய்கிறது, கம்பி அறுபட்டால் மின்சாரமும் அறுபடும். ஆனால் கம்பியில் மின்சாரம் இல்லை. அதுதான் கவிதைக்கும் மொழிக்குமான உறவு.

கவிதைக்கும் மொழிக்கும் இடையேயான உறவின் இந்த மர்மத்தை மிகச்சிறப்பாக வெளிக்காட்டுவது கவிதையின் மொழியாக்கம்தான். ஒருமுறை உரையாடலில் கல்பற்றா நாராயணனிடம் நண்பர் ஒருவர் கேட்டார்: சார் கவிதையை உண்மையில் மொழியாக்கம் செய்ய முடியுமா? அக்கணமே கல்பற்றா நாராயணன் பதில் சொன்னார்: நாம் கொண்டாடி நினைவில் கொண்டிருக்கும் கவிதைகளில் பெரும்பாலானவை மொழியாக்கக் கவிதைகள்தானே? ஆமாம் காளிதாசனை யும் ஹோமரையும் பாச்ஷோவையும் நெரூதாவையும் மயகோவ்ஸ்கியையும் தாகூரையும் நாம் மொழியாக்கம் வழியாகத்தானே ரசித்திருக்கிறோம்?

மொழியில் இருந்தாலும் கவிதை கனவில்தான் நிகழ்கிறது. மானுடத்தின் கூட்டுக்கனவால் கவிதை எழுதிவாசிக்கப்படுகிறது என்று சொல்லலாம். பாஷோவின் வண்ணத்துப்பூச்சி ஜப்பானிய வயலில் பறக்கவில்லை. அழியாத மானுடக்கனவில் சிறகடிக்கிறது. அது நமக்கு அங்கிருந்து வரவில்லை. நம்முள் இருந்து நாம் அதை எடுத்துக்கொள்கிறோம். ஆம், மொழி யாக்கம் என்ற செயல் ஒரு மகத்தான விஷயத்தை அடையாளம் காட்டுகிறது, மனிதகுலம் என்பது ஒற்றைப்பேரகம் கொண்டது என்பதை!

ஆகவேதான் கவிஞன் மனம் அதை ஒரு கவித்தருணமாக அடையாளம் கண்டது. தன் அகத்தே இருக்கும் கனவைப் புறத்தேயுள்ள மொழியில் மொழியாக்கம்தான் செய்கிறோம் என அவன் அறிகிறான். மொழியில் இருந்து அதைத் தன் கனவை நோக்கி மொழியாக்கம் செய்துகொள்கிறான் வாசகன். நடுவே ஒரு மொழிபெயர்ப்பாளன் வந்து அதை ஒரு மொழி யில் இருந்து இன்னொரு மொழிக்கு மொழியாக்கம் செய்தால் என்ன ஆகிவிடப்போகிறது?

பாஷோவை நான் ஜப்பானிய மொழியில் வாசித்தால் என்ன நிகழ்கிறது? பாஷோவின் சொற்களை நான் என் கனவாக மாற்றிக்கொண்டு பொருள் கொள்வேன். அதை டேவிட் பர்ன்ஹில் ஆங்கிலத்தில் மொழிபெயர்க்கும்போது ஜப்பானிய மொழியில் இருந்து தன் கனவுக்கு மொழியாக்கம் செய்து அக்கனவை ஆங்கிலத்துக்கு மொழியாக்கம் செய்கிறார். அதை நான் வாசிக்கையில் ஆங்கிலத்திலிருந்து என் கனவுக்கு மொழியாக்கம் செய்துகொள்கிறேன். ஆங்கிலத்திலிருந்து யுவன் சந்திரசேகர் தமிழுக்கு மொழியாக்கம் செய்து தரும் போது அதைத் தமிழ்மொழியில் இருந்து மொழியாக்கம் செய்து என் கனவுக்குக் கொண்டு செல்கிறேன்.

கண்டிப்பாக ஒவ்வொரு மொழியாக்கத்திலும் ஏதோ ஒன்று இழக்கப்படுகிறது. பண்பாட்டு நுட்பம், மொழி நுட்பம். பல விஷயங்கள் சேர்ந்துகொள்கின்றன. மொழியாக்கம் செய்தவர்களின் கனவுகள், அம்மொழிகளின் இயல்புகள். ஆனாலும் நான் அடைந்த பாஷோ ஜப்பானிய வாசகன் அடைந்த பாஷோவில் இருந்து அதிகம் வேறுபட்டவன் அல்ல. அல்லது பாஷோவுக்கும் ஜப்பானிய வாசகனுக்குமான அதே தூரம்தான் எனக்கும் பாஷோவுக்கும்.

காரணம் படைப்பு என்பது மொழியில் இருந்தாலும் மொழியில் நிகழவில்லை என்பதே. பாஷோவை நான் என் கனவின் மூலமே கண்டடைகிறேன். அதற்கு அக்கவிதையின் மொழிவடிவம் ஓர் ஊடகம் மட்டுமே. அதிலுள்ள எல்லாக் குறைகளையும் நான் என் கனவின்மூலம் ஈடுகட்ட முடியும். அந்த மாயம் மொழியாக்கத்தில் உள்ளது. கனவுவழியாக கனவுக்குள் செல்லும் ஒரு பாதையில் நிகழும் ஒரு மொழிப் பரிமாற்றமே மொழியாக்கம் என்பது.

கவிதை மொழியின் உச்ச சாத்தியங்களால் ஆனது என்ற வகையில் அதன் மொழியாக்கம் பேசப்படுகிறது. எல்லா மொழி யாக்கங்களும் அடிப்படையில் ஒன்றே. நவீனச் சிறுகதை என்பது வேறுவகையில் சொல்லப்பட்ட கவிதை

2

பல்வேறு மொழிகள் புழங்கும் இந்தியாவில் மொழியாக்கம் என்பது எப்போதும் நடந்துகொண்டே இருந்திருக்கிறது. சொல்லுக்குச் சொல் மொழியாக்கம் செய்வது, சுதந்திர மொழியாக்கம் செய்வது என இருவகை மொழியாக்கங்களும் இருந்திருக்கின்றன. சொல்லுக்குச் சொல் மொழியாக்கம் பெரும்பாலும் மருத்துவம், இலக்கணம் போன்ற துறைகளில் நிகழ்ந்துள்ளது. இலக்கியம் எப்போதுமே சுதந்திர மொழியாக்கம்தான். மொழியாக்கம் செய்யப்பட்ட நூலை நாம் வழிநூல் என்று இலக்கணம் வகுத்துக்கொண்டோம்.

தமிழில் நவீன காலகட்டம் தோன்றியபோது மொழியாக்கம் நமக்கு உலகச்சாளரமாக இருந்தது. தமிழ் உரை நடையே மொழியாக்கம் வழியாக உருவாகிவந்தது என்றால் மிகையல்ல. ஆரம்பகால பைபிள் மொழியாக்கங்கள், பிற்காலச் செய்தி மொழியாக்கங்கள், சட்ட மொழியாக்கங்கள் போன்றவை நம் உரைநடையை வடிவமைத்தன. நம் நவீன இலக்கியம் மொழியாக்கம் வழியாகவே உருவாகி வந்தது. நம் மொழியின் முன்னோடிப் படைப்பாளிகள் அனைவருமே மொழியாக்கத்தில் ஈடுபாடு கொண்டவர்கள். குறிப்பாக பாரதியார்.

நவீன இலக்கியம் தோன்றியபின் ஐம்பதுகள் தமிழிலக்கியத்தில் மொழியாக்கத்தின் பொற்காலம் எனலாம். த.நா.குமாரசாமி, த.நா.சேனாபதி, ஆர்.ஷண்முகசுந்தரம், அ.கி.கோபாலன், கா.ஸ்ரீ.ஸ்ரீ. போன்றவர்கள் வங்கமொழியிலிருந்தும் இந்தியிலிருந்தும் மராட்டியிலிருந்தும் இந்திய இலக்கியங்களை மொழியாக்கம் செய்தார்கள். க.சந்தானம், சுத்தானந்த பாரதி, டி.எஸ்.சொக்கலிங்கம், எஸ்.ராம கிருஷ்ணன், க.நா.சு போன்றவர்கள் ஆங்கிலம் வழியாக முக்கியமான உலக இலக்கியங்களைத் தமிழுக்குக் கொண்டு வந்தனர். நம் நவீன இலக்கியப்பிரக்ஞையை அவைதாம் உருவாக்கின.

அறுபதுகளுக்குப்பின் வணிக எழுத்தில் எழுந்த பேரலை மொழியாக்கங்களின் செல்வாக்கைக் குலைத்தது. வணிக எழுத்தின் இரு இயல்புகள் வாசகர்களை அடிமைப்படுத்துகின்றன. ஒன்று வாசகனுக்கு நன்கு பழகிப்போன வாழ்க்கை முறைச் சித்தரிப்பு. இரண்டு செயற்கையான சரளம் கொண்ட நடை. இரண்டுக்கும் பழகிய வாசகர்கள் மொழியாக்கப் படைப்புகளில் உள்ள சற்றுக் கடினமான நடையையும் அன்னிய வாழ்க்கையையும் வாசிக்கமாட்டார்கள்.

இக்காலகட்டத்தில் மொழியாக்கங்களைத் தொடர்ந்து வெளியிட்டுக்கொண்டிருந்தவை ருஷ்யப் பதிப்பகங்களான முன்னேற்றப் பதிப்பகம், ராதுகா பதிப்பகம் ஆகியவை. அத்துடன் இந்திய அரசின் நிறுவனங்களான சாகித்ய அக்காதமி, தேசிய புத்தக நிறுவனம் ஆகியவை தொடர்ந்து முக்கியமான ஆக்கங்களை வெளியிட்டன. எழுபதுகளில் தமிழ்வழிக் கல்விக்காகத் தமிழ் நாட்டுப் பாடநூல் நிறுவனம் பல்வேறு துறைகளில் முக்கியமான நூல்களை மொழியாக்கம் செய்து வெளியிட்டுள்ளது.

தொண்ணூறுகளில் பதிப்பக மறுமலர்ச்சி உருவான போது தேக்கம் கண்டுவிட்ட மொழியாக்கச் சூழல் மீண்டும் உயிர்பெற்றது. பழைய மொழியாக்கங்கள் மீண்டும் வெளி வந்தன. புதிய நூல்கள் தொடர்ந்து தரமான முறையில் மொழி யாக்கம் செய்யப்படுகின்றன. ஆனால் நாம் இன்றைய உலகை அறிந்துகொள்ள இந்த மொழியாக்கங்கள் போதாது. அனைத்துத் துறைகளிலும் தரமான நூல்கள் வெளிவந்தாக வேண்டும்.

துளசி ஜெயராமன், சௌரி, சு.கிருஷ்ணமூர்த்தி, சித்தலிங்கையா, சரஸ்வதி ராம்நாத் போன்றவர்கள் தமிழில் முக்கியமான மொழியாக்கங்களைச் செய்தவர்கள். தமிழில் இன்று மொழியாக்கங்களைத் தொடர்ந்து செய்துவருபவர்கள் பலர் உள்ளனர். பேரா. நா. தர்மராஜன், எம்.ஏ. சுசீலா, புவியரசு போன்றவர்கள் மொழியாக்கம் செய்த ருஷ்யப் பேரிலக்கியங்கள் சமீபத்தில் வெளிவந்தன. பாவண்ணன், நிர்மால்யா, குறிஞ்சி வேலன், தி.சு. சதாசிவம், நஞ்சுண்டன், குளச்சல் மு. யூசுப் போன்றவர்கள் இந்திய மொழிகளிலிருந்து முக்கியமான மொழியாக்கங்களைச் செய்கிறார்கள். ஜி. குப்புசாமி போன்றவர் கள் ஆங்கிலத்திலிருந்து மொழியாக்கங்கள் செய்கிறார்கள். ஆயினும் இன்று மொழிபெயர்ப்பாளர்களின் எண்ணிக்கை மிகமிகக் குறைவுதான்.

3

இவ்வரிசையில் முக்கியமான பெயர் எம்.எஸ். ஐம்பதாண்டுக் காலமாகவே இலக்கியத்தில் ஈடுபாட்டுடன் செயல்பட்டுக் கொண்டிருந்தாலும் எம்.எஸ். அதிகம் மொழியாக்கங்கள் செய்ததில்லை. இலக்கியப் பிரதிகளை செம்மைப்படுத்துவது, பிழைதிருத்துவது ஆகியவற்றையே அவர் அதிக ஈடுபாட்டுடன் செய்திருக்கிறார். ஆங்கிலம், மலையாளம் ஆகியவற்றை நன்கறிந்தவர். நிறைய மொழியாக்கங்கள் செய்திருக்கலாம். சூழல் அமையவில்லை.

நான் நண்பர்களுடன் இணைந்து *சொல்புதிது* இதழை நடத்தியபோது எம்.எஸ். அதற்கு பிழைதிருத்தி உதவி செய்தார். அப்போதுதான் அவரை மொழியாக்கம் செய்யச் சொல்லலாம் என்ற எண்ணம் உருவானது. கிட்டத்தட்ட கட்டாயப்படுத்தி மொழியாக்கங்கள் செய்யச் சொன்னேன். கதைகளை நானே தேர்வுசெய்து அவருக்கு அளிப்பேன். எம்.எஸ். மிகவேகமாக மொழியாக்கம் செய்வார். அதிகபட்சம் ஒருவாரம். எம்.எஸின் மொழியாக்கக் கதைகள் *சொல்புதி*தின் முக்கியமான கூறாக இருந்தன என்று சொல்லலாம்.

எம்.எஸ்.மொழியாக்கம் செய்த கதைகளை நூலாக ஆக்கலாம் என நினைத்து, *தமிழினி* வசந்தகுமாரிடம் சொன்னேன். அவரது மொழியாக்கத்தில் சக்கரியா கதைகள் ஒரு தொகுதியாகவும், ஆங்கிலம் வழி அவர் மொழியாக்கம் செய்த கதைகள் 'அமைதியான மாலைப்பொழுதில்' என இன்னொரு தொகுதியாகவும் *தமிழினி*யால் 2004இல் வெளியிடப்பட்டன. அந்நூல்களின் வெளியீட்டை நாகர்கோயிலில் என் செலவில் ஒரு விழா எடுத்து நிகழ்த்தினேன். எம்.எஸ்சின் நெடுங்கால நண்பர்களான நீல. பத்மநாபன், பொன்னீலன் போன்றவர்கள் கலந்துகொண்டு எம்.எஸ்ஸை வாழ்த்தினார்கள். அது ஒரு மறக்கமுடியாத நிகழ்வு.

எம்.எஸ். அதன் பின் தொடர்ந்து மொழியாக்கங்கள் செய்திருக்கிறார். *காலச்சுவடு* இதழில் அவரது பல மொழி யாக்கங்கள் வெளிவந்தன. *காலச்சுவடு*க்காக அவர் மொழி யாக்கம் செய்த சொரெண்டினோவின் 'ஆட்டுக்குட்டிகள் அளிக்கும் தண்டனை' முக்கியமான தொகுதி. பொதுவாக லத்தீனமேரிக்கக் கதைகள் நிறையவே தமிழில் வெளி வந்திருந்தாலும் உற்சாகமான வாசிப்பனுபவம் கொடுக்கும் மொழியில் அவை மொழியாக்கம் செய்யப்பட்டது மிகமிகக் குறைவு. தமிழைப் பொறுத்தவரை அவ்வகையில் மட்டுமே ஒரே தொகுதி.

எர்னஸ்ட் ஹெமிங்வேயின் 'கிழவனும் கடலும்', கேரளப் பழங்குடித் தலைவர் ஜானுவின் வாழ்க்கை வரலாறான 'ஜானு', பேபி ஹல்தரின் சுயசரிதையான 'விடியலைநோக்கி', மரியா ஸெரெஸ்சின் 'ஆதியில் பெண் இருந்தாள்' என்னும் நாடோடிக் கதைத் தொகுதி ஆகியவற்றைக் காலச்சுவடு பதிப்பகம் வெளியிட்டிருக்கிறது.

எம்.எஸ்ஸின் மொழியாக்கத்தை நான் தொடர்ச்சியாகப் பல வருடம் கூர்ந்து கவனித்திருக்கிறேன். எம்.எஸ். வார்த்தைக்கு வார்த்தை மொழியாக்கம் செய்வதில் நம்பிக்கை உடையவர்.

சொற்களைக் கூர்ந்து கவனித்து அகராதிப்பொருள் மற்றும் வழக்காற்றுப்பொருளை அவதானித்து மொழியாக்கம் செய்கிறார். அதன்பின் அந்த மொழியாக்கத்தை சரளமான தமிழுக்கு மீண்டும் மாற்றி எழுதுகிறார். கடைசியாக அந்த இரண்டாம் பிரதியில் எழுவாய் பயனிலை அமைப்பை சரிசெய்து கொஞ்சம் மாற்றுகிறார். வாசிக்கையில் சுதந்திரமாக மொழியாக்கம் செய்யப்பட்டதுபோன்ற சரளத்துடன் இருக்கும். ஆனால் முழுமையான கச்சிதமான மொழியாக்கங்கள் அவை.

எம்.எஸின் மொழியாக்கத் திறனுக்குச் சவாலாக அமைந்தவை *சொல்புதிது*க்காக நான் அவரிடம் அளித்த இரு கதைகள். ஒன்று, 'பாதி தோலுரித்த காட்டுமாடு' (ஆன்னி புரூக்ஸ்), இன்னொன்று 'பாரம்' (ஜான் எட்கார் வைட்மான்). இரண்டுமே சிக்கலான நவீன நடையில் எழுதப்பட்டவை. பெரும்பாலான நவீனப் புனைகதைளை நாம் மொழியாக்கத்தில் வாசிக்கையில் சொற்றொடர்த் திருகல்களால் பொறுமையிழப்போம். இவ்விரு மொழியாக்கங்களும் நவீனப் புனைவுகள் எப்படி மொழியாக்கம் செய்யப்பட வேண்டுமென்பதற்கான மிகச்சிறந்த முன்னுதாரணங்கள். அம்மொழியின் சிக்கலான அமைப்பு உருவாக்கும் இலக்கிய அனுபவம் அப்படியே இருக்க அவை தமிழுக்குள் வந்து அமர்ந்திருக்கின்றன. தமிழிலக்கியத்தில் எம்.எஸின் இடமென்ன என்று காட்டும் படைப்புகள் அவை.

4

எம்.எஸ்ஸின் கதைகளில் இருந்து தேர்ந்தெடுக்கப்பட்ட கதைகள் அடங்கிய இத்தொகுதி எம்.எஸ்ஸின் மொழியையும் அவர் புனைவுகளைச் சந்திக்கும் புள்ளியையும் புரிந்துகொள்ள மிகமிக உதவியானது. பல முக்கியமான கதைகள் இதிலுள்ளன.

'பாரம்' கதையை எம்.எஸ். மொழியாக்கம் செய்து கொண்டு வந்தபோதுதான் முதல்பகுதியில் சொன்ன உணர்ச்சியை அடைந்தேன். நான் பலமுறை வாசித்து ரசித்த படைப்பு அந்தக் கதை. அதன் ஊடுவழிகள் வழியாகப் பலமுறை பயணம்சென்றிருப்பேன். ஆங்கிலத்தில் ஓ ஹென்றி பரிசுக் கதைகள் நூலில் அதை வாசித்தேன். தமிழில் எம்.எஸ். மொழியாக்கத்தை வாசித்துக்கொண்டிருந்தபோது சட்டென்று தோன்றியது எனக்கு அது மொழியாக்கம் செய்யப்பட்டிருப்பதே தெரியவில்லை என. காரணம் நான் அதை முன்னரும் ஆங்கிலத்தில் வாசிக்கவில்லை. எனக்குள் அது மொழியாக்கம் செய்யப்பட்டுக்கொண்டே இருந்தது. என் கண்முன் அக்கதை நிகழ்ந்துகொண்டிருந்தது, அவ்வளவுதான்.

இடைவெளியில்லாமல் முப்பதாண்டுக்கும் மேலாக நான் ஆங்கிலத்தில் வாசித்துக்கொண்டிருக்கிறேன் என்றாலும் ஆங்கிலம் எனக்கு எப்போதுமே அன்னிய மொழியாகத்தான் இருக்கிறது. ஒருநாளும் ஆங்கிலத்தை சரளமாக வாசித்த தில்லை, வசதியாக உணர்ந்ததும் இல்லை. ஆச்சரிய மென்னவென்றால் என் தாய்மொழியான மலையாளமே எனக்கு அன்னிய மொழிதான். காரணம் என் மனதின் மொழி தமிழ். புனைகதையாளனாக நான் தமிழில் நீந்திக்கொண் டிருப்பவன். ஆங்கிலத்தில் 'பாரம்' கதையைப் பலவகையான இக்கட்டுகளுடன் முட்டிமோதித்தான் வாசித்தேன். அதே அனுபவம் இம்மிகூடக் குறையாமல் கூடாமல் அதைத் தமிழில் வாசித்தபோதும் நிகழ்ந்தது.

அப்படியென்றால் எம்.எஸ். அளித்த மொழியாக்கம் என்ன தான் செய்தது? அக்கதையை அது ஒன்றுமே செய்யவில்லை. எம்.எஸின் தமிழ் வழியாக அக்கதை தொடாமல் ஓடிவந்து என்னைச் சேர்ந்தது. வைட்மேனின் கனவு ஆங்கிலம் வழியாக என் கனவை வந்தடைந்தது. பின்னர் எம்.எஸ்.ஸின் தமிழ் வழியாக வந்தடைந்தது. மானுடக் கனவின் ஒற்றை வெளியில் மிகமிக அருகே வைட்மேன் நின்றுகொண்டிருந்தார்.

மானுடம் என்பது அதன் கனவால் ஒருங்கிணைக்கப் பட்டிருக்கிறது என்று எனக்குக் காட்டியது அந்தக் கதை. அந்த மொழியாக்கம். அந்தத் தருணத்துக்காக நான் எம்.எஸ்ஸுக்கு என்றும் கடன்பட்டிருக்கிறேன்.

பார்வதிபுரம் **ஜெயமோகன்**
26.6.2013

அமைதியான ஒரு மாலைப்பொழுதில்

ரே பிராட்பரி

ஜார்ஜ் ஸ்மித்தும் அவன் மனைவி ஆலிஸூம் ஒரு கோடை உச்சியில் பியாரிட்ஸ் ஸ்டேஷனில் இறங்கி, ஒரு மணி நேரத்திற்குள் ஹோட்டலுக்குச் சென்று, அங்கிருந்து கடற்கரைக்கு விரைந்து, கடலில் குளித்து, மணலில் படுத்தபடி வெயில் காய்ந்தனர்.

மணலில் கையை விரித்தபடி மல்லாந்து படுத்து வெயிலை அனுபவிக்கும் ஜார்ஜைப் பார்த்தால், புதிதாய்ப் பறித்து ஐஸ்பெட்டியில் அடைத்த காய்கறி மாதிரி, ஐரோப்பாவுக்குப் பறந்து மீண்டும் அங்கிருந்து வரும் உல்லாசப் பயணி என்றே உங்களுக்குத் தோன்றும். அப்படி யல்ல. வாழ்க்கையைவிட ஓவியத்தைப் பெரிதாக மதிக்கும் ஒரு ரசிகன் அவன்.

முகத்தில் அரும்பிய வியர்வைத் துளிகள் அவன் மார்பில் சொட்டின. அவன் பெருமூச்சு விட்டான். ஓஹியோ குழாய் நீரில் குளித்து, உயர்ந்த போர்தூ மது அருந்தி, பிரெஞ்சு உணவைச் சாப்பிட்டால் பிரெஞ்சுக்காரன் மாதிரியே பார்க்க முடியுமா?

ஏன் பிரெஞ்சுக்காரர்கள்போல் தின்று, சுவாசித்து, குடிக்கவேண்டும்? சமயம் வாய்க்கும் போது அந்த ஒரே ஒரு பிரெஞ்சு ஓவியரின் திறனைப் புரிந்துகொள்வதற்காகவா?

அவன் உதடுகள் அசைந்து ஒரு பெயரைக் குவித்தன.

ஆலிஸ் அவனைக் குனிந்து நோக்கினாள். "நீ என்ன நினைக்கிறாய் என்று எனக்குத் தெரியும். உதடு அசைவை வைத்தே அந்தப் பெயரைத் தெரிந்து கொண்டேன்."

அவன் அசையாமல் படுத்திருந்தான். காத்திருந்தான்.

"ம் ?"

"பிக்காஸா" என்றாள் அவள்.

அவன் முகம் துடித்தது. என்றைக்காவது ஒரு நாள் அவள் அந்த பெயரைச் சரியாக உச்சரிப்பாள்.

"நன்றாக ஓய்வு எடுத்துக்கொள். ரிலாக்ஸ். இன்று காலை யில் கிடைத்த செய்தியைக் கேட்டாயா? நீயாக நேரில் பார்த்து ... வேண்டாம், முகத்தைச் சுளிக்காதே. சரி, பிக்காஸா இங்குதான் இருக்கிறார். இங்கிருந்து சில மைல் தூரத்தில். ஒரு கிராமத்தில் நண்பர்களைப் பார்க்க வந்திருக்கிறாராம். ஆனால், இதை நீ மறந்துவிட வேண்டும். இல்லாவிட்டால் இந்த விடுமுறை வீணாகிவிடும்."

"இந்தச் செய்தியை நான் கேட்டிருக்கவே வேண்டாம் என்று நினைக்கிறேன்" என்றான் அவன், உண்மையாகவே.

"மற்ற ஓவியர்களையும் நீ ரசிப்பதாக இருந்தால்."

மற்றவர்களா? ஆம். வேறு ஓவியர்களும் இருக்கிறார்கள்.

பேரிக்காயையும் ப்ளம்களையும் ஸ்டில் லைஃபாக வரைந்த காரவாஜியோ – காலை உணவாக ஏற்றுக்கொள்ளலாம். நெருப்பை அள்ளி வீசும் வான்கோவின் சூரியகாந்தி? ஒரு குருடன் கூடத் தன் முரட்டு விரல்களால் கான்வாஸைத் தடவி அவற்றை உணர்ந்துகொள்வான் – மதிய உணவுக்கு. ஆனால் பெரிய விருந்து எது? தயாராக எடுத்து வைத்திருக்கும் ப்ளேட்டுக்கு ஏற்றது? அடிவானத்தில் கடல் பாசியும் பவளமும் முடியாக அணிந்து கிளம்பும் கடல் அரசனைப் போன்று, அவன் கை சூலாயுதம் போல வண்ணம் தீட்டும் பிரஷை ஏந்தி வரும் அவர், கண்ணாடியின் எதிரே நிற்கும் பெண், குவெர்னிகா போன்ற ஓவியங்களை சிருஷ்டித்தவர் – அவரைத் தவிர வேறு யார்?

"ஆலிஸ்" என்று மனைவியை அழைத்தான் ஜார்ஜ் அமைதி யாக. "என்னால் எப்படி விளக்கிச் சொல்ல முடியும்? ரயிலில் வரும்போதே, ஓ, இது முழுக்க பிக்காஸோவின் ராஜ்யம் என்ற நினைப்புதான் வந்தது."

உண்மையில் அப்படித்தான் என்றும் அவன் நினைத்துக் கொண்டான். வானமும், நிலமும், மக்களும், சிவப்புச் செங்கல் களும், பால்கனியின் இரும்பு கிராதிகளும், மனிதனின் ஆயிரம் விரல் ரேகைகளில் கனிந்த பழமாக மாறும் மாண்டலினும், இரவுக் காற்றில் கிழிந்து தொங்கும் விளம்பர போர்டுகளும் – இதில் பிக்காஸோ எவ்வளவு, பிக்காஸோவின் கண்களால் பார்க்கும் ஜார்ஜ் ஸ்மித் எவ்வளவு? அவன் சொல்ல முடியாமல் திகைத்தான்.

"நான் மட்டும் பணத்தைக் கொஞ்சம் கொஞ்சமாக சேமித்திருந்தால்..." என்றான் அவன் உரக்க.

"நாம் ஐயாயிரம் டாலர் சேர்த்துப் பார்த்திருக்கவே முடியாது."

"உண்மைதான்" என்றான் ஜார்ஜ் மெதுவாக. "ஆனால், அதைச் சேர்க்க வேண்டும் என்ற நினைப்பே நன்றாக இருக்கிறதே! பணத்தைக்கொண்டு வரவேண்டும். நேரே அவரிடம் போய்ச் சொல்லவேண்டும்: பிக்காஸோ, இந்தாருங்கள் ஐயாயிரம் டாலர். எங்களுக்கு அந்தக் கடலைக் கொடுங்கள், மணலைக் கொடுங்கள், வானத்தையோ அல்லது உங்களுக்குப் பிடித்த எதையாவது கொடுங்கள். எங்களுக்கு எவ்வளவோ மகிழ்ச்சியாக இருக்கும்..."

ஒரு வினாடிக்குப் பின் அவள் அவனை மெதுவாகத் தொட்டாள்.

"போய்க் கடலில் குளித்துவிட்டு வா" என்றாள்.

"சரி, போகிறேன்" என்றான் ஜார்ஜ்.

கடலைக் கிழித்துக் கொண்டு பாய்ந்ததும் வெள்ளை நீர்ச் சுடர்கள் குதித்தெழுந்தன.

மாலையில் மீண்டும் ஜார்ஜ் பலதரப்பட்ட மக்கள் கூட்டத் துடன் கடலில் குளித்தான். சூரியன் கீழிறங்க, அவர்களின் உடல் லாப்ஸ்டர் போல், வறுத்த மீன்போல், பெட்டைக் கோழிபோல் நிறம்கொள்ள, ஒவ்வொருவராக திருமண கேக் போன்று அமைந்துள்ள ஹோட்டலை நோக்கிச் சிரமத்துடன் நடந்தனர்.

மைல் கணக்கில் கடற்கரை தனிமையில் கிடந்தது – இருவரைத் தவிர. ஒருவன் ஜார்ஜ் ஸ்மித் – தோளில் டவலுடன் கடைசியாக ஒரு தடவை குளிக்கும் நினைப்பில்.

அமைதியான ஒரு மாலைப்பொழுதில்

இன்னொருவர் ஒரு குட்டையான, சதுரமான தோளுடைய மனிதர். கரையில் சற்றுத் தொலைவில், அந்த நிர்மலமான மாலையில் நடந்து வந்துகொண்டிருந்தார்.

கடற்கரையில் அரங்கம் தயாராகிவிட்டது. சில நொடிகளில் இவ்விருவரும் சந்தித்துக் கொள்வார்கள். அதிர்ச்சியும் வியப்பும் சந்திப்பும் பிரிவும் – மீண்டும் விதி விளையாடத் தொடங்கிவிட்டது. ஒவ்வொரு நகரத்திலும் ஒவ்வொரு கூட்டத்திலும் மனிதரின் கையெட்டும் தூரத்தில் செல்லும் தற்செயல் எனும் அற்புத ஓடையை அந்த இருவரும் ஒரு வினாடிகூட நினைத்துக்கொள்ளவில்லை. மனிதன் தன் கைகளை அந்த ஓடைக்குள் செலுத்தினால் இரு கைகளிலும் அற்புதங்கள் சிக்கிப் பற்றிக்கொள்ளும் என்பதையும் அவர்கள் உணர்ந்திருக்கவில்லை. நிறைய பேர்களைப் போலவே அவர்களும் இது ஒரு மடத்தனம் என்று நினைத்துத் தோளை அலட்சியமாகக் குலுக்கிவிட்டு, கரையிலேயே நின்றனர் – விதி தங்களை அந்த ஓடைக்குள் தள்ளிவிடக் கூடாதே என்று.

அந்த மனிதர் தனியாக நின்றார். தலையைத் திருப்பித் தன் தனிமையை உணர்ந்தார். அழகிய கடல் நீரைப் பார்த்தார். பகலில் தேய்ந்த நிறங்களை எல்லாம் கடலுள் செலுத்தும் சூரியனைப் பார்த்தார். சற்றே திரும்பியதும் மணலில் கிடந்த ஒரு பொருளைக் கவனித்தார். ஒரு சிறு மெலிந்த ஐஸ்கிரீம் குச்சி. மஞ்சள் நிற ஐஸ்கிரீம் எப்போதோ உருகிவிட்டிருந்தது. புன்னகைத்தபடியே அந்தக் குச்சியை எடுத்தார். ஒருமுறை சுற்றும் முற்றும் பார்த்தார். தன் தனிமையை உறுதிப்படுத்திக் கொண்டு, மீண்டும் குனிந்து கையில் பிடித்திருந்த குச்சியால், உலகில் தனக்கு நன்கு தெரிந்த அந்த ஒரே காரியத்தைச் செய்தார்.

ஈர மணலில் குச்சியால் விசித்திரமான உருவங்களை வரையத் தொடங்கினார். ஓர் உருவத்தை வரைந்ததும் சற்று நகர்ந்து, கீழே பார்த்தபடி இன்னொரு உருவத்தை வரைந்தார். தம் வேலையிலேயே முற்றிலும் மூழ்கியபடி மூன்றாவது உருவத்தை வரைந்தார். நாலாவது, ஐந்தாவது, ஆறாவது...

ஜார்ஜ் ஸ்மித் மணலில் காலடிகளால் அச்சுப் பதித்தபடியே இங்குமங்கும் பார்த்துக்கொண்டு வந்தான். எதிரே அந்த மனிதரைக் கண்டான். அருகே சென்றதும், வெயிலில் கறுத்த உடலுடன் குனிந்து கொண்டிருந்த அந்த மனிதரைப் பார்த்தான். இன்னும் அருகே சென்றதும்தான் அவர் என்ன செய்து கொண்டிருக்கிறார் என்பது புரிந்தது. ஜார்ஜ் சீழ்க்கை அடித்தான். ஓ, கடற்கரையில் இந்த மனிதர் – வயதென்ன

இருக்கும்? அறுபத்தைந்து? எழுபது? – என்ன கிறுக்கிக்கொண் டிருக்கிறார்? மணல் எப்படிப் பறக்கிறது! விசித்திர உருவங்கள் மணலிலிருந்து எப்படித் தங்களை வெளிக்கொணர்கின்றன! எப்படி . . .

ஜார்ஜ் ஸ்மித் ஓர் அடி முன்னே எடுத்து வைத்தவன், நின்றான். அசையாமல் நின்றான்.

அந்த மனிதர் தொடர்ந்து வரைந்தபடியே இருக்கிறார். தமக்கும் தாம் மணலில் உருவாக்கும் உலகத்துக்கும் பின்னே ஒருவன் நிற்பதை அவர் அறியவில்லை. தன் தனிமை சிருஷ்டி யின் மகிழ்ச்சியில் அவர் தீவிரமாக ஆழ்ந்து விட்டிருக்கிறார். கடல் நீருக்குள் குண்டுகள் வெடித்திருந்தால் கூட அவருடைய வரையும் விரல்களை நிறுத்தவோ, அவரைத் திரும்பிப் பார்க்கவோ செய்திருக்க முடியாது.

ஜார்ஜ் குனிந்து மணலைப் பார்த்தான். நீண்ட நேரம் பார்த்துக்கொண்டேஇருந்தான். அவன் உடல் நடுங்கியது.

அந்தப் பரந்த கடல் மணல் பரப்பில் ஓவியங்கள் வரையப்பட்டிருந்தன. கிரேக்க சிங்கங்கள், மெடிட்டரேனியன் ஆடுகள், தங்கத்தூள் நிறம்கொண்ட மங்கையர், குழலூதும் மனித முகமும் குதிரை உடலும் கொண்ட வனதேவதைகள், மலர்களை வாரியிறைத்தபடி ஆடுகளைப் பின்தொடரும் குழந்தைகள், யாழிசைக்கும் கந்தர்வர்கள், தூரத்துப் பள்ளத் தாக்குக்கு இளைஞர்களைத் துரத்தும் ஒற்றைக் கொம்புடைய குதிரைகள், காடுகள், பாழடைந்த கோவில்கள், எரிமலைகள் . . .

சூரியனைக் கடல் விழுங்குவதற்குள் முடித்துவிட வேண்டுமென்ற துடிப்புடன் குச்சித் தூரிகை ஏந்திய அவர், வியர்வை ஒழுகும் முதுகுடன் கோணல்களையும் சுருள்களையும் வளையங்களையும் மேலும் கீழும் குறுக்கும் நெடுக்கும் உள்ளேயும் வெளியேயும் இணைத்தும் முணுமுணுத்தும் தயங்கியும் விரைந்தும் வரைந்து கொண்டிருந்தார். எண்பது தொண்ணூறு அடிக்கும் மேலாக தேவதைகளும் கடல் கன்னி களும் கோடுகளாக எழும்பிக் கொண்டிருந்தனர். மங்கும் மாலை ஒளியில் உருகிய செம்புநிற மணலில் எக்காலத்திலும் எவரும் புரிந்து கொள்ளும் ஒரு செய்தி வெளிப்பட்டுக் கொண் டிருந்தது. எல்லாம் காற்றிலும் ஈர்ப்பிலும் சுழன்று நிலை பெற்றிருந்தன. இப்போது திராட்சை ரஸம் தோய்ந்த நாட்டிய மங்கையரின் கால்களின்கீழ் சிதைந்த திராட்சைக் கனிகளி லிருந்து ஒயின் ஒழுகியது. இப்போது கொதிக்கும் கடலிலிருந்து வட்டவட்ட மலரணிந்த கழுகுகள் மேகங்களிடையே மணம் பரப்பின. இப்போது . . . இப்போது . . . இப்போது . . .

ஓவியர் வரைவதை நிறுத்தினார்.

ஜார்ஜ் ஸ்மித் பின்னால் நகர்ந்து சற்றுத் தூரத்தில் நின்றான்.

ஓவியர் தலையை நிமிர்த்தினார். அருகே ஒருவன் நிற்பதைக் கண்டு வியப்படைந்தார். சற்றும் அசையாமல், அவனையும் தொடரும் காலடிகள் போன்ற தம் படைப்பையும் மாறிமாறிப் பார்த்தார். கடைசியில் தோளைக் குலுக்கியபடி சிரித்தார். அவர் சிரிப்பு, பார் நான் செய்திருப்பதை . . . குழந்தை மாதிரி. மன்னித்துவிடு. என்ன! நாமெல்லாரும் ஏதாவது ஒரு சமயம் முட்டாள்களாகத்தான் இருக்கிறோம் . . . நீயும்தான். இந்த கிழட்டு முட்டாளைப் பொருட்படுத்தாதே . . . என்ன, நல்லது, நல்லது – என்று சொல்வதுபோல இருந்தது.

ஆனால், ஜார்ஜ் ஸ்மித்தால் வெயிலில் கறுத்து, கூர்மையான தெளிவான கண்களையுடைய அந்த மனிதரைப் பார்த்து, அவருடைய பெயரை தனக்குள் மெதுவாகக் கூறிக்கொள்ள மட்டும்தான் முடிந்தது.

மணல் ஓவியத்தைப் பார்த்தபடி ஜார்ஜும், வேடிக்கையும் வியப்பும் கலந்து ஜார்ஜைப் பார்த்தபடி அந்த ஓவியரும் ஒரு ஐந்து விநாடிகள் அப்படியே நின்றனர். ஜார்ஜ் தன் வாயைத் திறந்தான். மூடினான். கையை முன்னால் நீட்டி, பின்னுக்கு இழுத்துக் கொண்டான். ஓவியத்தை நோக்கி ஓரடி எடுத்து வைத்தான். கடல் கரையில் சிதறிக் கிடக்கும் பழங்காலப் பளிங்குகளைத் தேடுபவன் போல் அந்த ஓவியத்தின் பக்கமாக நகர்ந்தான். அவன் கண்கள் இமைக்கவில்லை. தொடுவதற்குக் கைகள் துடித்தன. ஆனால் பயம். ஓடி விடலாமென்று நினைத்தான். ஓடவில்லை.

சட்டென்று தான் தங்கியிருக்கும் ஹோட்டலை நோக்கினான். ஓடு, ஆம். ஓடு. என்ன? ஒரு மணல் வாரியை எடு. தோண்டு. உதிர்ந்து போகும் அந்த மணலைக் காப்பாற்றுவது எப்படி? யாரையாவது கொண்டுவந்து பிளாஸ்டர் ஆப் பாரிஸால் இதில் ஒரு பகுதியையாவது அச்சு எடுக்கலாமா? இல்லை, இல்லை. மடத்தனம். அல்லது . .? ஹோட்டல் ஜன்னலுக்குப் பாய்ந்தன அவன் கண்கள். காமிரா! எடுத்துக் கொண்டு ஓடி வா. கரையோரமாக விரைந்து நட. கிளிக். கிளிக். பிலிமை மாற்று. கிளிக், கிளிக் . . .

ஜார்ஜ் சட்டென திரும்பி சூரியனைப் பார்த்தான். அவன் முகத்தில் லேசாக உறைத்தது. அவன் கண்கள் இரண்டு சிறு ஒளித் துகள்களாக மின்னின. சூரியன் கடலில் பாதி மூழ்கி விட்டான். பார்த்துக்கொண்டிருக்கும் போதே சில நொடிகளில் மறுபாதியும் மூழ்கியது.

ஓவியர் ஜார்ஜை நெருங்கிவந்து சினேகபாவத்துடன் அவன் எண்ணங்களைப் படிப்பதுபோல் அவன் முகத்தைக் கூர்ந்து நோக்கினார். வணக்கம் செலுத்துவது போல் தலையைச் சிறிது தாழ்த்தினார். கையிலிருந்து ஐஸ்கிரீம் குச்சி தானாக கீழே விழுந்தது. குட் நைட் சொல்கிறார். விடை பெறுகிறார். தெற்கு நோக்கி கடற்கரை வழியாக நடந்து சென்றுவிட்டார்.

அவர் போவதையே பார்த்துக்கொண்டிருந்தான் ஜார்ஜ். முழுதாக ஒரு நிமிடம் கழிந்ததும், அவனால் சாத்தியப்பட்ட ஒரே காரியத்தைச் செய்தான். அந்த அபூர்வ ஓவியத்தின் தொடக்கத்திலிருந்து வனதேவதைகளையும் மிருகங்களையும் மது ஊற்றும் மங்கையரையும் பின்னங்கால்களில் நிற்கும் கொம்புள்ள குதிரைகளையும் குழலூதும் இளைஞர்களையும் பார்த்தபடி கரையோரமாக நடந்தான். நீண்ட தூரம் கீழே பார்த்துக்கொண்டே நடந்தான். மிருகங்களையும் மனிதர்களை யும் கொண்ட கடைசிப் பகுதிக்கு வந்ததும், திரும்பி மீண்டும் பழைய வழியே நடந்தான். ஏதோ தவற விட்டதைக் குறிப்பிட்ட இடத்தில் கண்டெடுத்து விடலாம் என்பதைப் போல் நடந்தான். மணலிலும் வானிலும் ஒளி மறைந்து பார்வை மங்கும்வரை நடந்து கொண்டிருந்தான்.

சாப்பாடு மேஜைமுன் அமர்ந்தான் ஜார்ஜ்.

"இவ்வளவு நேரமா?" என்றாள் அவன் மனைவி. "நான் சீக்கிரமே வந்துவிட்டேன். எனக்கு ஒரே பசி."

"பரவாயில்லை" என்றான் அவன்.

"அங்கே ஏதாவது விசேஷமா?"

"ஒன்றுமில்லை."

"ஏன் ஒரு மாதிரி இருக்கிறாய்? கடலில் வெகுதூரம் நீந்தினாயா? மூழ்க இருந்தாயா? முகத்தைப் பார்த்தால் தெரிகிறதே. நீ நீண்டதூரம் நீந்தியிருக்கிறாய். அப்படித்தானே?"

"ஆமாம்" என்றான் அவன்.

அவனைக் கூர்மையாகப் பார்த்துக்கொண்டே, "இனி அப்படிச் செய்யாதே...சரி, என்ன சாப்பிடுகிறாய்?" என்றாள் அவள்.

மெனு கார்டை எடுத்து அதைப் படித்துக்கொண் டிருந்தவன் சட்டென்று நின்றான்.

"என்ன?" என்றாள் அவள்.

தலையைத் திருப்பி ஒரு வினாடி கண்களை மூடினான்.

"கேட்கிறதா?"

அவள் கவனித்தாள்.

"எதுவுமே கேட்கவில்லையே."

"உனக்குக் கேட்கவில்லையா?"

"இல்லை... என்ன அது?"

சற்று நேரம் கண்களை மூடியபடியே இருந்துவிட்டு, "வெறும் அலைகள்தான்" என்றான். "அலைகள் கரையை நோக்கி வந்து கொண்டிருக்கின்றன."

கோவிலில் ஒரு நீண்ட இரவுக் காவல்

ராபர்ட் சில்வர்பெர்க்

முழு இருட்டு கவியும் நேரம் நெருங்கியது. வார்டர் டிரியண்ட் ஆலயத்தின் முகப்புப் பகுதிக்கு நகர்ந்தார். முப்பது ஆண்டுகளாக ஒவ்வொரு இரவும் மாலை பூஜைக்காக தவறாது அங்கு சென்று கொண்டிருக்கிறார். என்றைக்கும் போலவே மேற்பார்வையாளருக்கான கடும் சிவப்பு அங்கியும் இரட்டைக் கூம்புள்ள தொப்பியும் அணிந்திருந்தார். எத்தனையோ ஆண்டுகளுக்கு முன் முதன்முதலாக தன் தந்தை அவற்றை அணிந்திருந்ததைப் பார்த்த போது அவருக்கு அது விசித்திரமாகத் தோன்றியது. இப்போது – அதுபற்றி நினைக்க நேர்ந்தாலும்கூட – அதை ஒரு சாதாரண உடையாகவே உணர்ந்தார். இடது கையில் தூபம் புகைப்பதற்கான பித்தளை பாத்திரம் ஒன்றிருந்தது. வலது கையில் நீண்ட கழுத்துடன் கூடிய பச்சை நிறப்பாத்திரம் வைத் திருந்தார். முர்ரா தீவைச் சார்ந்த கைவினைஞர்கள் மட்டுமே செய்யக்கூடிய, அழகிய, தொடுவதற்கு இதமான இளம் பச்சைநிற, பீங்கான் பாத்திரம் அது.

இரவு தெளிவாயிருந்தது. இதமாயிருந்தது. தவளைகளின் கடும் கீச்சுக்குரலும், அவ்வப்போது ஒளிரும் மின்மினியின் மஞ்சள் ஒளியும் வந்து கொண்டிருந்தன. வெகு தூரத்தில், கீழே பள்ளத் தாக்கில், சித்தரியோன் நகரின் குடியிருப்புப் பகுதியில் வரிசையாக விளக்கொளிகள் தோன்றத்

தொடங்கின. வெகு தொலைவில் இருந்து வருவதால் அவை களும் மின்மினிப் பூச்சிகளின் ஒளியைப் போலவே விட்டு விட்டுத் தோன்றிக்கொண்டிருந்தன.

அருகிலுள்ள நகரத்திலிருந்து கோவிலுக்கு மாட்டு வண்டியில் வந்தால் அரைமணி நேரப் பயணம். வார்டர் கீழே நகரத்திற்குச் சென்று பல மாதங்கள் ஆகின்றன. முன்பெல் லாம் அடிக்கடிப் போவதுண்டு. இப்போது வயதான நிலையில் அது அன்னிய தேசம்போலவே ஆகிவிட்டது. தமக்கு ஒத்துவராத அழுக்குப் பிடித்த வினோத வாசனையுள்ள நகரம். இப்போது அவருக்கு இந்தக் கோவில் ஒன்றே போதும். பெரிய கல் கோயில். மலையடிவாரத்தின் மூலையில் பிரமாண்டமான கட்டடம். கம்பீரமான தோற்றம். பின்பக்கம் நேராக உயரும் கடும் சிவப்பு மலை மதிலாக அமைந்திருந்தது. தினசரி தவறாது பூஜையும், மேற்பார்வையும், படிப்பும், சில நல்ல நண்பர்களும், நந்தவனத்தில் சில்லறைப் பணிகளும் அவருக்கு மன திருப்தி அளித்தன. உணவின்போது கொஞ்சம் நல்ல ஒயின். அத்துடன் பின்னிரவில் நல்ல இசை. தேவையற்ற வேதாந்த சர்ச்சைகளோ, பதவிப் போட்டியோ இல்லாத சுகமான அமைதியான ஒதுங்கிய வாழ்க்கை.

அவர் பிறப்பதற்கு முன்பே இந்த வேலை அவருக்காக நிச்சயிக்கப்பட்டுவிட்டது. கோயில் மேற்பார்வையாளர் பணி பரம்பரையாக வருவது. பன்னிரண்டு தலைமுறையாக அந்தக் குடும்பத்தில் தொடர்கிறது. மூத்தமகன் என்பதால் அவருடைய சின்ன வயசிலேயே இந்தப் பதவி அளிக்கப்பட்டுவிட்டது. அவரும் எவ்விதக் கேள்வியுமின்றி தொடக்கத்திலேயே அதற் காகத் தம்மைத் தயார்படுத்திக் கொண்டார். இத்தனை ஆண்டு களில் ஏதோ ஓரிரு சமயம் இந்த பூஜைகளிலும் சடங்குகளிலும் அவர் நம்பிக்கை இழந்திருக்கிறார். ஒரு சிறிய சலனம்தான். அப்புறம் முற்றாக இந்தப் பணியில் தம்மை அர்ப்பணித்துக் கொண்டுவிட்டார்.

கோயிலின் போர்டிகோ நீளமான பளிங்குக்கல்லால் அமைந்திருந்தது. கோயிலின் மேற்குப் பகுதியின் முழுநீளத்திற்கு அது நீண்டிருந்தது. அதன் ஓரத்தின் கீழே சரிந்த நிலம் பச்சை வெல்வெட் போலிருந்தது. நூற்றாண்டுகளாக பக்தி உணர்வுடன் கவனித்து வந்த தோட்ட வேலையின் சாட்சி அது. அதைச் சுற்றிப் பல வண்ணப் பூக்கள் கொண்ட செடிகள். மலையின் உச்சியில் எங்கோ பிறந்த ஒரு ஓடை, கோயில் தோட்டத்தின் வடக்குப் பக்கமாக ஓடி, கீழே பள்ளத்தாக்கில் சென்று மறைகிறது. கோயிலின் இரு பக்கங்களிலும் பின்புறமும்

ஊழியருக்கான வீடுகள், குப்பைக் குழி, சவ அடக்கத்திற்கான இடம் ஆகியன இருந்தன. இவற்றின் பின்னே, சமதளத்தில் அமைந்த கோயிலையும் தூரத்து உயர்ந்த மலையையும் இணைக்கும் பகுதியாக அமைந்த காடு இருந்தது.

மாலை பூஜையின்போது மேற்பார்வையாளர்கள் ஓர் அதீத தோற்றத்தில் காட்சி அளிக்கவேண்டுமென எதிர் பார்க்கப்பட்டனர். வானவெளியோடு அவர் தொடர்பு கொள்ளும்படியாக இருந்தது அது. வார்டர் டிரியண்ட் அப்படிப்பட்ட தொடர்பு தனக்கு ஏற்பட்டதாகவோ, அவ்விதத் தொடர்பு சாத்தியம் என்பதையோ நம்பவில்லை. ஆனால் அச்சமயங்களில் தனக்கு ஏற்படும் ஒன்றிப்பு ஒன்றே போது மானது என நினைத்துக் கொண்டார். அந்த நிலை ஏற்பட ஒரு வழி வைத்திருந்தார். நிலவு தோன்றும் நாட்களில் சந்திரனில் உள்ள கறுப்புத் திட்டுகளிலோ, நிலவற்ற தினங்களில் துருவ நட்சத்திரத்திலோ தம் சிந்தையை ஒருமுகப்படுத்தி வைத் திருப்பார். சந்திரனோ நட்சத்திரமோ, எதுவானாலும் சரி, மேல் உலகில் உள்ள மாபெரும் சக்தியை நோக்கி தம் ஆத்மாவைத் திருப்புவதற்கு ஏதாவது ஒன்று வேண்டும். இந்த நிலை ஏற்பட அவருக்கு ஓரிரு நிமிடங்கள் போதும். அவருக்குத்தான் நிறைய பயிற்சி இருக்கிறதே.

இந்த இரவில் அவர் நட்சத்திரத்தை நோக்கியதும் – அன்று நிலா இல்லை – தொடர்பு ஏற்படும்போது வழக்கமாகத் தோன்றும் லேசான ஊசிகுத்தல் போன்ற உணர்வு – தம்முடைய முதுகெலும்பு வழியே ஏறி நெற்றி வழியே குதித்து வானை நோக்கிச் செல்வது போன்ற உணர்வு – ஏற்பட்டபோது ஓர் எதிர்பாராத தடையினால் அதிர்ந்து போனார். தோட்டத்தி லிருந்து ஒரு தடிமனான உருவம் வெளியேறி கோயிலை நோக்கி குதித்து வந்து போர்டிகோவின் விளிம்பில் டிரியண்டுக்கு நேர் கீழே நின்றது.

"டிரியண்ட்" என்று அது அவரை அழைத்தது. "நீங்கள் என்னுடன் வரவேண்டும். நான் கண்டுபிடித்ததை நீங்கள் உடனே பார்க்கவேண்டும்."

கோயில் பொறுப்பாளரான மெரிகாலிஸ்தான் அது. தமது முனைத்த சிந்தனை சிதறிவிட்டதால் டிரியண்டுக்கு கோபம் ஏற்பட்டது. கொஞ்சமாவது அறிவு இருக்க வேண்டுமே இந்த மெரிகாலிஸுக்கு!

எரிச்சலுடன் டிரியண்ட் தம்மிடமிருந்த தூபக் கலயத்தை யும் பச்சைநிறப் பீங்கான் பாத்திரத்தையும் சுட்டிக்காட்டினார்.

தன் தவறை சற்றும் உணர்ந்ததாகக் காட்டிக் கொள்ளாமல், "ஓ, நீங்கள் இன்னும் பூஜையை முடிக்கவில்லையா?" என்றார் மெரிகாலிஸ்.

"இல்லை, இப்போதுதான் தொடங்கியிருக்கிறேன். இந்த நேரத்தில் நீங்கள் என்னை தொந்தரவு செய்திருக்கக் கூடாது."

"சரி, சரி, எனக்குத் தெரியுமே. ஆனால், அதற்கு நல்ல காரணம் இருக்கிறது. சீக்கிரம் பூஜையை முடித்துவிட்டு என்னுடன் வரவேண்டும். உடனே."

வேறு விளக்கம் ஒன்றும் கொடுக்கவில்லை மெரிகாலிஸ். டிரியண்டும் கோரவில்லை. அது மனதை மேலும் சலனப் படுத்தும். ஏற்கனவே நிறையக் கலைந்தாயிற்று.

அப்புறம் மிகவும் முயன்றும் தம் சிந்தனையை ஒருமுகப் படுத்துவதில் ஓரளவுதான் வெற்றி கிடைத்தது அவருக்கு.

"நீங்கள் பொறுமையாயிருந்தால் நான் சீக்கிரம் முடித்து விடுவேன்" என்றார் சற்றுக் கடுமையாக.

"சரி, நடக்கட்டும். நான் இங்கே கீழேயே காத்திருக்கிறேன்."

டிரியண்ட் தலையை அசைத்தார். மெரிகாலிஸ் போர்ட்டிகோவின் கீழே இருட்டில் மறைந்தார்.

நல்லது. இனி, எல்லாவற்றையும் முதலிலிருந்தே தொடங்க வேண்டியதுதான். டிரியண்ட் மூச்சை வேகமாக இழுத்து வாங்கியபடி கண்களை மூடிக்கொண்டார். எதிர்பாராது ஏற்பட்ட தடையின் பாதிப்புக் குறையும் வரை காத்திருந்தார். சிறிதுநேரம் சென்றதும் அலைந்துகொண்டிருந்த அவர் மனம் அமைதியடைய ஆரம்பித்தது. மீண்டும் தம் கடமையில் ஊன்றி உயரே நோக்கி துருவ நட்சத்திரத்தைச் சுலபமாகக் கண்டு பிடித்து, கண்களை அதில் ஊன்றினார். அந்தத் திசையில் இருந்துதான், பத்தாயிரம் ஆண்டுகளுக்கு முன், அந்த மூன்று அயல் உலகவாசிகள் மக்களை ரட்சிக்கப் பூமிக்கு விஜயம் செய்தனர். அப்படித்தான் புராணங்கள் கூறுகின்றன. அது உண்மையாகவே நடந்திருக்கலாம். அப்படி நடந்திருக்காது என்பதற்கு எந்தக் காரணமும் இல்லை. நடந்தது என்பதற்குச் சில காரணங்கள் இருக்கின்றன.

டிரியண்ட் ஒருமித்த முழு மனதையும் மேல் உலகை நோக்கிச் செலுத்தினார். தம் ஆத்மாவை விண்ணை நோக்கி உயர்த்தி நட்சத்திரக் கூட்டங்களுக்கிடையே உள்வெளியில் ஒருமுகப்படுத்தினார். கற்பனையில் ஏற்படும் ஒரு நிகழ்வாக அவர் இதைக் கருதினார். விண்மீன்கள் மத்தியில் தாம் நீந்திச் செல்வதாகக் கற்பனை செய்து கொண்டார். உடலை

விட்டுப் பிரிந்த அறிவு ஓர் ஊசிபோலக் காற்றில்லாத கறுத்த சூன்ய வெளியில் ஊடுருவிச் செல்வதாக எண்ணிக்கொண்டார்.

ஒரு காலத்தில் இந்த அற்புத நிலை ஏற்பட, தாம் எந்தவித முயற்சியும் செய்ய வேண்டியதில்லை என்று டிரியண்டுக்கு அடிக்கடி தோன்றும். அவர் இந்த வேலைக்கு வந்த புதிதில் அது எளிதாக இருந்தது. வெளியே வந்து மேலே நோக்க வேண்டும். அப்புறம் எல்லாம் ஒழுங்காக சொல்லிவைத்தாற் போல் நடந்துவிடும். துருவ நட்சத்திரத்தின் ஒளி அவர் ஆத்மாவைத் துளைத்துவிடும். அவர் எவ்வித சிரமமுமின்றி நேராக மூவர் நட்சத்திரங்களுக்குச் சென்றுவிடுவார். அப்படித் தானா? அவருக்கு நினைவில்லை. அவர் இந்த வேலையில் நீண்ட காலமாக இருக்கிறார். குறைந்தது பத்தாயிரம் தடவை யாவது மாலை நேரப் பிரார்த்தனை செய்திருப்பார். இப்போதெல்லாம் அது ஒரு சடங்காகிவிட்டது. தம் மனம் மகிழ்வுடன் ஒரே பாய்ச்சலில் முடிவற்ற இருட்டின் ஆழங் களுக்குள் செல்வதாகவோ, விண்மீன்களைப் பார்த்தபடி நல்ல மதுவைக் கல் ஓடையில் ஊற்றுவது உண்மையான மறுக்கவியலாத மீட்சிக்கான சக்தியை அளிக்கும் என்பதாகவோ இப்போது நம்புவது அவருக்குச் சிரமமாக இருக்கிறது. இப்போ தெல்லாம் ஒவ்வொரு இரவிலும் முழுப் பெருமையுடன் ஜொலிக்கும் நட்சத்திரங்களின் கீழே நிற்கும்போது அந்த பரவசத்தின் ஒரு துளி ஊசி ஏற்றுவது போன்ற இனிய உணர்வுகிடைத்தால் போதும் என்றே தோன்றுகிறது. அந்த சின்னக் குத்தல்கூடச் சந்தேகப்படக்கூடிய தம் கற்பனையில் பிறந்த, தம்மை ஏமாற்றக்கூடிய ஒன்றோ என்று தோன்றுகிறது.

நட்சத்திரங்கள் எப்போதும் அழகாகத்தான் இருக்கின்றன. அதற்காகவாவது நன்றி சொல்ல வேண்டும். மேல் உலக வாசிகள் உண்மையில் இருக்கிறார்கள். அவர்கள் ஒரு காலத்தில் பூமிக்கு விஜயம் செய்தார்கள் என்ற நம்பிக்கை மறைந்து விடலாம். ஆனால், இந்தப் பிரபஞ்சம் எவ்வளவு பிரம்மாண்ட மானது என்பதையும், மனிதன் எவ்வளவு அற்பமானவன் என்பதையும் அவர் எப்படி மறுக்க முடியும்?

நேரே திடமாக நின்றுகொண்டு, தலையைப் பின்னால் தள்ளி, வானத்தைப் பார்க்க முகத்தைத் திருப்பியபடி தம் கையிலுள்ள தூபப் பாத்திரத்தை ஆட்டத் தொடங்கினார். சாம்பிராணியின் காட்டமான மணம் கொண்ட புகை மேகம்போல் உயர்ந்தது. அந்த அழகிய பச்சைப் பீங்கான் பாத்திரத்தை உயர்த்தி கிழக்கு, மேற்கு, உச்சி என்ற திசை களுக்கு வழிபாடு செய்தார். கடமையின் உத்வேகம் அவரை இப்போது ஆட்கொண்டு விட்டது. தம் அவநம்பிக்கை

அனுமதிக்கும் அளவுக்கு அவர் வழிபாட்டில் முற்றாக ஆழ்ந்து விட்டார். அந்த நொடியில் எந்தவித ஐயமும் தம்மை அண்ட விடவில்லை. பின்னர் வேண்டுமானால் வந்து சேரட்டும். அப்புறம்.

பக்தியுடன் அவர் அந்த நாமங்களை உச்சரித்தார்.

"ஓபெரித் . . . ஆலுமியாத் . . . வோனுபியஸ் . . ."

தொடர்பு ஏற்பட்டுவிட்டதென நம்ப அவர் தம்மை அனுமதித்துக் கொண்டார்.

வானுலகின் மூன்று உருவங்களும் மினுமினுக்கும் தெய்வீக ஒளியுடன் தோன்றியதும் அவற்றை தம் முன் வரும்படி அழைத்தார். அதற்கு முன் எத்தனையோ முறை கூறியது போலவே, நீண்ட காலத்துக்கு முன் இப்பூவுலக மக்களைக் காப்பாற்ற அவை செய்த உதவிகளுக்காக, இவ்வுலகத்தினர் எவ்வளவு நன்றியுடையவர்களாக இருக்கிறார்கள் என்றும், அவர்கள் இருக்கும் வானுலகைவிட்டு விரைவில் பூமிக்கு வரவேண்டும் என்றும் கூறினார்.

வார்டரின் மனதில் ஒரு நிமிஷம் நம்பிக்கையும் அவநம்பிக்கையும் தோன்றி மறைந்தன. பின் தெளிவாகி விட்டது. அந்த மூவரும் உண்மையில் இருந்தார்களா? அவசியம் ஏற்பட்டபோது அவர்கள் பூவுலகுக்கு வந்தார்களா? தாம் வந்த காரியம் முடிந்ததும், மீண்டும் வருவதாகவும் மக்கள் அனைவரையும் தம்முடன் மேலுலகுக்கு அழைத்துச் செல்வதாகவும் கூறிவிட்டு, ஒளிமயமான ரதத்தில் பறந்து சென்றார்களா? இதொன்றும் அவருக்குத் தெரியாது. அவர் சிறு பையனாக இருந்தபோது எல்லோரையும் போலவே புராணங்களிலுள்ள அனைத்தையும் உண்மை என்றே நம்பினார். அந்த நம்பிக்கை எப்போது தம்மைவிட்டு விலகியது என்று அவருக்கு நிச்சயமாகத் தெரியவில்லை. ஆனால் தினசரி செய்யும் கடமைகளில் இது அவரிடம் குறிப்பிடத்தக்க மாற்றத்தை ஏற்படுத்தவில்லை. பெரிய கோவில் பூசாரி அவர். குறிப்பிட்ட சில கடமைகள் அவருக்கு உண்டு. மக்களின் ஊழியர் அவர். இவை மட்டும் போதும்.

மாலை பூஜை எப்போதும் ஒரே மாதிரிதான். மேலுலக வாசிகள் பூமியை விட்டு தங்கள் உலகிற்குச் சென்ற நாளிலிருந்து ஆயிரக்கணக்கான ஆண்டுகளாக இந்தச் சடங்கு மாறவேயில்லை. ஆனால், வேறு சில விஷயங்கள் போலவே டிரியண்டுக்கு இதிலும் அவ்வளவாக நம்பிக்கை இல்லை. காலம் செல்லச் செல்ல மாற்றங்கள் நேர்கின்றன. எவ்வித நம்பிக்கையும் தடுமாறி

விடுகிறது. இதில் அவருக்கு முழு நம்பிக்கையுண்டு. இருப்பினும் பூஜை சடங்குகளைப் பொறுத்தமட்டில் எந்தவித மாற்றமும் ஏற்படவில்லை என்று நம்ப விரும்பினார். பழைய நம்பிக்கை களைக் கைவிடாத மக்கள் இவர்கள். தாம் வாழ்வது இவர் களுக்கு ஊழியம் செய்யவே. இதுதான் தம் குடும்ப வழக்கம். நாம் வார்டர்கள். தமது கடமை ஊழியம் செய்வதே.

பூஜை முக்கியக் கட்டத்தை எட்டியது – பலிகொடுக்க வேண்டிய நேரம். இரண்டாவது வருகையைக் குறிக்கும் பிரார்த்தனையை உச்சரித்தார் டிரியண்ட். பூமிக்கு வருவதைத் தாமதப்படுத்த வேண்டாம் என்ற நம்பிக்கையை வெளிப் படுத்தும் வார்த்தைகள் அவர் வாயிலிருந்து வேகமாக, அடுக்கடுக்காக வெளிவந்தன. வழக்கிழந்த ஏதோ ஒரு மொழி யின் சொற்கள்போல, எந்தவிதப் பொருளையும் அவருக்குத் தராமல். பிறகு அவர் அந்த மூன்று பெயர்களையும் முன்னர் போலவே நாடகத் தன்மையுடன் உச்சரித்தார். பீங்கான் பாத்திரத்தை மேலே உயர்த்தினார். கீழே கவிழ்த்தியதும் பொன்னிற மது அதிலிருந்து ஒழுகி கல் ஓடையில் விழுந்தது. விரைந்து ஓடி கோயில் குளத்தை அடைந்தது. பூஜையின் கடைசி நிகழ்ச்சி அது. அதே சமயம் அவருக்குப் பின்னால் ஓடையின் சமீபம் இருட்டில் இதுவரை அமைதியாக அமர்ந்திருந்த கோயிலின் நீண்ட குழல் ஊதுபவன் தன் வாத்தியத்தை இயக்கி மூன்று இடியோசை போன்ற ஒலியை எழுப்பினான். பூஜை முடிந்தது.

அந்த அகால வேளையிலும் கோவிலில் பக்தர்கள் யாராவது தங்கியிருந்தால் அவர்கள் முழங்காலிட்டு கைகளால் தேவர்களின் இரண்டாவது வருகைக்கான குறிகளைக் காட்டி மகிழ்ச்சியுடன் கூவுவார்கள். இன்று இரவில் அப்படி யாரும் இல்லை. கோயில் ஊழியர்கள் மட்டுமே இருந்தனர். அவர்களும் டிரியண்ட் போலவே கோயிலை மூடிவிட்டு விரைவில் வெளியேறுவதில் மும்முரமாய் இருந்தனர். வானுலக வாசிகளுடன் ஏற்படுத்திக்கொண்ட இணைப்பை அகற்றும் நொடியில் டிரியண்ட் தன்னந்தனியாக, தன் ஆவியின் தனிமையை உணர்ந்தவராய், தன் பணியின் பயனற்ற நிலையை அறிந்தவராய் இருந்தார். சுழன்றுவரும் ஓர் அலையாக அவரை அவநம்பிக்கை மோதியது. அந்த வலி ஒரு நொடிதான். அதன்பின் அவர் பழையபடி மாறிவிட்டார்.

மறைவிலிருந்து அகன்ற தோள்களும் அழுத்தமும் கொண்ட மெரிகாலிஸ் ஓர் ஆவிபோல் டிரியண்டின் முன் தோன்றினார்.

"பூஜை முடிந்ததா? போகலாமா?"

கோவிலில் ஒரு நீண்ட இரவுக் காவல்

வார்டர் டிரியண்ட் அவரை முறைத்துப் பார்த்தார். "ரொம்பவும் அவசரப்படுகிறீர்களே. முதலில் இந்த பூஜை சாமான்களையெல்லாம் வைத்துவிட்டு வருகிறேன்."

"சரி, போய்விட்டுச் சௌகரியமாய் வாருங்கள்." அவர் குரலில் சிறிது எரிச்சல் இருந்தது.

டிரியண்ட் அதைப் பொருட்படுத்தவில்லை. மீண்டும் கோயிலுக்குள் சென்று தூபம் புகைக்கும் பாத்திரத்தையும் பீங்கான் மதுக்கிண்ணத்தையும் கதவிலிருந்த ஒரு குழிக்குள் வைத்தார். குழியின் இரும்புக் கம்பிக் கதவை மூடி, பூட்டிவிட்டு விரைவாக அன்றைய கடைசிப் பிரார்த்தனை மந்திரங்களை முணுமுணுத்தார். நீண்ட தொப்பியையும் மேலங்கியையும் ஆணியில் மாட்டினார். உள்ளே ஓர் எளிய துணியினாலான பாதிரி சட்டை அணிந்து தேய்ந்த தோல் பெல்ட் கட்டியிருந்தார்.

வெளியே வந்தார். கோயில் ஊழியர்கள் கையிலேந்திய தீவட்டிகள் வழிகாட்ட, வடபுறம் உள்ள தங்கள் குடில்களுக்குச் சென்று கொண்டிருந்தனர். அவர்களின் சிரிப்பொலி காற்றில் மிதந்து வந்தது. அவர்களின் இளமையும், மகிழ்ச்சியும், இந்த உலகம் தாங்கள் நினைப்பது போலவே இருக்கிறது என்ற உறுதியும் அவருக்கு சற்றுப் பொறாமையாய் இருந்தது.

போர்டிகோவின் பளிங்குக் கல்லுக்குக் கீழே அரளிச் செடியின் அருகே காத்திருந்த மெரிகாலிஸ் அவரை அழைத்தார்.

நீண்ட குறுகிய பாதை வழியே நடந்து செல்கையில் டிரியண்ட் கேட்டார்:

"நாம் எங்கே போகிறோம்?"

"பார்க்கத்தானே போகிறீர்கள்."

"ஏதோ மர்மமாக இருக்கிறது."

"ஆம். அப்படித்தான்."

கோயிலின் வடமேற்கு மூலையைச் சுற்றியபடி கட்டடத்தின் பின் பக்கம் நடந்தனர். கரடுமுரடான பாதையில் பல தடவை கீழிறங்கி மேலேறி எதிரேயுள்ள மலையை நோக்கிச் சென்றனர். மெரிகாலிஸ் கையில் மங்கிய சிவப்பு ஒளிவீசும் ஒரு சிறு டார்ச் இருந்தது. நிலவற்ற அந்த இரவில் அது மிக சக்தி வாய்ந்ததாகத் தோன்றியது.

குப்பைகள் இருந்த பள்ளத்தைத் தாண்டியதும் மெரிகாலிஸ், "பூஜை முடிக்குமுன்னே குறுக்கிட்டு விட்டேன். மன்னித்துக் கொள்ளுங்கள். ஏற்கனவே முடிந்திருக்கும் என்று நினைத்தேன்" என்றார்.

"அதற்கென்ன இப்போ?"

"எனக்கு மனசுக்குக் கஷ்டமாக இருந்தது. பூஜை சடங்குகள் உங்களுக்கு எவ்வளவு முக்கியம் என்பது எனக்குத் தெரியுமே."

"அப்படியா" என்றார் வார்டர், வேறு என்ன சொல்வது என்று தோன்றாமல்.

தான் நம்பிக்கை இழந்து வருவது பற்றி டிரியண்ட் யாரிடமும் பேசியதில்லை. மெரிகாலிஸிடம் கூட. கோயில் பூசாரிகளில் யாரையும் விட இவர்தான் தம் நெருங்கிய நண்பர். ஆனால் அது ஒரு ரகசியமாக இருக்கிறதா? பனி இரவில் மேகத்து இடையினூடே வெளிவரும் நிலாவைப் போல் நம்பிக்கை மனிதரின் முகத்தில் ஒளிவிடுமே. மற்றவர்கள் முகத்தில் அந்தத் தனி ஒளியை தம்மால் பார்க்க முடிகிறதே. தம் முகத்தில் அதை அவர்கள் பார்க்க இயலாதோ என்று அவர் ஐயுற்றார்.

மெரிகாலிஸுக்கு மதத்தில் நம்பிக்கை கிடையாது. அவருடைய வேலை கோயிலின் கட்டட அமைப்பை சரியானபடி பராமரிப்பதுதான். பத்தாயிரம் ஆண்டுகளாகப் புழக்கத்தில் இருந்த அந்தக் கோயில் இப்போது சற்று மோசமான நிலையில் இருக்கிறது. பெரிய உறுதியான கட்டடம் தான். ஆனால் சுவர்களில் உள்ள பலவீனமான இடங்கள் மெரிகாலிஸுக்குத் தெரியும். சுவர்களைத் தாங்கும் குறுக்குச் சுவர்கள் எங்கெங்கு சேதமுற்றிருக்கின்றன எனத் தெரியும். தரையில் பல இடங்களில் கற்கள் இளகியிருக்கின்றன. சாக்கடை சரியாக இல்லை. அவரே ஒரு கட்டடக் கலைஞர்தான். அந்தப் பழமை வாய்ந்த கோயிலின் வரலாற்றின் பகுதிகளை யும் பல்வேறு காலங்களில் மேற்கொள்ளப்பட்ட புனருத் தாரணங்களையும் கோயிலின் ஒரு பகுதியை இன்னொன் றிலிருந்து பிரிக்கும் எல்லைகளையும் பல நூற்றாண்டுகளில் மாறிமாறிக் கட்டப்பட்ட பகுதிகளையும் பற்றி ஆராய்ச்சிப் பூர்வமாக விரிவாக அவரால் பேச முடியும். மத சம்பந்தமான எந்த உணர்வும் அவருக்கு இல்லை. கோயில் மட்டும்தான் அவருக்கு முக்கியம். அதைத்தான் அவர் நேசித்தார். அது வழங்கும் பக்தியை அல்ல.

குப்பைகள் இடும் பள்ளத்துக்கு வெகு தொலைவில் இப்போது அவர்கள் வந்துவிட்டனர். மலையடிவாரத்தைத் தொடும் குறுகிய கரடுமுரடான பாதை வழியே அவர்கள் நடந்தனர். பாதையில் ஏற ஏற வார்டருக்கு மூச்சு வாங்கியது.

இந்தப் பாதையை அவர் பயன்படுத்த நேர்ந்ததேயில்லை. மலையின் உச்சியில் பலிபீடங்கள் இருந்தன. நூற்றுக்கணக்

கான ஆண்டுகளுக்கு முன்னே மறைந்துபோன, நெருப்பை வணங்கும் ஒரு பழங்குடியினர் பயன்படுத்தியவை. ஆனால் இவையொன்றிலும் அவருக்கு அக்கறை இல்லை. மெரிக்காலிஸ் தமது ஆராய்ச்சியை முன்னிட்டு அங்கு அவ்வப்போது சென்றிருக்கலாம் என்று அவர் நினைத்தார். தம் பூஜையில் குறுக்கிடும் அளவுக்கு கரி படிந்த பாறைகளுக்கிடையே, பயங்கரமான, மனதைக் கலக்கமுறச் செய்யும் எதையோ கண்டிருக்கலாம். ஒரு நரபலியா? ரொம்ப ஆண்டுகளுக்கு முன் ஆண்ட அரசனின் சமாதியா? இயந்திரங்களுக்கும் பண்டை நாகரிகங்களுக்கும் அற்புதங்களுக்கும் முந்திய காலத்திலேயே இந்த மலை புனித இடமாகக் கருதப் பட்டதாம். மெரிகாலிஸ் என்ன அற்புதத்தைக் கண்டிருப்பார்?

ஆனால், அவர்கள் தேடிச்சென்ற விஷயம் மலையின் உயரே அல்ல. கோயிலின் பின்பக்கத்திலிருந்து சிறிது தூரம் சென்றதுமே, உயரே ஏறுவதற்குப் பதில் மெரிகாலிஸ் பாதை யிலிருந்து சட்டென்று விலகி, அடர்ந்த புதர்களின் இடையே சென்றார். சற்றே எரிச்சலுடன் டிரியண்டும் பின் தொடர்ந்தார். இதற்குள் மெரிக்காலிஸிடம் கேள்வி கேட்பதில் பயன் ஏதுமில்லை என்பதை உணர்ந்து கொண்டார். சக்தியெல்லாம் திரட்டி கால் தடுமாறாமல் நடந்தார். கும்மிருட்டில் மெரிகாலிஸின் சிறு விளக்கொளியில், மறைந்திருக்கும் வேர் களிலும் கொடிகளிலும் இடறாமல் நடக்க மிகவும் சிரமப்பட வேண்டியிருந்தது.

சுமார் இருபதடி நடந்ததும் திடீரென்று இரண்டாவது பாதையொன்று – மிக மோசமானது – தென்பட்டது. இந்தப் பாதை சட்டென்று திரும்பி கோயிலின் திசையில் செல்வதைக் கண்டு வார்டருக்கு வியப்பு ஏற்பட்டது. அது வடக்குப் புறமுள்ள வழிபாட்டுப் பகுதிக்குச் செல்லாமல் கட்டடத்தின் எதிர்பகுதிக்குச் சென்றது. அடர்ந்த செடி கொடிகளின் காரணமாக அந்தப் பக்கம் யாருமே செல்ல முடியாது என்று டிரியண்ட் நம்பியிருந்தார். இப்போது அவர்கள் கோவிலின் தென் கிழக்குப் பகுதிக்கு – கோயிலின் பின்பக்கத்திலிருந்து சுமார் நூறு அடிக்கு வந்துவிட்டனர். இத்தனை ஆண்டுகளில் வார்டர் கோயிலை இந்தக் கோணத்திலிருந்து பார்த்ததே இல்லை. ஒரு நீண்ட சதுர வடிவம் கருவானத்தின் எதிரே கறுப்பாக, நட்சத்திரங்கள் நிரம்பிய வானுக்கு முன் நட்சத்திரமற்ற இருட்டாக . . .

புதர்களின் இடையே ஒரு வெளி தெரிந்தது. அதன் நடுவே ஒரு கை வட்ட அளவுள்ள பள்ளம் ஒன்று தென்பட்டது. அதைச் சுற்றி வீசப்பட்டிருந்த மண்ணைப் பார்க்கும்போது

அது அண்மையில்தான் தோண்டப்பட்டிருக்க வேண்டும் என்று தோன்றியது.

மெரிகாலிஸ் புதரின் திறந்த வெளியின் பக்கம் நடந்து அதன் உள்ளே டார்ச் ஒளியைப் பாய்ச்சினார். அருகே வந்த வார்டர் கீழே உற்றுப் பார்த்தார். போதிய வெளிச்ச மில்லாதிருந்தும் அந்த குழி கோயிலை நோக்கி வளைந்து செல்லும் ஒரு சுரங்கத்தின் வாயில் என்பதைப் புரிந்து கொண்டார்.

"என்ன இது?" என்று கேட்டார் டிரியண்ட்.

"கள்ளத்தனமாகத் தோண்டியிருக்கிறார்கள். கோயிலின் பொக்கிஷங்களைத் திருடுவதற்காக."

டிரியண்டின் கண்கள் வியப்பில் விரிந்தன. "கோயிலுக் குள்ளே செல்வதற்குச் சுரங்கம் வெட்டியிருக்கிறார்களா?"

"அப்படித்தான் தெரிகிறது" என்றார் மெரிகாலிஸ். "நகைப் பெட்டிகள் இருக்கும் அறையைப் பின்பக்கமாக அடைவதற்கு."

குழியில் இறங்கி மெரிகாலிஸ் சற்று நின்று வார்டரைப் பொறுமையின்றி அழைத்தார். "வாருங்கள் டிரியண்ட். இங்கே என்ன இருக்கிறது என்பதைப் பார்க்க வேண்டாமா?"

வார்டர் நின்ற இடத்திலேயே நின்றார்.

"நான் அங்கு அவசியம் வந்து பார்க்க வேண்டும் என்று நினைக்கிறீர்களா? இரண்டு பேரும் இருட்டில் தப்பித் தப்பி ஊர்ந்து செல்லவா?"

"நிச்சயமாக."

"எனக்கு வயசாகிவிட்டது, மெரிகாலிஸ்."

"இன்னும் அவ்வளவு கிழவனாகிவிடவில்லை. இந்தப் பாதை உறுதியாக இருக்கிறது. உங்களால் முடியும்."

வார்டருக்கு இன்னும் தயக்கம் இருந்தது. "இதைத் தோண்டியவர்கள் எதிர்பாராமல் வந்து நாம் உள்ளே இருப்பதைப் பார்த்துவிட்டால் ..."

"அவர்கள் வரமாட்டார்கள். நான் சத்தியம் செய்கிறேன்" என்றார் மெரிகாலிஸ்.

"எப்படி நிச்சயமாகச் சொல்கிறீர்கள்?"

"என்னை நம்பலாம் டிரியண்ட்."

"நம்முடன் ஒன்றிரண்டு இளைய பூசாரிகளும் இருந்தால் நல்லது என்று தோன்றுகிறது."

மெரிகாலிஸ் தலையை அசைத்தார். "நான் உங்களுக்குக் காட்ட விரும்புவதை நீங்கள் பார்த்துவிட்டால் இந்த வேளையில் நம் இருவரைத் தவிர வேறு யாருமே இல்லை என்பது குறித்து மகிழ்ச்சி அடைவீர்கள். சரி, என்னுடன் வரப்போகிறீர்களா இல்லையா?"

சற்றுக் கலவரத்துடன்தான் வார்டர் குழிக்குள் இறங்கினார். மெதுவான, சற்று ஈரமான தரை, அண்மையில்தான் தோண்டப்பட்டது என்பதைப் புலப்படுத்தியது. மண்ணின் மணம் அதன் வாசனையுடன் அழுத்தமாக மூக்கைத் துளைத்தது. மெரிகாலிஸ் திரும்பிப் பார்க்காமல் நாலைந்து அடி முன்னே நடந்து கொண்டிருந்தார். குறுகிய சுரங்கத்தின் கூரையில் தலை இடிக்காமல் இருக்க, குனிந்து சரிந்து செல்ல வேண்டியிருந்தது. ஆயினும், மெரிகாலிஸ் சொன்னதுபோல் சுரங்கம் திறமையாகவே வெட்டப்பட்டிருந்தது. ஒரு குறுகிய கோணத்தில் சாய்வாக கீழே இறங்கியது. தரைமட்டத்துக்குக் கீழே இரண்டு ஆள் உயரத்துக்கு வந்ததும் சமநிரப்பாயிற்று. பக்கங்கள் ஒழுங்காகச் சதுரமாக வெட்டப்பட்டிருந்தன. பத்தடிக்கு ஒன்று வீதம் மரக்கட்டைகள் முட்டுக்கொடுக்கப்பட்டிருந்தன. இதற்கெல்லாம் மாதக்கணக்கில் கடின உழைப்புத் தேவைப்பட்டிருக்கும். ஏதோ தப்பு செய்வது போன்ற குற்ற உணர்வு அவரைத் தாக்கியது. திருடர்கள் எந்தவிதத் தடையுமின்றி இத்தனை நாட்களாக வேலை செய்திருக்கிறார்கள். கோயில் ஒரு தனி கட்டடமல்ல. பல்வேறு யுகங்களில், பழைய அஸ்திவாரங்களின் மேல் கட்டப்பட்ட பல்வேறு கட்டடங்கள். ஒன்றன்மேல் ஒன்றாக, எட்ட முடியாத ஆயிரம் ஆண்டுகள் பழைய கோயிலின் பிரதான மண்டபத்தின் கீழே இருக்கின்றன. கோயிலில் ஏராளமான பொக்கிஷங்கள் உண்டு. விலை மதிப்பற்ற கற்கள், அபூர்வ உலோகத்தில் செய்யப்பட்ட உருவங்கள், கலைப் பொருட்கள், மறைந்த மன்னர்கள் வழங்கிய பரிசுகள் எல்லாம் அந்தக் கீழ் அறைகளில் எவ்வளவோ காலத்துக்கு முன் பாதுகாப்பாக வைக்கப்பட்டுள்ளன. அண்மையில் எவரும் அவற்றைப் பார்த்ததில்லை. கட்டடத்தின் கீழே பழைய மன்னர்கள், பூசாரிகள், வீரர்களின் கல்லறைகள் இருக்கின்றன. ஆனால், யாரும் அந்த அறைகளை ஆராயத் துணிந்ததில்லை. கீழ் அறைகளுக்குச் செல்லும் ஏணிப்படிகளை மாற்ற முடியாத அளவுக்கு குப்பைகள் அடைத்துள்ளன. மெரிகாலிஸ்கூட எது ஏணிப்படி எது அஸ்திவாரம் என்று கண்டுபிடிக்க இயலாது. அடித்தளத்துக்குச் செல்ல வேண்டுமானால் இப்போதைய தரையையும் மரச்சட்டங்களையும் இடித்துவிட்டே போக வேண்டும். யாருக்கு அந்தத் துணிச்சல் வரும்? கட்டடம் முழுதுமே இடிந்து விழுந்து விடாதா?

வெளியில் இருந்து சுரங்கம் அமைத்து உள்ளே போவதானால் – நல்லது, வார்டரின் நினைவுக்கெட்டியவரை அப்படி யாரும் துணிந்ததாகத் தெரியவில்லை. கோவிலின் பிரமாண்ட வடிவம் அதற்கு இடம் தராது. வேறு எத்தனையோ மறைந்த நாகரீகங்களும் பழைய சின்னங்களும் அகழ்வாராய்வுக்குக் காத்து இருக்கும்போது, இந்தப் புனிதக் கோயிலின் அஸ்திவாரத்தைக் கிளப்புவதால் ஒரு புண்ணியமும் கிடைக்கப் போவதில்லை.

ஒருவேளை இங்கே தோண்டியவர்கள் ஆராய்ச்சியாளர்களாக இராமல் திருடர்களாயிருந்தால் . . !

மெரிகாலிஸ் இவ்வளவு அவசரமாக ஓடிவந்து பூஜை நடுவில் குறுக்கிட்டதில் அதிசயம் ஒன்றுமில்லை.

"இதை எப்படிக் கண்டுபிடித்தீர்கள்?" என்று கேட்டார் டிரியண்ட், அவர்கள் நகர்ந்து கொண்டிருக்கும்போது. காற்று ஈரமாக அசௌகரியமாக இருந்தது. மெதுவாகவே நகர முடிந்தது.

"உண்மையில் ஒரு பூஜாரிதான் இதைக் கண்டுபிடித்தார். சின்ன பூஜாரி. அவர் பெயரைச் சொல்ல முடியாது. சில நாட்களுக்கு முன் ஓர் இளம் பெண்பூஜாரியுடன் கொஞ்ச நேரம் தனிமையில் இருக்க வந்தபோது தற்செயலாக இதைக் கண்டுகொண்டார். ஆராய்ந்து பார்க்க உள்ளே நுழைந்து, நாம் இப்போது நிற்கும் இடம்வரை வந்திருக்கிறார்கள். ஏதோ மிகவும் மர்மமான சங்கதி என்று தெரிந்தவுடன் அவர்கள் என்னிடம் வந்து தெரிவித்தனர்."

"ஆனால் நீங்கள் என்னிடம் கூறவில்லை."

"இல்லை. இது பாதுகாப்பு சம்பந்தப்பட்ட ஒரு விஷயம் என்று அப்போது நினைத்துவிட்டேன். உங்களைச் சம்பந்தப்படுத்தத் தேவையில்லை என்று தோன்றியது. கோயிலின் பின்பக்கம் யாரோ தோண்டிக் கொண்டிருக்கிறார்கள். கொஞ்ச நாட்களாக இரவு நேரத்தில் மிகவும் பொறுமையாக, தோண்டிய மண்ணை வெளியே கொண்டுவந்து காட்டில் வீசி, கட்டடத்தின் சுவரை மெதுவாக நெருங்கியிருக்கிறார்கள். கீழ் அறைகளில் ஒன்றை இடித்து அங்குள்ள பொக்கிஷத்தை எடுத்துச் செல்வது தான் அவர்கள் திட்டம். சுரங்கத்தை நானே சோதனை செய்து என்ன நடக்கிறது என்பதை அறிந்து, பின் போலீசை அழைத்து வரவேண்டும் என்பதே என் எண்ணம். அப்போது உங்களிடம் சொல்லிக் கொள்ளலாம் என்று நினைத்திருந்தேன்."

"அப்படியானால் இதுவரை போலீசிடம் போக வில்லையா?"

"இல்லை."

கோவிலில் ஒரு நீண்ட இரவுக் காவல்

“ஏன்?”

“அவர்கள் வந்து கைது செய்ய இங்கு யாரும் இல்லை, அதனால்தான்... இங்கே பாருங்கள் டிரியண்ட்.”

டிரியண்டின் கையைப் பற்றி இழுத்தபடி அவரைத் தனக்கு முன்னால் நிறுத்தினார். தம் கையை வார்டரின் கையின் அடியே நீட்டி, டார்ச் ஒளியை முன்னால் பாதையில் விழும்படிச் செய்தார். வார்டரின் மூச்சே நின்றுவிடும்போல் இருந்தது.

கூலியாள் உடையணிந்த இரண்டு உடல்கள் தரையில் கவிழ்ந்து கிடந்தன. மேலே கூரையிலிருந்து விழுந்த மண் அவர்களைப் பாதி மூடியிருந்தது. உடல்களின் அடியிலிருந்து மண்வெட்டியும் கடப்பாறையும் துருத்திக்கொண்டிருந்தன. மூன்றாவது நபரின் – இது ஒரு பெண் – உடல் சற்றுத் தொலைவில் கிடந்தது. வயிற்றைக் குமட்டும் அழுகல் நாற்றம் எழும்பிக் கொண்டிருந்தது.

“இறந்து விட்டார்களா?”

“கேள்வி வேறா?”

“பாறை விழுந்ததால் இறந்திருக்கலாம். அப்படித்தானே?”

“அப்படித்தான் தோன்றுகிறது, இல்லையா? இந்த இருவரும் மண் தோண்டுபவர்கள். அந்தப் பெண் அவர்களின் உதவிக்கு வந்தவளாயிருக்க வேண்டும். அவளிடம் ஆயுதம் இருந்திருக்கிறது. இதோ பாருங்கள், ஒரு குத்துவாள். சுரங்கத்தின் வாசலில் நின்றுகொண்டு யாராவது வருகிறார்களா என்று பார்த்துக் கொண்டிருந்திருக்கலாம். அவர்கள் எதிர்பாராத எதையோ சுரங்கத்தில் பார்த்ததும் அவளை உள்ளே அழைத்திருக்கலாம். அப்பொழுது கூரை பெயர்ந்து அவர்கள்மீது விழுந்திருக்கும்.” மெரிகாலிஸ் அந்த மெலிந்த உடல்களைத் தாண்டி, கூளங்களைக் கடந்து, சுரங்கத்தின் உள்ளே சிறிது தூரம் நடந்தார்.

“இங்கே வாருங்கள். என்ன நடந்திருக்கலாம் என்று சொல்கிறேன்.”

“கூரை இடிந்து விழுந்துவிட்டால்...”

“விழாது என்று நம்புகிறேன்...”

அந்த வெப்பத்திலும் வார்டரின் உடல் நடுங்கியது. “ஒரு தடவை இடிந்து விழுந்த கூரை மீண்டும் விழாது என்பது என்ன நிச்சயம்? நம் தலைமேல் விழலாம். அதற்குள் நாம் இந்த இடத்தை விட்டுப் போய்விட வேண்டாமா?”

மெரிகாலிஸ் அவரைப் பொருட்படுத்தவில்லை. டார்ச் வெளிச்சத்தை சுரங்கத்தின் பக்கமாக தொண்ணூறு டிகிரி

வளைத்துக் காட்டியவாறு, "இங்கே பாருங்கள், இதைப் பற்றி என்ன நினைக்கிறீர்கள்?" என்றார்.

டிரியண்ட் இருட்டைத் துழாவினார். சுரங்க அறையின் ஒரு கல் உத்தரம் கீழே விழுந்து ஒரு பக்கம் எழும்பிக் கிடந்தது. விசித்திரமான எழுத்துக்கள் அதில் பொறிக்கப்பட்டிருந்தன. அதன் பின்னால் ஒரு பெரிய துவாரம். இருட்டுக்குள் இருட்டாக, இரண்டாவது சுரங்கம் தென்பட்டது. தரையில் கிடந்த உத்தரத்தின்மேல் காலை ஊன்றியவாறு மெரிகாலிஸ் அங்கே டார்ச்சை அடித்தார். அதுவும் ஒரு சுரங்கப் பாதைதான். ஆனால் அவர்கள் கடந்துவந்த பாதையிலிருந்து மிக வித்தியாச மானது. மிகக் கவனமாக அடுக்கிய சிறு கற்களால் அமைக்கப் பட்டிருந்தது.

சுரங்கம் ஓர் அறைபோல் இருந்தது. கல்லால் ஆன கூரை. அதை ஆர்ச் போன்ற தூண்கள் தாங்கிக் கொண்டிருந்தன. அதன் வேலைப்பாடுகள் அருமையாயிருந்தன. இணைப்புகள் பழைய காலத்தவை.

"எவ்வளவு பழசு இது?" என்று கேட்டார் வார்டர்.

"மிகவும் பழசு. இதிலுள்ள எழுத்துக்களைப் பாருங்கள். புரட்டோஹிஸ்டாரிக் வகை. இந்தச் சுரங்கமும் கோயிலைப் போல் பழமை வாய்ந்ததுதான். முதன்முதலில் கட்டப்பட்டதா யிருக்கும். இது இங்கிருப்பது திருடர்களுக்குத் தெரியாது. கோயிலைக் குறிவைத்து அவர்கள் சுரங்கம் தோண்டிக் கொண்டிருந்தபோது தற்செயலாக இதைக் கண்டுபிடித்திருக்க வேண்டும். அந்தப் பெண்ணை கூவி அழைத்திருக்கிறார்கள் – இதைப் பார்க்கவோ அல்லது உத்தரத்தைத் தூக்கி நகர்த்தவோ. அந்த வேலையை மேற்கொண்டிருக்கும்போது இரண்டு சுரங்கங்களையும் இணைக்கும் இடம் பலவீனமாகி உத்தரம் விழுந்து அவர்களை நசுக்கியிருக்கும். என்னைப் பொறுத்த அளவில் அதில் வருத்தப்படுவதற்கு ஒன்றுமில்லை."

"அந்தச் சுரங்கம் எங்கே செல்கிறதென்று தெரியுமா?"

"கோயிலுக்குத்தான்" என்றார் மெரிகாலிஸ். "அல்லது அதற்குக் கீழே. தொடக்க கால அஸ்திவாரத்துக்கு. எல்லா வற்றுக்கும் அடியில் உள்ள அறைகளுக்கு."

"நிச்சயமாகத் தெரியுமா?"

"நான் உள்ளே சென்று பார்த்திருக்கிறேன்."

❍

திரும்பிச் செல்லும் மார்க்கமில்லை. மெரிகாலிஸைப் பின்தொடர்ந்த டிரியண்ட் சுரங்கத்தின் அற்புத வேலைப்பாடு

களை வியப்புடன் பார்த்தார். அங்குமிங்கும் தரையில் வேய்ந்த கற்களில் மர்மமான எழுத்துக்கள் பொறிக்கப் பட்டிருந்தன. சுமார் இருபது அடி தூரம் நடந்ததும் இன்னொரு கல் பாதை இடது பக்கமாகப் பிரிந்தது. அதைத் திரும்பிப் பாராமலே மெரிகாலிஸ் கடந்து சென்றார். "நிறையச் சுரங்கப் பாதைகள் இருக்கின்றன" என்றார். "நமக்குத் தேவை இதுதான். நான் யோசனை செய்த அளவில் இது ஒன்றுதான் கோயிலுக்குள் செல்கிறது." மெரிகாலிஸ் மேல் கூரையில் ஓர் அடையாளம் தீட்டியிருந்தார். டார்ச் ஒளியில் அது மின்னியது. அது மாதிரி நிறைய அடையாளங்கள் வழி முழுதும் இருக்கலாம் என்று வார்டர் நினைத்துக்கொண்டார். "ஊர்வலம் செல்லும் பாதையில் நாம் நடக்கிறோம்" என்றார் மெரிகாலிஸ். "பத்தாயிரம் ஆண்டுகளுக்கு முன் ஒருவேளை இது தரைமட்டத்தில் இருந்திருக்கலாம். பின்னர் கட்டிய கோயில் பகுதியிலிருந்து விழுந்த கட்டுமானக் கழிவுகளும் குப்பைகளும் இதைத் தரைக்குக் கீழே இறக்கிவிட்டது. அதைச் சுற்றிக் குறுக்கும் நெடுக்குமாக நின்ற கல் சுவராலான ஊர்வலப் பாதைகள் ஆரம்பத்தில் பலிகொடுக்கும் இடத்திற்கும் திறந்தவெளிப் பலிபீடங்களுக்கும் சென்றன. நாம் இப்போது கடந்து வந்த சுரங்கம் அதில் ஒன்று. சற்றுத் தொலைவில் அது மூடப்பட்டு இருக்கிறது. இரண்டு நாட்களாக ஒன்றி லிருந்து ஒன்றாக நிறைய சுரங்கங்களுக்குப் போயிருக்கிறேன். கடைசியில் இந்த வழியில்தான்... அதோ!"

மெரிகாலிஸ் கையிலிருந்த டார்ச்சை லாவகமாகச் சுழற்றினார். அதன் நுனியிலிருந்து வீசிய மங்கிய ஒளியில் சுரங்கம் வெளிப்பக்கமாக மிகவும் விரிவடைவதைக் காண முடிந்தது. இடது பக்கமும் வலது பக்கமும் பரந்து அழகிய கல் வேலைப்பாடுகள் அமைந்த சுவர்கள். இடது கீழ்பக்கம் ஒரு துவாரம் இருந்தது. கோயிலின் பின்பக்க வாசலை அவர்கள் அடைந்துவிட்டனர். டிரியண்டின் உடல் நடுங்கியது. தலைக்கு மேல் உள்ள பூமியின் பாரத்தை நினைத்துக்கொண்டார். மிகப் பலமான பாரம் அழுத்தும் கோயில் அடுக்குகள் உயரே இருந்தன. அஸ்திவாரத்துக்கும் அஸ்திவாரத்தில் அவர்கள் இருந்தனர். ஒரு காலத்தில் – பல்லாயிரம் ஆண்டுகளுக்கு முன் – இவையெல்லாம் பரந்தவெளியில் இருந்தன. அயல் உலகவாசிகள் பூமியில் நடந்து திரிந்துகொண்டிருந்த காலம் அது.

"உள்ளே போயிருக்கிறீர்களா?" என்று கேட்டார் வார்டர் கரகரத்தக் குரலில்.

“ஆமாம்” என்றார் மெரிகாலிஸ். “முதலில் ஊர்ந்துதான் போக வேண்டும். ரொம்ப மெதுவாக மூச்சுவிட வேண்டும். நிறைய தூசி.”

காற்றே இங்கே சூடாக, புழுங்கிய நாற்றத்துடன், உலர்ந்து இருந்தது. மிகப் பழமையான காற்று. உயிற்ற காற்று. வார்டர் இருமினார். வாயை மூடிக்கொண்டார். தலையைத் தாழ்த்திய படி கையையும் முழங்காலையும் ஊன்றி மெரிகாலிஸின் பின்னால் ஊர்ந்து சென்றார். பல தடவை என்னவென்று புரியாத நிலையில், கண்களை மூடி, திடீரென்று ஏற்பட்ட தலைச்சுற்றல் மறைவதுவரை காத்திருந்தார்.

“இப்போது எழுந்து நிற்கலாம்” என்றார் மெரிகாலிஸ்.

ஒரு பெரிய சதுரமான கல் அறையில் அவர்கள் நின்றனர். அது கரடு முரடாக, எவ்வித வேலைப்பாடுமின்றிக் காணப்பட்டது. அறையின் ஒரு மூலையில் மெருகேற்றப்படாத வெள்ளைப் பளிங்குக் கற்களால் செய்யப்பட்ட மூன்று நீண்ட பெட்டிகள் ஒன்றையொன்று தொட்டுக் கொண்டு இருந்தன.

“கொஞ்சம் மனதைத் திடப்படுத்திக் கொண்டு இங்கே யார் இருக்கிறார்கள் என்று வந்து பாருங்கள்” என்றார் மெரிகாலிஸ்.

அறையின் குறுக்காகச் சென்றனர். பெட்டிகள் கனமான கண்ணாடி போன்ற மஞ்சள் நிறப் பொருளால் மூடப் பட்டிருந்தன. கண்ணாடி அல்ல, வேறு ஏதோ ஒன்று. அதன் வழியே உற்றுப் பார்த்ததும் டிரியண்டின் உடல் முழுக்க ஐஸ் போன்ற குளிர் ஓடியது.

ஒவ்வொரு பெட்டியிலும், முகம் மேலே பார்த்தபடி ஒரு எலும்புக் கூடு இருந்தது. மனிதன் போன்ற அமைப்புடன் – ஆனால் முற்றிலும் வேறுபட்ட நீண்ட கால்களுடன் விசித்திரப் பிராணியின் சதையற்ற வெள்ளை எலும்புகள். தலையில் சேவல் கொண்டைபோல் வளைந்த ஏதோ ஒன்று இருந்தது. தோள்களிலும் இருந்தன. இரட்டை முழங்கால்கள், குதிகாலில் மீன்முள் போன்ற அமைப்புகள், இடுப்பு எலும்பு, விரல்கள், பெருவிரல் எல்லாம் இதுவரை கண்டிராத புதுமையாக இருந்தன.

“நடுவில் உயரமாக இருப்பவன் வோனுபியஸ் என்று நினைக்கிறேன். வலது பக்கம் ஆலுமியாத்தாக இருக்கலாம். அடுத்தவன் ஓபெரித்தாக இருக்க வேண்டும்.”

டிரியண்ட் அவரைத் தீவிரமாக உற்றுப் பார்த்தார். “என்ன சொல்கிறீர்கள் நீங்கள்?”

“இது ஒரு சமாதி. அவை கல்லாலான சவப்பெட்டிகள். மூன்று மேலுலகவாசிகளின் எலும்புக் கூடுகளைத்தான் நாம் இப்போது பார்த்துக்கொண்டிருக்கிறோம். மேலுலக விருந்தினர்கள் கோயிலின் மிக ஆழமான பாதுகாப்பான அறையில் மிகக் கவனமாகப் பாதுகாக்கப்பட்டுப் புதைக்கப் பட்டிருக்கிறார்கள். ஒரு காலத்தில் ஊர்வல சுரங்கம் வழி இந்த அறைக்குள் வரமுடியும். இவர்கள் வேறு யாராக இருக்க முடியும் என்று நினைக்கிறீர்கள்?”

“மேலுலக விருந்தினர் தங்கள் பணி பூமியில் பூர்த்தியான வுடன் தங்கள் உலகத்துக்குச் சென்று விட்டனர்” என்றார் வார்டர், உடைந்த குரலில். “ஒரு நெருப்புப் பிழம்பான விமானத்தில் ஏறி அவர்கள் சென்றார்கள்.”

“நீங்கள் அதை நம்புகிறீர்களா?” என்று கேட்டார் மெரிகாலிஸ், சற்றுக் கேலியுடன்.

“வேத நூலில் அப்படித்தானே சொல்லியிருக்கிறது?”

“அது எனக்கும் தெரியும். ஆனால் நீங்கள் அதை நம்புகிறீர்களா?”

“நான் எதை நம்புகிறேன் என்பதா முக்கியம்?” டிரியண்ட் அந்த மூன்று நீண்ட எலும்புக் கூடுகளையும் பார்த்தார். “சரித்திரச் சான்றுகளை யாருமே கேள்வி கேட்டதில்லை. உலகம் ஓர் ஆபத்தில் சிக்கியிருந்தது. அழியவிருந்தது. எங்கும் ஒரே சண்டைகள், போர்கள். இவற்றின் நடுவே சூரிய மண்டலத் திலிருந்து மூன்று தூதுவர்கள் வந்து இங்கு நடப்பவற்றைக் கண்டனர். தங்கள் அதீத சக்தியால் எல்லாவற்றையும் சரிப்படுத்தினர். அமைதி நிலவி எல்லாம் ஒழுங்கானதும், வானமண்டலத்தில் தங்கள் இருப்பிடத்துக்குத் திரும்பிச் சென்றனர். உலகின் ஒவ்வொரு புராணத்திலும் வாய்மொழிக் கதையிலும் இது கிட்டத்தட்ட ஒரே மாதிரியாகக் கூறப்படுகிறது. அதில் உண்மை இருக்கத்தானே வேண்டும்?”

“உண்மையில்லை என்று நான் சந்தேகப்படவில்லை” என்றார் மெரிகாலிஸ். “இதோ அவர்கள் இருக்கிறார்களே, மூன்று வானுலக வாசிகள். வேதங்கள் இவர்களின் கதையைச் சற்று மாற்றிக் கூறுகின்றன. தேவைப்படும்போது இந்த உலகுக்கு மீண்டும் வந்து உதவுவதாக உறுதி கூறிவிட்டுத் தங்கள் உலகுக்குச் செல்வதற்குப் பதிலாக, அவர்கள் இந்த உலகிலேயே இறந்து விட்டனர். அவர்கள் சமாதியில் வைக்கப்பட்டு, அதைச்சுற்றிக் கோயிலும் எழுப்பப்பட்டுவிட்டது. எனவே, அவர்களின் இரண்டாவது வருகை என்பது நடவாத ஒன்று என்று நினைப்பதைத் தவிர வேறு வழியில்லை. அப்படி ஒன்று

நேர்ந்தால்கூட அது நட்பு ரீதியாக இராது. அவர்கள் இயற்கையான மரணம் எய்தவில்லை. சற்றுக் கூர்ந்து கவனித்தால் இவர்கள் மூவரின் தலைகளும் உடல்களிலிருந்து கொடூரமாக வெட்டப்பட்டிருப்பதைப் பார்க்க முடியும்."

"என்ன ?"

"கவனமாகப் பாருங்கள்" என்றார் மெரிகாலிஸ்.

"கழுத்து எலும்பு வெட்டப்பட்டிருக்கிறது. அது ஒருவேளை . . ."

"மூவருக்கும் ஒரே மாதிரி வெட்டப்பட்டிருக்கிறது. சிரச்சேதம் செய்யப்பட்டவர்களின் எலும்புக் கூடுகளை நான் பார்த்திருக்கிறேன். மலையடிவாரத்தில் பழைய கொலைக் களத்தில் டஜன் கணக்கில் அவற்றைத் தோண்டியிருக்கிறோம். இவர்கள் சிரச்சேதம் செய்யப்பட்டவர்களே. நான் சொல்வதை நம்புங்கள்."

"இல்லை."

"இவர்கள் தியாகிகள். புனித தியாகிகள். இவர்களைப் போற்றுபவர்களால், வணங்குபவர்களால், உலக மக்களால், கொலை செய்யப்பட்டவர்கள்."

"இல்லை, இல்லை, இல்லை."

"அதிர்ச்சி அடைந்துவிட்டீர்கள், இல்லையா டிரியண்ட்? நம்முடைய அமைதியான உலகில் இந்த பயங்கரம் நிகழ்ந்ததா என்று திகைப்பாயிருக்கிறதா? இந்த மலைப்பகுதியில் கூட்டுக்குள் ஒடுங்கிக் கிடக்கும் அணில்போல் நீண்ட நாட்கள் இருந்துவிட்டதால் மனித இயல்பு பற்றி நீங்கள் அறிந்தவை எல்லாம் மறந்து விட்டீர்களா? அல்லது வேதங்களில் கூறியவை தவறு என்று நிரூபிக்கும் இந்த துரதிருஷ்டவசமான சாட்சி உங்களைக் கஷ்டப்படுத்துகிறதா? இரண்டாவது வருகையை நீங்கள் நம்பவில்லை, அப்படித்தானே?"

"நான் நம்பவில்லை என்று உங்களுக்கு எப்படித் தெரியும்?"

"சும்மா சொல்லுங்கள், டிரியண்ட்."

வார்டர் அமைதியாயிருந்தார். அவர் மனம் குழப்பத்தில் சுழன்று கொண்டிருந்தது.

சற்று நேரம் சென்றதும், "இவர்கள் வேறு யாரோ மேலுலக வாசிகளாயிருக்கலாமே!" என்றார் டிரியண்ட்.

"இருக்கலாம்தான். நாம் அறிந்ததெல்லாம் மூன்று மேலுலகவாசிகள் இங்கு வந்தனர் என்று தானே? விருந்தினர்

என்று அவர்களை அழைத்தோம். அவர்களுக்காகக் கட்டிய கோயில் இது. யாரோ மிகச் சிரமப்பட்டு அவர்களை இங்கு புதைத்திருக்கிறார்கள். இவர்கள் யாரோ வேறு மேலுலக வாசிகள் என்று எனக்குத் தோன்றவில்லை."

"இவை உண்மையான எலும்புகள் என்று உங்களுக்கு எப்படித் தெரியும்? பூஜைக்குரிய உருவங்களாக இருக்கக் கூடாதா?" என்றார் டிரியண்ட், சற்றுப் பிடிவாதமாக.

"எலும்பு வடிவத்தில் பூஜை உருவங்களா? அதுவும் சிதிலமடைந்த எலும்புக்கூடுகள்!" மெரிகாலிஸ் சிரித்தார். "வேண்டுமானால் இவற்றை ரசாயன சோதனை செய்து பார்க்கலாம். அவை உண்மையில் எலும்புதானா என்று. எனக்கென்னவோ அவை உண்மையானவை என்றுதான் தோன்றுகிறது."

"மேலுலகவாசிகள் தெய்வம் போன்றவர்கள். தெய்வமே தான். நம்மைப் பொறுத்தவரை இங்கு இருக்கும்போது அவர்கள் கடவுளாக அல்லது கடவுளின் தூதர்களாகக் கருதப்பட்டனர். அவர்களை ஏன் கொலை செய்ய வேண்டும்? அவர்கள் மீது கைவைக்க யாருக்குத் துணிச்சல் வரும்?"

"யாருக்குத் தெரியும்? ஒரு வேளை அவர்கள் நம்மிடையே இருந்த நாட்களில் அவ்வளவு தெய்வீகத் தன்மை கொண்டவர் களாகக் கருதப்படவில்லையோ என்னமோ" என்றார் மெரிகாலிஸ்.

"ஆனால் வேதங்கள் சொல்கிறபடி . . ."

"வேதங்கள்! ஆம். சம்பவம் நிகழ்ந்து எவ்வளவு காலத்திற்குப் பின் அவை எழுதப்பட்டன? ஆரம்பத்தில் மேலுலக விருந்தினர் புனிதமானவர்கள் என்று கருதப்படவில்லையோ என்னமோ! அச்சமூட்டுபவர்களாக, ஆபத்தானவர்களாக, கொடூரமானவர் களாகக் காணப்பட்டிருக்கலாம். மனிதன் தன்னிச்சையாக நடப்பதற்குத் தடையாக இருந்திருக்கலாம் – துன்பம் இழைப்பதே அவன் பிறவிக்குணமாக இருந்திருக்கும். அது ஓர் ஒழுங்கற்ற குழப்பம் நிறைந்த காலம் என்பதை நினைத்துப்பார். ஒருவேளை நிலைமை ஒழுங்குப்படக்கூடாது என்றே நினைத்த சிலரும் இருந்திருக்கலாம். எனக்குத் தெரியாது. அவர்களைக் கடவுளாகப் பாவித்தாலும், அந்தக் காலத்தில் தம் கடவுளைக்கூடக் கொல்லலாம் என்று ஒரு வழக்கம் இருந்தது தெரியுமா உங்களுக்கு? மிக மிகப் பின்னால் செல்ல வேண்டும். பண்டைய நாளைய பக்தி, பூஜைகளைப் படித்துப் பாருங்கள். ஆழமாகத் தோண்டிப் பார்த்தால் கொலை செய்யப்பட்ட கடவுளின் உடலை நிறைய இடங்களில் காணலாம்."

வார்டர் மீண்டும் அமைதியாயிருந்தார். அந்த மண்டை ஓடுகளிலிருந்து பார்வையைத் திருப்ப முடியவில்லை. அந்த விசித்திரக் கண்குழிகள் . . .

"நல்லது" என்றார் மெரிகாலிஸ். "ரொம்ப நாளைக்கு முன் உங்கள் கோயிலில் புதைக்கப்பட்ட வேறு உலகவாசிகளின் மூன்று எலும்புக் கூடுகள் இவை. இவை பற்றி உங்களுக்குத் தெரிந்திருக்க வேண்டும்."

"தெரியும்."

"அவற்றை இப்போது என்ன செய்ய வேண்டும் என்றும் தெரிந்திருக்குமே?"

"ஆமாம், தெரியும்" என்றார் டிரியண்ட்.

"இங்கே வரும் பாதையை அடைத்து விடுவோம். இதைப் பற்றி யாரிடமும் சொல்ல வேண்டாம். எவ்வளவோ குழப்பங்களை அதன் மூலம் தவிர்க்கலாம் அல்லவா? அப்படிச் செய்வது அறிவுக்கு எதிரான ஒரு கொடுமை என்று எனக்குத் தெரியும். ஒருவேளை நாம் . . ."

"இது பற்றி வேறு யாருக்குத் தெரியும்?"

"நான், நீங்கள். வேறு யாருமில்லை."

"இந்தச் சுரங்கப் பாதையை முதலில் கண்ட அந்தப் பூசாரியும் பெண்ணும்?"

"அவர்கள் நேரே என்னிடம் வந்து அதைப் பற்றிக் கூறிவிட்டார்கள். உள்ளே வெகுதூரம் செல்லவில்லை. நாலைந்து அடிகள் போயிருப்பார்கள். மேற்கொண்டு அவர்கள் ஏன் செல்ல வேண்டும்?"

"அவர்கள் போயிருக்கலாம்."

"போகவில்லை. அவர்களிடம் விளக்கும் இல்லை. தவிர அவர்கள் மனதில் வேறு எண்ணங்கள்தான் அப்போது இருந்தது. உள்ளே கொஞ்சம் தூரம் சென்றார்கள். ஏதோ வழக்கத்துக்கு மாறாக நடந்திருப்பது தெரிந்தது. திருடர்களைக்கூட அவர்கள் பார்க்கவில்லை. சுரங்கத்தில் கிடந்த உடல்களைப்பற்றி அவர்கள் என்னிடம் சொல்லவில்லை. பார்த்திருந்தால் சொல்லியிருப்பார்கள். அவர்கள் சற்றுப் பதட்டத்தில் இருந்தார்கள்."

"திருடர்கள் இந்த அறைக்குள் வந்தார்களா?"

"வரவில்லை என்றுதான் தெரிகிறது. பாதை சுவரிலிருந்து மேல் உத்தரம் பெயர்ந்த இடத்திற்கு அப்பால் அவர்கள் செல்லவில்லை. மேலும் அவர்கள்தான் இறந்துவிட்டார்களே . . ."

கோவிலில் ஒரு நீண்ட இரவுக் காவல்

"ஒருவேளை அவர்கள் இந்த அறைக்குள் வந்திருந்தால்? அவர்களுடன் வேறு யாராவது வந்திருந்து, சுரங்கம் இடியும் போது எப்படியோ தப்பித்துச் சென்றிருந்தால்? இங்குக் கண்டவற்றைப் போய்த் தம் நண்பர்களிடம் சொல்லிக் கொண்டிருக்கலாம் அல்லவா?"

மெரிகாலிஸ் தலையை அசைத்தார். "அப்படி நினைப்பதற்கு எந்தக் காரணமும் இல்லை. முதன் முதலில் சுரங்கப் பாதை வழியாக நான் இந்த அறைக்கு வந்தபோது யுகம் யுகமாக யாரும் இங்கே வந்ததற்கான அடையாளமே இல்லை. புழுதியில் காலடி பதிந்திருக்குமே. அப்படி ஏதுமில்லை. எவ்வளவோ காலம்வரை இந்த அறை கலைக்கப்படாமலே இருந்திருக்கிறது. மேலுலக விருந்தினர் இறந்த விஷயமே மறந்து அவர்கள் ஒரு நெருப்பு ரதத்தில் ஏறி விண்ணுலகம் சென்றனர் என்ற அழகிய கதை பரவும் காலம் வரை."

வார்டர் ஒரு நிமிஷம் சிந்தனையில் ஆழ்ந்தார்.

"நல்லது. கொஞ்சம் வெளியே போங்கள், மெரிகாலிஸ்."

"என்ன? உங்களை இங்கே தனிமையில் விட்டுவிட்டா?"

"ஆம். என்னைத் தனியாக விட்டுவிட்டு."

"என்ன செய்யப் போகிறீர்கள் டிரியண்ட்?" என்றார் மெரிகாலிஸ் ஒன்றும் புரியாமல்.

"நான் இங்கே தனியாக உட்கார்ந்து பிரார்த்தனை செய்யப்போகிறேன், அவ்வளவுதான்."

"இதை நான் நம்பவேண்டும் என்கிறீர்களா?"

"ஆமாம். போங்கள்."

"நீங்கள் இங்கே சுற்றியலைந்தால் தவறான பாதைகளில் செல்ல நேரிடலாம். உங்களை அப்புறம் கண்டுபிடிக்கவே முடியாமல் போய்விடும்."

"நான் எங்கும் அலையப் போவதில்லை. நான் என்ன செய்யப்போகிறேன் என்று சொன்னேன் அல்லவா? இந்த அறையிலேயே அமரப் போகிறேன். நான் ஊழியம் செய்த மதத்தின் கடவுள்கள் கொலை செய்யப்பட்டு எலும்புக்கூடாக இருப்பதை நேருக்கு நேர் பார்க்க என்னை அழைத்து வந்தீர்கள். அதன் பொருள் என்ன என்று எனக்கு யோசிக்க வேண்டி யிருக்கிறது. அவ்வளவுதான். போய்விடுங்கள் மெரிகாலிஸ். இது நான் மட்டுமே செய்ய வேண்டிய காரியம். நீங்கள் இருந்தால் இடைஞ்சலாக இருக்கும். பொழுது விடிந்ததும் திரும்பி வாருங்கள். நிச்சயமாக நான் இந்த இடத்திலேயே உட்கார்ந்திருப்பேன்."

“ஒரே ஒரு டார்ச்தான் இருக்கிறது? திரும்பிப்போக அது எனக்குத் தேவைப்படும். நீங்கள் இருட்டில்தான் இருக்க வேண்டும்.”

“எனக்குத் தெரியும் மெரிகாலிஸ்.”

“ஆனால் . . .”

“நீங்கள் போகலாம். என்னைப் பற்றிக் கவலைப்பட வேண்டாம். இருட்டில் சில மணி நேரம் என்னால் இருக்க முடியும். நான் குழந்தையல்ல” என்றார் டிரியண்ட். “போங்கள் இப்போதே.”

❍

அவருக்குப் பயம் ஏற்பட்டிருந்தது உண்மைதான். வயதாகிவிட்டது. அவரைப் பொறுத்தவரையில் தனிமையை விரும்புபவர்தான். ஆனால் இந்த மாதிரி தரைக்குக் கீழே, காற்றும் தூசியும் உஷ்ணமும், அதேசமயம் ஈரப்பசையும் கொண்ட, பழமையின் வீச்சம் மூக்கைத் துளைக்கும் இடத்தில் ஓர் இரவைக் கழிப்பது என்பது அவர் வழக்கத்துக்கு மாறானது. புத்தகங்கள் சூழ, ஒரு பாட்டில் மதுவுடன், தனக்குப் பழக்கமான பொருட்களுடன் தன் அறையில் இருப்பதற்கும் இதற்கும் எவ்வளவு வித்தியாசம்! இந்த முழு இருட்டில் பலவிதமான அருவருக்கத்தக்க பாதாள உலக பிராணிகள், கண்களற்ற வெள்ளைத் தேரைகள், கீச்சிடும் மெலிந்த பல்லிகள், கூரையில் கண்களுக்குப் புலப்படாத இடைவெளிகளிலிருந்து பட்டு நூல்களில் தொங்கிக்கொண்டு ஆடும் சிலந்திகள் – தன்மேல் ஊர்வதாக அவர் கற்பனை செய்துகொண்டார். அறையின் மத்தியில் நின்றுகொண்டார். வெளிறிய தடித்த பாம்பொன்று, சிவப்பு கற்கள்போல் ஒளி வீசும் கண்களுடன் தரையில் ஒரு பொந்திலிருந்து வெளிப்பட்டு தன் எதிரே எழும்பி, உஸ்ஸென்ற ஒலியுடன் தலையை ஆட்டியபடி கொத்துவதற்குத் தயாராய் இருப்பதாய்த் தோன்றியது. ஆனால் இவை இருட்டின் மாயத் தோற்றம் என்று அவருக்குத் தெரியும். இங்கு பொந்து இல்லை, பாம்பும் இல்லை.

அவருக்கு வியர்த்தது. மெல்லிய ஆடை நனைந்து உடம்போடு ஒட்டிக்கொண்டது. மூடப்பட்ட பிணத்தைப் போலிருந்தார். சுவாசிக்கும்போதெல்லாம் ஒரு கொத்து சிலந்தி வலைகள் நெஞ்சுக்குள் போவதுபோல் உணர்ந்தார். மூடாமல் வெறித்துப் பார்த்துக்கொண்டிருந்த அவர் கண்களை இருட்டு சம்மட்டிக் கொண்டு அடிப்பதுபோல தாக்கவே, கண்களை மூடிக்கொண்டார். சுவர்களிலிருந்து விவரிக்க முடியாத ஒலிகள் கேட்கத் தொடங்கின. கற்கள் உரசுவது போன்ற இரைச்சலும்,

டிக்டிக் என்ற ஓசையும், மறைவான இடங்களிலிருந்து மணல் பொட்டு பொட்டாக விழும் ஒலியும் கேட்டன. பயமூட்டும் துடிப்பும் நடுக்கமும் தரும் கணீரென்ற மணியோசை. அத்துமீறி பிரவேசித்ததின் காரணமாக கோயில் தன்னையே இடித்துக் கொண்டு அவர் மேல் விழுவது போன்ற பிரமை. நான் கேட்பது சுரங்கத்தின் வாசலை நோக்கிச் செல்லும் மெரிகாலிஸின் காலடி ஓசையின் எதிரொலிதான் என்று அவர் தமக்குள் கூறிக்கொண்டார்.

சிறிது நேரம் கழித்து அவர் எழுந்து தடவித் தடவி, சுவரைப் பிடித்துக்கொண்டு, மூலையில் இருந்த சவப்பெட்டியை நோக்கிச் சென்றார். ஏனோ வழி தவறிவிட்டது. மூலையை அடைந்தபோது அது வெறுமையாக இருந்தது. தொடர்ந்து விரலால் தடவிச் சென்றதும் விரல்கள் தொட்ட இடம் நிச்சயமாக சுரங்கத்தின் வாயில்தான் என்று புலப்பட்டது. கும்மிருட்டில் சற்று நேரம் அமைதியாக நின்று, அந்த அறையின் அமைப்பை நிதானிக்க முயன்றார். தான் சென்ற மூலையில் தான் அந்த சவப்பெட்டிகள் இருந்தன என்று அவருக்கு உறுதியாக இருந்தது. ஏன் அங்கு அவை இல்லை என்பதை அவரால் நிதானிக்க முடியவில்லை. திரும்பி வந்த வழியே சென்று பார்க்கலாம் என்று நினைத்தார். ஒரு வேளை திசை மாறியிருக்குமோ? செல்ல வேண்டிய திசைக்கு நேர்மாறான திசையில் போய்விட்டோமோ? வாசலுக்கு எதிர் பக்கத்தை நோக்கிப் போகத் தொடங்கினார். எதிர் மூலைக்கு. அங்கும் சவப்பெட்டிகள் இல்லை. சுவரைப் பற்றியபடியே வலது பக்கம் திரும்பினார். காலுக்கடியில் வாயைப் பிளந்துகொண்டு பள்ளங்கள் இருப்பதாகக் கற்பனை செய்தபடி ஒவ்வொரு அடியாக எடுத்து வைத்தார். அவர் முழங்கால் எதன்மீதோ இடித்தது. சவப்பெட்டிகள்தானா? ஆம்.

அருகில் இருந்த சவப்பெட்டியின் விளிம்பைப் பற்றிக் கொண்டு, முன்னால் குனிந்து உள்ளே எட்டிப் பார்த்தார்.

தம்மால் இப்போது ஓரளவு பார்க்க முடிகிறது என்றறிந்த போது அவருக்கு வியப்பு ஏற்பட்டது. பெட்டிக்குள் வளைந்த கடினமான எலும்புக்கூடு. இது எப்படிச் சாத்தியம்? கண்கள் இருட்டுக்கு பழக்கப்பட்டு விட்டதா? இல்லை. அப்படியில்லை. ஒரு ஒளிமேகம் சவப்பெட்டியைச் சுற்றிக்கொண்டிருக்கிறது. அதிலிருந்து இளம் சிவப்பு ஒளி தோன்றியது. எதிர்பாராத இந்த ஒளிமூலம் பெட்டியின் உள்ளே இருக்கும் நீண்ட வடிவத்தைக் காண முடிகிறது.

ஒரு பொய்த் தோற்றமா? இருக்கலாம். மயக்கத்தில் தோன்றும் பிரமையா? அப்படியும் இருக்கலாம். வாழ்க்கையின்

அற்புத நிமிஷம் இது. எதை வேண்டுமானாலும் எதிர் பார்க்கலாம். எதையும். ஏதோ ஒரு மாயம் இருக்கிறது இங்கே என்று நினைத்தார். இவ்வளவு விரைவில் அறிவுக்குப் பொருந்தாத ஒரு குழியில் விழ நேர்ந்தது பற்றி வியப்படைந்தார். அவர் ஒரு சாதாரண மனிதர். மந்திர மாயங்களில் நம்பிக்கை இல்லாதவர். இருந்தாலும்... இருந்தாலும்...

அந்த ஒளி மேலும் தீவிரமடைந்தது. இருட்டில் எலும்புக் கூடு ஒளிர்ந்தது. மேலுலகவாசியின் தலையும் முதுகெலும்பும் மரத்தின் கரணை போன்ற அதன் முள்ளெலும்புகளும் – எல்லாம் சிவப்பு ஒளி பாய்ச்சி அவருக்குத் தங்கள் நோக்கத்தை தெளிவாக்குகின்றன. கண் குழிகள் அதீத அறிவுடன் பிரகாசிக் கின்றன.

"யார் நீங்கள்?" என்று கேட்டார் டிரியண்ட். ஏதோ யுத்தத்துக்குத் தயாராவதுபோல். "எங்கிருந்து வருகிறீர்கள்? எங்கள் விஷயத்தில் ஏன் மூக்கை நுழைக்கிறீர்கள்? உங்களுக்கு மூக்குகூட இருக்கிறதா?" அவருக்கு மயக்கம் வரும்போல் இருந்தது. காற்றின் அழுத்தத்தாலா? இருக்கலாம். போதுமான பிராணவாயு இல்லாததாலும் இருக்கலாம். அவருக்கு சிரிப்பு வந்தது. நீண்ட நேரம் பலமாகச் சிரித்தார். "ஓபெரித்... அதுதானே உன் பெயர்? ஆலுமியாஸா? அதோ நடுப்பெட்டி யில் இருப்பது வோனுபியஸா? நெட்டையன். உங்கள் தலைவன்."

திடீரென்று ஏற்பட்ட கவலையில் அவர் உடல் குலுங்கியது. பயமும் வியப்பும் அலையாக அவர் மேல் பாய்ந்தன. அவரது மட்டமான நகைச்சுவை அவரையே பயமுறுத்தியது. அவர் குலுங்கிக் குலுங்கி அழத் தொடங்கினார்.

அந்த மூவரின் உண்மையான அஸ்திகளுடன் அங்கே இருக்கிறோம் என்ற எண்ணம் அவருக்குக் குழப்பத்தையும் பயத்தையும் ஏற்படுத்தியது. அவர்கள் வருகையை – நட்சத் திரங்களிலிருந்து வருவதை – ஒரு புனைகதையாகவே இத்தனை ஆண்டுகள் கருதியிருந்தார். இப்போது அவர்கள் நிஜமானவர்கள் என்பதை அறிந்தபோது அவருக்கு அதிர்ச்சியாக இருந்தது. அவர்களைக் கையால் தொட முடியும், அவர்கள் கொல்லப் படுவார்கள், இறந்து போவார்கள் என்பதை அறிகிறபோது அவர் திகைப்பு அதிகரித்தது. ஒருகாலத்தில் இதை நம்பாத ஒரு நிலைக்கு வந்திருந்தார். இப்போது எல்லாவற்றையும் மீண்டும் சிந்தித்துப் பார்க்கவேண்டிய நிலை வந்துவிட்டது. அவர் உழைத்து வந்த இந்த மதத்தை அது வெறும் சரித்திர மாக்கிவிட்டதா? இல்லை, இல்லை. இங்கே இந்த அறையில் காணப்படும் எலும்புகள் வரலாற்றை அற்புதமாக்கிவிட்டன. புராணக் கதையாக்கிவிட்டன. அவர்கள் உண்மையாகவே

வந்தார்கள். உழைத்தார்கள். சென்று விட்டார்கள் – நட்சத்திரக் கூட்டத்திற்கல்ல, மரணத்தின் எல்லைக்கு. உரிய காலத்தில் மீண்டும் திரும்புவார்கள். மீண்டு எழுகையில் வாக்களித்த மீட்சியைத் தருவார்கள். அவர்களுக்கு எதிராக நிகழ்ந்த இந்தக் கொடுமையை மன்னித்து விடுவார்கள்.

அப்படித்தானா? இந்த அறையிலுள்ள பொருட்களின் உண்மை அர்த்தத்தைப் புரிந்து கொள்வது அப்படித்தானா?

அவருக்குத் தெரியவில்லை. தமக்கு எதுவுமே தெரியாது என்பதை உணர்ந்து கொண்டார்.

வார்டரின் உடம்பு நடுங்கியது. குலுங்கியது. கைகளால் உடம்பை அணைத்தபடி கெட்டியாக அழுத்திக்கொண்டார்.

தம்மையே கட்டுப்படுத்திக் கொள்ளும் முயற்சியில் போரிட்டு வெற்றி கொண்டார்.

“இல்லை” என்றார் அழுத்தமாக. “அப்படி இருக்க முடியாது. நீங்கள் அவர்கள் அல்ல. அந்தப் பெயர்கள் உங்களுடையவை என்று நான் நம்பவில்லை.”

சவப்பெட்டியிலிருந்து எந்தப் பதிலும் வரவில்லை.

“பூமிக்கு எப்படியோ தவறி வந்துவிட்ட ஏதோ அயல் உலகவாசிகளாகத்தான் நீங்கள் இருக்க வேண்டும்” என்றார், கடுமையாக. “ஏதோ ஒரு மாலையில் இங்கே என்ன இருக்கிறது என்று பார்க்கக் குதித்திருக்க வேண்டும். அதற்காக அப்புறம் வருத்தப்படவும் செய்தீர்கள். நான் சொல்வது சரிதானே?”

மீண்டும் அமைதி. அருகில் இருந்த பெட்டியின் பக்கமாகக் குனிந்து அமர்ந்து அதன் குளிர்ந்த காலில் கன்னத்தை வைத்தார். உடல் நடுங்கியது.

“என்னுடன் பேசுங்கள்” என்று கெஞ்சினார். “நீங்கள் பேசுவதற்காக நான் என்ன செய்ய வேண்டும்? பிரார்த்தனை செய்ய வேண்டுமென்று விரும்புகிறீர்களா? நல்லது. அதுதான் உங்களுக்குத் தேவையென்றால் அப்படியே செய்கிறேன்.”

மாலைவேளைப் பிரார்த்தனையின்போது உச்சரிக்கும் விசேஷ குரலில் அவர் அந்த மூன்று பெயர்களையும் கூறினார்.

“ஒபெரித் . . . ஆலுமியாத் . . . வோனுபியஸ்.”

பதில் இல்லை.

கசப்புடன் அவர் வினவினார். “உங்கள் பெயரே உங்களுக்குத் தெரியாதா? அல்லது பதில் கூறக்கூடாது என்ற பிடிவாதமா?”

வெறுப்புடனும் கோபத்துடனும் அவர் இருட்டை வெறித்து நோக்கினார்.

"ஏன் இங்கு வந்தீர்கள்? மெரிகாலிஸ் எதற்காக உங்களைக் கண்டு பிடிக்க வேண்டும்? நாசமாய்ப் போகிறவன் என்னிடம் வந்து எதற்காக உங்களைப் பற்றிச் சொல்ல வேண்டும்?"

இப்போதும் பதில் இல்லை. ஆனால், ஏதோ ஒன்று வினோதமாக நடைபெறுவதாக அவருக்குத் தோன்றியது. மூன்று சவப்பெட்டிகளில் இருந்தும் விசித்திர ஒளிகள் பாம்பு போல் வளைந்து எழுந்தன. லேசாக நடுங்கின. தீயின் நாக்கு போல் நடனமிட்டன. அவர் முன்னே வந்து அமைதியாக, கவனமாகக் கேட்கும்படிக் கட்டளையிட்டன. டிரியண்ட் கையால் நெற்றியை அழுத்தியபடி தலைகுனிந்து, மனதிலுள்ள அனைத்தையும் ஒழுகிப்போகச் செய்து, அறை இருட்டில் கெஞ்சுகிற ஒரு சிப்பிபோல முழங்காலிட்டு இருந்தார். அப்போது அவரைச் சுற்றிச் சில மாற்றங்கள் ஏற்படத் தொடங்கின. அறைச்சுவர்கள் உருகி விழுந்தன. அவர் மேலே உயர்த்தி வெளியே தூக்கிச் செல்லப்பட்டு, கடைசியில் தெளிவான இனிய காற்றில், பொன்மய சூரியனின் இளம் சூட்டில் நிற்பதை உணர்ந்தார்.

ஒளிமயமான நாள். இளவேனிலும் இளம் சூடும் நிறைந்த ஓர் அற்புத நாள். அனுபவித்துக் கொண்டாட வேண்டிய நாள். ஆனால் ஒத்துவராத சில மோசமான விஷயங்களும் இருந்தன. தன் வலது பக்கமும் இடது பக்கமும் ஆபாசக் கூச்சல்கள். பிறகு கோபக் குரல்கள்.

"அதோ அங்கே நிற்கிறார்கள். பிடியுங்கள் அவர்களை."

மூன்று மெல்லிய விசித்திரமான உருவங்கள் எதிரே தோன்றின. ஒரு ஆளின் பாதி உயரம். பெரிய கண்கள். நீண்ட கைகள். வேடிக்கையான உருவம். காற்றில் மிதப்பது போல் வேகமாக அதே சமயம் கம்பீரமாக அசைந்து தங்களைத் துரத்துபவர்களுக்கு சற்றே முன்னதாக வருவது தெரிந்தது. இவர்களே அந்த மூவர் என்றும் தங்கள் இறுதி நேரத்தில் இருக்கிறார்கள் என்றும் வார்டருக்குப் புரிந்தது. அந்த இனிய பச்சைப் பள்ளத்தாக்கில், அற்புதமான புல்வெளி யில் அவர்களை வேட்டையாடித் துரத்தி வருகிறார்கள். மறுபுறம் வாசல் இல்லாத ஒரு மலையிடுக்கில் பொறியில் அகப்பட்டதுபோல் நிற்கிறார்கள். துரத்திவரும் ஆட்கள் நெருங்கி விட்டார்கள். தப்ப வழி ஏதுமில்லை.

இப்போது வெற்றிக் களிப்பு கொண்ட கூச்சல் கேட்டது. சிவந்த பெருத்த வெறிகொண்ட முகங்கள். ஆயுதங்கள் சிலிர்த்

தெழுந்தன. தடிகளும், கோடாலிகளும், மண்வெட்டிகளும். வெறிகொண்ட கண்கள். பிதுங்கி வீங்கின உதடுகள். துடிக்கும் முஷ்டி கரங்கள். ஒரு சிறு குன்றில் அந்த மூவரும் ஒன்றாக நெருங்கி, எந்தவித எதிர்ப்பும் காட்டாது, அமைதியாக, தங்களைத் தாக்க வருபவர்களை எதிர்நோக்கி நின்றார்கள். என்ன நடக்கிறது என்று அவர்களுக்கே புரியவில்லை என்று தோன்றியது. அல்லது புரிந்து கொண்டார்களா? அவரால் எப்படிச் சொல்ல முடியும்? அவர்களுடைய அயல் உலகப் பார்வைக்கு என்ன பொருள்? நிச்சயமாக அவர்கள் கோபத்தில் இல்லை. கோபம் என்றால் என்னவென்றே அறியாதவர்கள் போலத்தான் இருந்தார்கள். ஆனால் இதெல்லாம் நடக்கும் என்று எதிர்பார்த்ததுதான் என்ற ஒருபாவமும் அவர்களிடம் இருந்தது. *அவர்களை மன்னித்துவிடுங்கள். தாங்கள் என்ன செய்கிறோம் என்று அவர்கள் அறியமாட்டார்கள்.* ஒரு வினாடி தயக்கம். கூட்டத்தினர் தங்கள் செயலின் விபரீதத்தைப் பற்றிய நிச்சயமற்ற நிலையில் அஞ்சியது போல் தோன்றியது. உடனேயே அந்தத் தயக்கம் மறைந்துவிட்டது. வேகமாக மதம் பிடித்த மிருகம்போல முன்னே பாய்ந்தனர். சூரிய ஒளியில் ஆயுதங்களின் மின்வெட்டு ...

காட்சி சட்டென்று மறைந்தது. அவர் மீண்டும் சுரங்க அறையில் நின்றார். ஒளி மறைந்துவிட்டது. உலர்ந்த மக்கிய காற்று. இருட்டில் கல்லறை காலியாக இருந்தது.

தாம் பார்த்தவை குறித்து வார்டர் அதிர்ச்சி அடைந் திருந்தார். வெட்கப்பட்டார். தற்கொலை செய்து கொள்ளும் அளவுக்கு குற்ற உணர்ச்சி ஆட்கொண்டது. பித்துப் பிடித்தது போல் அறையில் அங்குமிங்கும் ஓடினார். கண்ணுக்குப் புலப்படாத சுவரில் மோதிக் கொண்டார். களைப்படைந்து மூச்சு வாங்க ஒரு வினாடி நின்று, சவப்பெட்டிகள் இருப்பதாக தாம் நினைத்த இடத்தை வெறித்து நோக்கினார். அங்கு சென்று, மெல்லிய போர்வையை விலக்கி, மூன்று மண்டை ஓடுகளையும் எடுத்துக்கொண்டு வெளியே செல்ல வேண்டும் என்று எண்ணினார். ஜனங்கள் அனைவரையும் கூவி அழைத்து, பூமியின் அடியிலிருந்து தாம் கொண்டு வந்திருப்பதை அவர்கள் முகத்துக்கெதிராக, ஆட்டி, "இதோ உங்கள் கடவுள்கள். இதுதான் நீங்கள் அவர்களுக்குச் செய்தது. உங்கள் நம்பிக்கையெல்லாம் பொய்யின்மேல் கட்டப்பட்டவை" என்று கத்த வேண்டும். அப்புறம் மலையிலிருந்து கீழே குதித்துவிட வேண்டும்.

இல்லை.

அப்படிச் செய்யக்கூடாது. அவர்களது நம்பிக்கையை இவ்வாறு நசிப்பிப்பதா? அப்படிச் செய்த பிறகு தம் மரணம் என்ன சாதிக்கப் போகிறது?

இருந்தும் அந்தப் பொய்யை பிடிவாதமாக சகித்துக் கொள்வது... "உங்களுக்காக நான் என்ன செய்யப் போகிறேன்?" எலும்புக்கூடுகளைப் பார்த்துக் கேட்டார். "மக்களிடம் என்ன சொல்ல வேண்டும்?" அவர் குரல் கூச்சலாகக் கிளம்பியது. அறையின் சுவர்களில் மோதி மோதி, அவர் தலைக்குள் வெடித்தது. "மக்கள், மக்கள், மக்கள்..."

"என்னுடன் பேசுங்கள்" என்று கத்தினார் வார்டர். "நான் என்ன செய்ய வேண்டுமென்று கூறுங்கள்."

நிசப்தம். நிசப்தம். நிசப்தம். அவர்கள் அவருக்கு எந்தப் பதிலும் கூறப்போவதில்லை.

தாம் எதுவும் செய்ய இயலாமலிருப்பது குறித்து அவருக்குச் சிரிப்பு வந்தது. பின் சற்று நேரம் அழுதுகொண்டிருந்தார் – கண்கள் சிவந்து தொண்டை வலிக்கும் வரை. சவப்பெட்டிகள் அருகே முழங்காலிட்டுக் குனிந்து ரகசியம் பேசுவது போன்ற மெல்லிய குரலில், "நீங்கள் யார்? நீதான் உண்மையான வோனுபியஸா?" என்று கேட்டார்.

இந்தத் தடவை கேலியான பதில் வருவதாக அவருக்குத் தோன்றியது.

நான்தான். அமைதியாகச் செல், என் குழந்தாய்.

அமைதி? எங்கே? எப்படி?

கடைசியில், வெகு நேரத்துக்குப் பின் நிம்மதி அடைந்தார். என்ன மடத்தனம் – கிழட்டு வார்டர், தரைக்கு மிகவும் கீழே கல்லறையில், ஒரு பைத்தியக்காரன்போல் கூவிக்கொண்டு, தமக்கு நம்பிக்கை இல்லாத கடவுள்களிடம் பிரார்த்தனை செய்துகொண்டு, எலும்புக் கூடுகளுடன் பேசிக்கொண்டு... மெதுவாக அவரது அலைக்கழிக்கும் மனம் குழப்பத்திலிருந்தும் வெறியிலிருந்தும் குழந்தைத்தனமான கோபத்திலிருந்தும் விலகியது. செந்நிற ஒளிப்பிழம்பு என்று ஒன்று இல்லவே இல்லை. குழம்பிப் போன அவரது மனம் ஏதோ பிரமையைக் கற்பனை செய்திருக்கிறது. அறையில் இன்னும் இருட்டு சூழ்ந்திருக்கிறது. எதையுமே பார்க்க இயலவில்லை. அவருக்கு எதிரே மூன்று பழைய சவப்பெட்டிகளில் நாள்பட்ட எலும்புகள் இருக்கின்றன. எப்போதோ இறந்துபோன, இவ்வுலகைச் சேராத பிராணிகளின் எலும்புகள்.

கோவிலில் ஒரு நீண்ட இரவுக் காவல்

அவர் அமைதியுற்றார். ஆம். ஆயினும் தம்முடைய நம்பிக்கையற்ற நிலையை மறக்க முடியவில்லை. இந்த நினைவுச் சின்னங்கள் தம் வாழ்வையே கேள்விக் குறியாக்கிவிட்டன. ஒரு பொய்யான கடவுளுக்குச் சேவகம் செய்திருக்கிறார். வரவே முடியாத கடவுளர் வந்து அவர்களைக் காப்பாற்று வார்கள் என்று மக்களை நம்ப வைத்திருக்கிறார். ஒவ்வொரு இரவும் கோயில் போர்டிகோவில் நின்று கொண்டு மூன்று தேவர்களுக்கும் வழிபாடு செய்து, அவதிப்படும் இந்த கிரகத்துக்கு விரைந்து வரவேண்டும் என்று பிரார்த்தனை செய்திருக்கிறார். உண்மையில் அவர்கள் இந்த உலகை விட்டுச் செல்லவேயில்லை. தாங்கள் ரட்சிக்க வந்த மக்கள் கையாலேயே அழிந்தனர்.

இப்போது என்ன செய்வது? டிரியண்ட் தனக்குத்தானே கேட்டுக்கொண்டார். உண்மையை வெளிப்படுத்தவா? சற்று நேரத்துக்கு முன் நினைத்தபடி மூவரின் உடல்களையும் எடுத்துக்கொண்டு, திகைப்பூட்டும் அச்சமும், வியக்கத்தக்க நம்பிக்கையும் கொண்ட மக்களிடம் காட்டி விடலாமா? அந்த மாதிரி காரியம் செய்யலாமா? அவரால் முடியுமா? உங்கள் நம்பிக்கைகள் யாவும் பொய்யின் மேல் நிறுவப் பட்டிருக்கின்றன என்று அவர்களிடம் சொல்வதாக நினைத்துக் கொண்டார். இதை எப்படிச் சொல்ல முடியும்? ஆனால் இதுதானே உண்மை! நான் எனது நம்பிக்கையை ரொம்ப நாள் முந்தியே இழந்துவிட்டதில் அதிசயம் ஒன்றுமில்லை. தமக்கு உண்மை தெரியும் என்பதை அறியுமுன்பே உண்மையைத் தெரிந்து கொண்டிருந்தார். ஊழியம் செய்வதாக சத்தியம் செய்திருப்பதுதான் உண்மை – என்றென்றைக்கும். இல்லையா? ஆனால் அவருக்குப் புரியாதவையும் நிறைய இருக்கின்றன. புரிய முடியாதவை என்றும் வைத்துக்கொள்ளலாம்.

எலும்புக் கூடுகள் இருந்த திசையை நோக்கினார். வரிசை வரிசையாகக் கேள்விகள் முளைத்தன.

“எங்களிடம் ஏன் வர விரும்பினீர்கள்?” என்று கேட்டார், இப்போது சற்று கோபத்துடன். ஆனால் மனம் விசித்திரமாகத் தெளிவடைந்து இருந்தது. “ஏன் எங்களுக்கு உழைப்பதற்காக வந்தீர்கள்? உங்களை அழிக்க எங்களை ஏன் அனுமதித்தீர்கள்? உங்கள் சக்தியால் அதைத் தடுத்திருக்க முடியுமே!”

சக்தி வாய்ந்த கேள்விகள்தான். வார்டரிடம் அதற்கு விடைகள் இல்லை. ஆனால் கேட்பதனால் என்ன அற்புதங்கள். நிகழும் என்று யார் அறிவார்? ஆமாம். அற்புதங்கள் அழிந்து போன பொய்யான நம்பிக்கையிலிருந்து உண்மையான ஒன்று பிறக்கலாம் அல்லவா?

அவர் மிகவும் களைத்திருந்தார். ஒரு நீண்ட இரவு அது.

மெதுவாக உடலைத் தளர்த்தினார். கைகளில் தலையை வைத்துக்கொண்டு குப்புறக் கிடந்தார். காலை இளம் வெளிச்சம் அறைக்குள் நுழைவதாகத் தோன்றியது. நீண்ட இரவுக் காவல் கடைசியாக முடிவடைகிறது. வெளிச்சம் எப்படித் தரைக்குக் கீழே அவரை வந்து எட்ட முடியும்? இதைப்பற்றி மேற்கொண்டு ஆராய விரும்பவில்லை. அமைதியாகக் கிடந்தார். காத்திருந்தார். காலடி சத்தம் கேட்டது. மெரிகாலிஸ் திரும்பி வருகிறார். உண்மையாகவே இரவு முடிந்துவிட்டது.

"டிரியண்ட், டிரியண்ட், எப்படி இருக்கிறீர்கள்?"

"என்னை மேலே தூக்குங்கள்" என்றார் வார்டர். "கல்தரையில் இரவுபூரா படுத்து எனக்குப் பழக்கமில்லை."

கடைசிமுறை தான் பார்த்ததிலிருந்து ஏதாவது மாற்றம் ஏற்பட்டிருக்கிறதா என்று பார்ப்பதுபோல் மெரிகாலிஸ் டார்ச் ஒளியை அறையைச் சுற்றிச் சுழலவிட்டார்.

"அப்புறம்?" என்று கேட்டார் கடைசியில்.

"இங்கிருந்து கிளம்பலாம், என்ன?"

"நன்றாக இருக்கிறீர்களா?"

"ஆமாம், நன்றாகவே இருக்கிறேன்."

"எனக்குக் கவலையாக இருந்தது. தனியாக இருக்க வேண்டும் என்று நீங்கள்தான் சொன்னீர்கள். ஆனால், நான் யோசித்தேன்."

"யோசனை செய்வது எப்போதுமே ஆபத்துதான்" என்றார் வார்டர் கடுமையாக. "நான் அதை சிபாரிசு செய்ய மாட்டேன்."

"நான் சொல்ல வந்தது, நேற்று இரவு நான் கூறியதுதான் நல்லது என்பது தான். இந்த அறையில் உள்ள சாட்சியங்கள் கோயிலை அடியோடு அழித்துவிடும். அதை அடைத்து மூடி விட்டு நாம் இங்கே வந்ததையே மறந்துவிட வேண்டும்."

"வேண்டாம்" என்றார் வார்டர்.

"நாம் கண்டவற்றை மற்றவர்களிடம் சொல்ல வேண்டிய கட்டாயம் ஏதுமில்லை. என்னுடைய வேலை இந்த கட்டடம் இடிந்து விழாமல் கவனித்துக் கொள்வதுதான். உங்களுடையது நம்பிக்கையுடன் வழிபாடுகளையும் பிரார்த்தனைகளையும் ஒழுங்காகச் செய்வது."

"ஆனால் அந்த நம்பிக்கையே பொய்யாக இருந்தால்?"

"அப்படியென்று நமக்குத் தெரியாதே?"

"நமக்குச் சந்தேகம் இருக்கிறது அல்லவா?"

"மூன்று மேலுலக விருந்தினர்களும் அவர்கள் உலகத்துக்குப் பத்திரமாகச் செல்லவில்லை என்று சொல்வது மதத்திற்கு எதிரான கருத்து. அதைப் பரப்புவதற்குக் காரணமாக இருக்கப் போகிறீர்களா?"

"என்னுடைய பொறுப்பு உண்மையைப் பரப்புவதுதான். எப்போதுமே அப்படித்தான்."

"பாவம் டிரியண்ட். நான் உங்களுக்கு என்ன செய்து விட்டேன்?"

"என்மேல் இரக்கப்பட வேண்டாம், மெரிகாலிஸ். எனக்கு அது தேவையில்லை. இந்த இடத்தைவிட்டு வெளியேறிச் செல்ல உதவி செய்யுங்கள். அதுபோதும். சரிதானே?"

"ஆமாம், நீங்கள் சொன்னால் சரிதான்."

அவர்கள் வரும்போது இருந்ததைவிட, திரும்பும் வழி தூரம் குறைந்ததாகவும் குழப்பமின்றியும் இருந்தது. இருவரும் நடக்கும்போது எதுவும் பேசிக் கொள்ளவில்லை. மெரிகாலிஸ் ஒரு தடவை கூட திரும்பிப் பார்க்காமல் வேகமாக நடந்தார். பல ஆண்டுகளாகப் பெற்றிராத ஊக்கத்துடன் வார்டர் அவரைத் தொடர்ந்தார். அவர் மனம் தீவிரமாக வேலை செய்துகொண்டிருந்தது, இன்று மாலை என்ன சொல்ல வேண்டுமென்று. முதலில் கோயில் ஊழியர்களிடம், பிறகு கும்பிட வருபவர்களிடம், அதன் பிறகு முடிந்தால் மலையடி வாரத்தில் உள்ள நகரத்தின் சக்ரவர்த்தியிடமும் சபையோரிடமும்.

அவருடைய சொற்கள் கேட்பவர் காதுகளில் மலையில் ஒலிக்கும் இடியோசைபோல் விழும். அப்புறம் நடப்பது நடக்கட்டும்.

"சகோதரர்களே, சகோதரிகளே! உங்களுக்கு ஒரு மகிழ்ச்சியான செய்தியைத் தெரிவிக்கப் போகிறேன்" என்று ஆரம்பிக்க வேண்டும். "இரண்டாவது வருகை நெருங்குகிறது. ஏனென்றால், பாருங்கள், நான் அந்த மூன்று தேவர்களையும் உங்களுக்குக் காட்டப்போகிறேன். அவர்கள் நம்முடனேயே இருக்கிறார்கள். நம்மைவிட்டு அவர்கள் செல்லவேயில்லை..."

விழுந்துகொண்டிருக்கும் பெண்

டினோ புஸாட்டி

அந்த பலமாடிக் கட்டடத்தின் மேலிருந்து வெளியே எட்டிப் பார்த்தாள் மார்த்தா. அவளுக்கு வயது பத்தொன்பது. கீழே நகரம் மாலை வெயிலில் பளபளத்தது. அவள் தலை சுற்றியது.

அந்த அழகிய பரிசுத்தமான மாலையில், மாடிக் கட்டடம் மகோன்னதமாக, அதிர்ஷ்ட முடையதாகக் காட்சியளித்தது. அற்புத நீலநிறப் பின்னணியில் மேகம் நூலிழையாகக் காற்றில் அசைந்தது. நகரமே கற்பனையின் பிடியில் இருக்கும் நேரம். அதன் அழகில் மனதைப் பறிகொடுக்காதவன் குருடனாகத்தான் இருக்க வேண்டும். அஸ்தமன சூரியனின் நீண்ட ஒளியில் வீதியும், நீண்ட வரிசையாகக் கட்டடங்களும் லேசாக நெளிவதை அவள் பார்த்தாள். வெள்ளை வீடுகள் முடிகிற இடத்தில் நீலக்கடல் ஆரம்பித்தது. உயரே இருந்து பார்க்கும்போது கடல் மேலே எழும்பி வருவதாகத் தோன்றியது. கிழக்கிலிருந்து இருளின் மெல்லிய திரை நகர்ந்து வருவதால் நகரம் ஒளியில் துடிக்கும் பாதாளமாகக் காட்சி யளித்தது. அதன் உள்ளே வலுவான மனிதர்கள். அவர்களை விட வலுவான பெண்கள். கம்பளிகள், வயலின்கள், வைரம்போல் மின்னும் கார்கள், இரவு விடுதிகளின் நியான் விளம்பரங்கள், இருண்ட பங்களாக்களின் வாசற்படிகள், நீரூற்றுகள்,

வைரங்கள், அமைதியான பழைய தோட்டங்கள், விருந்துகள், ஆசைகள், உறவுகள், அதற்கும் மேலே ஆசையை வளர்க்கும் கனவுகளை உருவாக்கும் மாலை நேரத்தின் மாயாஜாலங்கள் . . .

இவற்றையெல்லாம் பார்த்த மார்த்தா, கைப்பிடியிலிருந்து எம்பி, பாய்ந்து கீழே விழத் தொடங்கினாள். காற்றில் வட்டமிடுவதாகத் தோன்றியது அவளுக்கு. எனினும் அவள் விழுந்துகொண்டுதான் இருந்தாள். கட்டடம் மிகமிக உயரமாக இருந்ததால் கீழே தெருவும் சதுக்கமும் மிகத் தொலைவில் இருப்பதாகத் தோன்றியது. தரையைப் போய் அடைவதற்கு எவ்வளவு நேரம் ஆகுமென்று யாருக்குத் தெரியும்? எனினும் அவள் விழுந்து கொண்டிருந்தாள்.

அந்த நேரத்தில் கடைசி மாடியின் பால்கனியிலும் மேல் தளத்திலும் செல்வந்தர்களும் பெரிய இடத்து மனிதர்களும் காபி அருந்தியபடி அசட்டுத்தனமாகப் பேசிக்கொண்டிருந்தனர். சிறுசிறு கூட்டமாக நின்று அவர்கள் பேசியது அங்கு ஒலித்த இசையை அடக்கி விட்டிருந்தது. அவர்கள் முன்னால் மார்த்தா விழுந்து கொண்டிருந்தாள். அவளைக் கவனிக்க அவர்கள் வெளியே எட்டிப் பார்த்தார்கள்.

மாடிக் கட்டடத்தில் இம்மாதிரி விழுவது – குறிப்பாகப் பெண்கள் – அவ்வளவு அபூர்வமானது அல்ல. அது அங்கு வசிப்பவர்களுக்கு ஒரு சுவையான விஷயமாக அமைகிறது. அங்கே அபார்ட்மென்ட்களின் விலை அதிகமாயிருப்பதற்கு இதுவும் ஒரு காரணம்.

சூரியன் இன்னும் முற்றிலும் மறையவில்லை. அது மார்த்தாவின் எளிய உடையின்மீது தன்னால் முடிந்தவரை ஒளியைப் பாய்ச்சியது. அவள் ஒரு சாதாரண, மலிவு விலையில் வாங்கின உடையை அணிந்திருந்தாள். ஆயினும் மாலைக் கதிரவனின் மாய ஒளி அதை அழகுபடுத்தியது. எடுப்பான தோற்றத்தைத் தந்தது.

லட்சாதிபதிகளின் பால்கனிகளிலிருந்து பரிவான கரங்கள் அவளை நோக்கிப் பூக்களையும் மதுவையும் நீட்டின. "மிஸ், குடிப்பதற்கு ஏதாவது வேண்டுமா? இளம் பட்டாம் பூச்சியே, எங்களுடன் ஒரு நிமிஷம் இரேன்."

வெளியில் மகிழ்ச்சியுடன் வட்டமிட்டபடியே – அப்போதும் விழுந்து கொண்டுதான் இருந்தாள் – அவள் சிரித்தாள். "தாங்க்ஸ், எனக்கு வேண்டாம். நான் சற்று அவசர மாகப் போய்க்கொண்டிருக்கிறேன்."

"எங்கே போகிறாய்?"

"ஓ, அதை நான் சொல்லக்கூடாது" என்றாள் மார்த்தா, சினேக பாவத்துடன் கைகளை அசைத்துக் கொண்டே.

கம்பீரமான கறுத்த இளைஞன் ஒருவன் அவளைத் தொடுவதற்காகக் கையை நீட்டினான். அவளுக்கு அவனைப் பிடித்திருந்தது. இருந்தாலும் சட்டென்று சமாளித்துக்கொண்டு, "என்ன துணிச்சல் உங்களுக்கு!" என்று சொல்லியபடி அவன் மூக்கில் லேசாகத் தட்டினாள்.

இந்த நல்ல மனிதர்கள் தன்னிடம் பிரியம் காட்டுவது அவள் மனதைக் கவர்ந்தது. பெருமையாகவும் இருந்தது. பூக்கள் நிரம்பிய அந்த மாடிகளில், வெள்ளை உடையணிந்த வேலையாட்களின் நடமாட்டத்திற்கும் கவர்ச்சியான பாடல்களுக்கும் நடுவே, மேலேயிருந்து கீழ்நோக்கி விழும் அந்தப் பெண்ணைப்பற்றி ஒரு சில நிமிடங்கள் – அல்லது அதற்கும் குறைவாகவே – பேச்சு நடந்தது. சிலர் அவளை நல்ல அழகி என்றனர். சிலர் சாதாரணம்தான் என்றார்கள். ஆனால் அனைவருக்குமே அவளைப் பிடித்திருந்தது.

"ஒரு முழு வாழ்க்கை உனக்குப் பாக்கி இருக்கிறதே, ஏன் இந்த அவசரம்? சுற்றிப் பார்க்கவும், விருப்பமான காரியங்கள் செய்யவும் உனக்கு சமயம் இருக்கிறதே. எங்களுடன் சற்றுநேரம் இரேன். நண்பர்களுக்கிடையே ஒரு சிறிய பார்ட்டி தான். நிஜமாகவே உனக்கு மகிழ்ச்சியாக இருக்கும்" என்றார்கள் அவர்கள்.

பதில் சொல்லத்தான் அவள் முயன்றாள். ஆனால் பூமியின் ஈர்ப்பு அவளை அடுத்த மாடிக்கு இழுத்தது. பின் இரண்டாவது, மூன்றாவது, நாலாவது மாடிக்கு. பத்தொன்பது வயதில் மகிழ்ச்சியுடன் சுற்றுவது மாதிரி.

வீதிக்கும் அவளுக்குமுள்ள இடைவெளி மிக அதிகமாகவே இருந்தது. சில நிமிஷங்களுக்கு முன்பே அவள் விழத் தொடங்கி யிருந்தாள் என்பது உண்மைதான். எனினும், வீதி மிகமிகத் தூரத்திலேயே இருப்பதாகத் தோன்றியது.

இதற்கிடையில் சூரியன் கடலில் மறைந்துவிட்டது. அது மறைவதையும் மங்கிய செம்மைநிறக் காளான்போல் படர்வதையும் யாராவது பார்த்திருக்கலாம். எனவே, அது தன் புத்துயிரளிக்கும் ஒளியைப் பாய்ச்சி அவள் உடையை ஒளிரச் செய்து அவளை ஒரு கவர்ச்சிமிக்க எரி நட்சத்திரமாக மாற்ற இயலவில்லை. நல்லவேளை, மாடிகளிலும் ஜன்னல் களிலும் அனேகமாக எல்லா விளக்குகளும் எரிந்து கொண் டிருந்ததால், கீழே விழும் அவளது உடையை அவை பொன்னிறமாகக் காட்டின.

விழுந்துகொண்டிருக்கும் பெண்

இப்போது மார்த்தா மாடி அறைகளில் கவலையற்ற மனிதர்களைக் காணவில்லை. அவ்வப்போது நீண்ட வரிசை டெஸ்குகளில் கறுப்பு அல்லது நீல உடையணிந்த ஊழியர்கள் வேலை செய்து கொண்டிருந்தனர். அவர்களில் பலருக்கு அவளுடைய வயது – அல்லது சற்று அதிகமாக – இருக்கலாம். நாள் முழுக்க வேலை செய்த களைப்பில் அவ்வப்போது தங்கள் வேலையிலிருந்தோ, டைப்ரைட்டர்களில் இருந்தோ கண்களை உயர்த்தியபடி இருந்தனர். இந்த நிலையில் அவர்களும் மார்த்தாவைப் பார்த்தனர். ஒரு சிலர் ஜன்னலருகே ஓடிச் சென்று, “எங்கே போகிறாய், இவ்வளவு வேகமாக? யார் நீ?” என்று அவளை நோக்கிக் கத்தினர். ஒருவிதப் பொறாமை அவர்களது வார்த்தைகளில் மறைந்திருப்பதைக் கவனித்திருக்க முடியும்.

“கீழே எனக்காகக் காத்திருக்கிறார்கள். நான் நிற்க முடியாது. மன்னித்து விடுங்கள்” – அவள் கீழே விழுந்தபடி கையை அசைத்துக்கொண்டே சிரித்தாள். அது அவளது முந்திய சிரிப்பைப்போல் இல்லை. தந்திரமாக இருள் கவியத் தொடங்கியிருந்தது. மார்த்தா தன் உடம்பு குளிர்வதை உணர்ந்தாள்.

கீழே பார்த்தபோது, கட்டடத்தின் வாசலில் ஓர் ஒளிவட்டம் இருப்பதைக் கவனித்தாள். அங்கே நீண்ட கறுப்புக் கார்கள் நின்றிருந்தன. (அவ்வளவு தூரத்திலிருந்து பார்க்கும்போது அவை எறும்புகள் போலத் தோன்றின.) அவற்றிலிருந்து ஆண்களும் பெண்களும் கட்டடத்தின் உள்ளே செல்ல ஆவலுடன் இறங்கிக்கொண்டிருந்தனர். அவர் களிடையே ஜொலிக்கும் வைரங்கள் அவள் கண்ணில் பட்டன. வாசலின் உயரே கொடிகள் அசைந்தன.

உள்ளே ஒரு பெரிய விருந்து நடந்து கொண்டிருக்கும். அவள் சின்ன வயசிலிருந்தே அதுமாதிரி ஒரு விருந்தைப் பற்றிக் கனவு கண்டுகொண்டிருந்தாள். கடவுளே, நான் அதை தவற விட்டுவிடக் கூடாதே. அங்கே அவளுக்குப் புதிய வாய்ப்புகள் காத்திருந்தன – அதிர்ஷ்டம், காதல், வாழ்வின் புது அத்தியாயம்... உரிய சமயத்தில் போய்ச் சேர்ந்து விடுவாளா?

முப்பது மீட்டர் உயரே இன்னொரு பெண்ணும் கீழ்நோக்கி விழுந்து கொண்டிருப்பதைச் சற்றுப் பொறாமை யுடன் கவனித்தாள் மார்த்தா. மாலை நேர நாகரிக கவுன் அணிந்திருந்தாள் அவள். மார்த்தாவைவிட அழகாயிருந்தாள். என்ன காரணமோ, அவள் மார்த்தாவை விட வேகமாக

வந்து கொண்டிருந்தாள். மார்த்தா அழைத்தபோதிலும் அவள் விரைவாக அவளைக் கடந்து கீழே மறைந்துவிட்டாள். சந்தேகமில்லை. அவள் மார்த்தாவுக்கு முன்பே விருந்தில் கலந்து கொண்டுவிடுவாள். ஒருவேளை அவள் தன்னை முந்துவதற்கென்றே ஒரு திட்டத்தையும் உருவாக்கி வைத்திருக்கலாம்.

தாங்கள் மட்டுமாக இல்லை என்பதை அப்போதுதான் அவள் கவனித்தாள். மாடிக் கட்டடத்தின் பக்கவாட்டின் வழியே நிறைய இளம் பெண்கள் கீழ்நோக்கிப் பாய்ந்து வந்துகொண்டிருந்தனர். பாய்ச்சலின் பரபரப்பில் அவர்களின் முகங்கள் விறைந்திருந்தன. 'இதோ எங்களைப் பாருங்கள். வந்துவிட்டோம். எங்களையும் சேர்த்துக் கொள்ளுங்கள். இந்த உலகம் நம்முடையதல்லவா' என்று சொல்வதுபோல் அவர்கள் தங்கள் கைகளை மகிழ்ச்சியுடன் ஆட்டிக் கொண்டிருந்தனர்.

இதுவும் ஒரு போட்டிதான் போலும். மார்த்தாவின் ஆடை பழசாகியிருந்தபோது மற்றவர்களது ஆடைகள் பளபளப்பாக புதிய ஃபாஷனில் மினுங்கின. சிலர் ஆடம்பர மாக மிங்க் போர்வைகளால் தங்கள் தோள்களை மறைத் திருந்தனர். குதிக்கும்போது நிறைய தன்னம்பிக்கையோடு இருந்த மார்த்தா இப்போது தனக்குள் ஒரு நடுக்கம் ஏற்படுவதை உணர்ந்தாள். குளிராக இருக்கலாம். பயமாகவும் இருக்கலாம் – திருத்திக் கொள்ள முடியாத ஒரு தவறைச் செய்துவிட்டதால் ஏற்பட்ட பயம்.

இரவு வெகு நேரமாகிவிட்டது. ஜன்னல்கள் ஒன்றன்பின் ஒன்றாக இருளடைந்தன. சங்கீதத்தின் எதிரொலி குறைந்து விட்டது. ஆபீஸில் யாருமில்லை. ஜன்னல் வழியே எட்டிப் பார்த்துக் கைகளை நீட்ட இளைஞர்கள் ஒருவருமில்லை. மணி என்ன இருக்கும்? கீழே கட்டட வாசலில் – இப்போது பெரிதாக அழகிய வேலைப்பாடுகள் கூடத் தெரிகிறது – விளக்குகள் இன்னும் எரிந்து கொண்டிருக்கின்றன. ஆனால் கார்களின் பரபரப்பு ஓசைகள் இல்லை. அவ்வப்போது ஜனங்கள் சிறுசிறு கூட்டமாகப் பெரிய வாசல்வழி களைப்புடன் வெளியே வருகின்றனர். பிறகு வாசல் விளக்கும் அணைக்கப்படுகிறது.

மார்த்தாவின் மனம் இறுகியது. நடனம் முடியுமுன் போய்ச் சேரமுடியாது. மேலே நோக்கினாள். கட்டடத்தின் உச்சி அதன் கொடும் அதிகாரத்துடன் ஒரே இருட்டாக இருந்தது. உயரே உள்ள மாடிகளில் ஒன்றிரண்டு ஜன்னல்

களில் வெளிச்சம் தெரிந்தது. உச்சியின் உயரே விடியலின் பால் வெண்மை பரவத் தொடங்கியிருந்தது.

இருபத்தெட்டாவது மாடியில், சாப்பாட்டு அறையில் சுமார் நாற்பது வயதுள்ள ஒருவர் காலை காபி அருந்தியபடி பத்திரிகை படித்துக்கொண்டிருந்தார். அவர் மனைவி அறையைச் சுத்தப்படுத்திக் கொண்டிருந்தாள். சுவரில் கடிகாரம் மணி 8.45 எனக் காட்டியது. ஜன்னலுக்கு வெளியே ஒரு நிழல் சட்டெனப் பாய்ந்து சென்றது.

"ஆல்பர்டோ?" என்று கத்தினாள் அவர் மனைவி. "அதைப் பார்த்தீர்களா – ஒரு பெண் கடந்து சென்றதை?"

"யார் அது?" என்று கேட்டார் அவர், கண்களை பத்திரிகையில் இருந்து எடுக்காமலே.

"ஒரு வயதான பெண். மெலிந்த கிழவி. அவள் பயந்து நடுங்குவது போலிருந்தது."

"எப்போதுமே அப்படித்தான்" என்று முணுமுணுத்தார் அவர். "இங்கே கீழ் மாடிகளில் கிழவிகள் விழுவதைத்தான் பார்க்க முடிகிறது. மேலே நூற்று ஐம்பதாவது மாடியில் இருந்தால் இளம் பெண்கள் விழுவதைப் பார்க்கலாம். சும்மாவா அந்த மாடிகளின் விலை அப்படி எக்கச்சக்கமாக இருக்கிறது."

"ஆனால் இங்கே ஒரு வசதி இருக்கிறதே" என்றாள் அவர் மனைவி. "அவர்கள் தரையில் விழும்போது பொத்தென்ற ஓசையை நாம் கேட்க முடியுமே."

சிலவினாடிகள் உன்னிப்பாகக் கவனித்துவிட்டு, "இந்தத் தடவை அதுகூட இல்லை" என்று தலையை ஆட்டினார் அவர். பின் காப்பியை எடுத்து ஒரு மடக்கு உறிஞ்சினார்.

வெட்டுக்கிளியும் சில்வண்டும்

யஸூநரி கவபட்டா

பல்கலைக்கழகத்தின் ஓடுவேய்ந்த ஓரமாகச் சென்று, திரும்பி நடந்து, பள்ளிக் கட்டடத்தை அணுகினேன். விளையாட்டு மைதானத்தின் வெள்ளைப் பலகை வேலியின் பின்னால், கறுப்பு செர்ரி மரங்களின் இருண்ட புதர்க் குவியலிலிருந்து ஒரு பூச்சியின் சப்தத்தைக் கேட்க முடிந்தது. அந்த சப்தத்தைக் கவனித்துக்கொண்டே சற்று மெதுவாக நடந்து, அதை விட்டு விலக மனமின்றி, வலதுபுறம் திரும்பினேன். மைதானத்தை விட்டுச் செல்ல விரும்பவில்லை. இடது பக்கம் திரும்பியதும் வேலியின் வெளியே ஆரஞ்சுப் பழ மரங்கள் நடப்பட்டிருந்த சிறிய அணைக்கட்டு இருந்தது. ஒரு மூலையில் ஓர்ஆச்சரியம் காத்திருந்தது. என் கண்கள் வியப்பில் விரிந்தன. மெதுவாக நடந்து முன்னே சென்றேன்.

அணைக்கரையின் அடிவாரத்தில் அழகிய பல வண்ண லாந்தர் விளக்குகள் கிராமத் திருவிழாவில் பார்க்கக் கிடைப்பதுபோல் அசைந்து கொண்டிருந்தன. அங்கிருந்தே, கரைப் புதர்களில் பூச்சிகளைத் தேடும் சிறுவர் கூட்டம் அது என்பது எனக்குப் புரிந்துவிட்டது. இருபது லாந்தர்கள் இருக்கலாம். சிவப்பு, ரோஸ், வயலட், பச்சை, கருஞ்சிவப்பு, மஞ்சள் நிறங்களில். ஒரு விளக்கு மட்டும் ஒரே நேரத்தில் ஐந்து நிறங்களை வீசியது. சில சிவப்பு லாந்தர்கள் கடையில் வாங்கியவை.

ஆனால், பெரும்பாலும் சிறுவர்கள் தாங்களே ஆசையுடனும் அக்கறையுடனும் தயாரித்த சதுர விளக்குகள். இந்த ஆள் நடமாட்டமற்ற சரிவில் குழந்தைகள் வண்ணவண்ண லாந்தர் களை அசைத்தபடி வருவது, ஏதோ மாயாஜாலக் கதையின் ஒரு காட்சி மாதிரி தோன்றவில்லையா?

அந்தப் பக்கத்தில் உள்ள சிறுவர்களில் ஒருவன் இரவு நேரத்தில் இந்தச் சரிவில் ஒரு பூச்சி பாடுவதைக் கேட்டிருக் கிறான். மறுநாள் இரவு ஒரு சிவப்பு லாந்தரை வாங்கிக் கொண்டு அந்தப் பூச்சியைக் கண்டுபிடிக்க வந்தான். அடுத்த நாள் இரவு அவனுடன் இன்னொரு சிறுவன் இருந்தான். இந்த புதிய சிறுவனுக்கு லாந்தர் வாங்க வசதியில்லை. ஒரு அட்டைப் பெட்டியின் இரண்டு பக்கங்களை வெட்டி எடுத்து விட்டு காகிதத்தை ஒட்டி அடியில் ஒரு மெழுகுவர்த்தியைப் பொருத்தி, மேலே நூலைக் கட்டியிருந்தான். குழந்தைகளின் எண்ணிக்கை ஐந்தாக உயர்ந்தது. பின் ஏழு ஆயிற்று. அட்டைப் பெட்டிகளின் ஜன்னல்களில் வண்ணக் காகிதங்களை ஒட்ட அவர்கள் தெரிந்து கொண்டார்கள். அதன்மேல் சித்திரங்கள் வரைந்தார்கள். அட்டைப் பெட்டிகளில் வட்டம், முக்கோணம், சாய் சதுரம் என வடிவங்களை வெட்டி எடுத்து ஒவ்வொரு சிறு ஜன்னல்களுக்கும் தனித்தனி நிறங்களைக் கொடுத்தனர். வட்டமாகவும் வைர வடிவிலும் சிவப்பும் பச்சையுமாக அவை அலங்கார விளக்குகளாக மாறின. சிவப்பு நிற லாந்தரை வைத்திருந்த பையன் அழகாயில்லை என்று அதைத் தூர எறிந்துவிட்டான். அதுதான் எல்லாக் கடையிலும் கிடைக்குமே! தானே தயாரித்த லாந்தர் பார்க்க மிகச் சாதாரணமாக இருக்கிறது என்று ஒரு குழந்தை அதைத் தள்ளிவைத்து விட்டது. முந்தின இரவு தனக்குப் பிடித்திருந்த லாந்தர் மறுநாள் காலையில் பார்த்தபோது திருப்தியாக இருப்பதில்லை. ஒவ்வொரு நாளும் அக்குழந்தைகள் அட்டையும் காகிதமும் பிரஷும் கத்திரியும் பசையும் எடுத்துக் கொண்டு தங்களுக்குப் பிடித்த லாந்தர்களைச் செய்யத் தொடங்கினர். ‘என் விளக்கைப் பார்! எத்தனை அழகு!’ ஒவ்வொரு இரவும் அவர்கள் பூச்சிகள் பிடிக்கச் சென்றனர். என் முன்னால் நான் பார்த்தது இந்த இருபது குழந்தைகளையும் அவர்களின் அழகிய லாந்தர் களையுமே.

விரிந்த கண்களுடன் நான் அவர்கள் அருகே நடந்தேன். லாந்தர்களில் பழைய மாடல் வடிவமும் பூக்களும் மட்டுமல்ல, குழந்தைகள் தங்கள் பெயர்களையும் சதுர எழுத்துக்களில் வெட்டி எடுத்து அமைத்திருந்தனர். வண்ணம் தீட்டிய சிவப்பு லாந்தர்களுக்குப் பதிலாக, கட்டியான அட்டையில் வெட்டி

எடுத்த காகித ஜன்னல்களில் வரைந்த வடிவங்களில் மெழுகு வர்த்தியின் வெளிச்சம்பட்டு ஒளி அந்த வடிவங்களிலிருந்து கிளம்பி அவ்வடிவமாகவே மாறுவதாகத் தோன்றியது. புதர்களின் நிழல்களை லாந்தர்கள் இருண்ட ஒளியாகக் காட்டின. கரையில் பூச்சிகளின் சப்தம் கேட்கும் இடங்களில் குழந்தைகள் ஆர்வத்தோடு குனிந்து நோக்கின.

'யாருக்காவது ஒரு வெட்டுக்கிளி வேண்டுமா?' – மற்ற குழந்தைகளிடமிருந்து சுமார் முப்பது அடி தள்ளி, புதரைக் கூர்ந்து பார்த்துக்கொண்டிருந்த ஒரு சிறுவன் சட்டென்று நிமிர்ந்து கத்தினான்.

'எனக்கு வேண்டும்...தா' – ஆறு ஏழு குழந்தைகள் ஓடி வந்தன. வெட்டுக்கிளியைக் கண்டுபிடித்த பையனைச் சூழ்ந்தபடி புதரை உற்று நோக்கின. குழந்தைகளின் நீட்டிய கரங்களை ஒதுக்கித் தள்ளியபடி அவன் தன் கைகளை அகல நீட்டி பூச்சி இருந்த புதரைப் பாதுகாப்பவன்போல் நின்றான். தன் வலது கையிலிருந்த லாந்தரை ஆட்டியபடி மீண்டும் அவர்களிடம் கேட்டான்:

'யாருக்காவது ஒரு வெட்டுக்கிளி வேண்டுமா? ஒரு வெட்டுக்கிளி!'

'எனக்கு! எனக்கு!' – நாலைந்து குழந்தைகள் ஓடி வந்தன. வெட்டுக்கிளியைவிட விலை மிகுந்த ஒரு பூச்சியைப் பிடிக்க முடியாது என்று தோன்றியது. அந்தச் சிறுவன் மூன்றாம் முறையாகக் கேட்டான்:

'வெட்டுக்கிளி யாருக்கும் வேண்டாமா?'

இரண்டு மூன்று குழந்தைகள் முன்வந்தன.

'ஆமா, எனக்கு வேண்டும்.'

அது ஒரு சிறுமி. பூச்சியைக் கண்டுபிடித்த பையனின் பின்பக்கமாக அப்போதுதான் வந்திருந்தாள். அவன் தன் உடலை மெதுவாகத் திருப்பி கம்பீரமாகக் குனிந்தான். லாந்தரை இடது கைக்கு மாற்றிவிட்டு வலது கையைப் புதருக்குள் நீட்டினான்.

'இதோ ஒரு வெட்டுக்கிளி.'

'அது எனக்கு வேண்டும்.'

பையன் சட்டென்று நிமிர்ந்தான். 'இந்தா' என்று சொல்வது போல் வெட்டுக்கிளியை வைத்திருந்த கரத்தை சிறுமியிடம் நீட்டினான். அவள் தன் இடது முழங்கையை லாந்தரின்

நூலின் அடியே நுழைத்தபடி பையனின் மூடிய கையை இரண்டு கைகளாலும் மூடிக் கொண்டாள். பையன் சட்டெனத் தன் கையை விரித்தான். பூச்சி சிறுமியின் பெருவிரலுக்கும் ஆள்காட்டி விரலுக்கும் நடுவில் இடம் மாறியது.

அந்த சிறிய பழுப்புநிற பூச்சியைப் பார்த்த சிறுமியின் கண்கள் பளபளத்தன. 'ஓ, இது வெட்டுக்கிளியல்ல. சில்வண்டு.'

'இது சில்வண்டு! சில்வண்டு!' குழந்தைகள் எல்லாம் பொறாமை கலந்த குரலில் கோரஸாகக் கத்தின.

'இது சில்வண்டு! சில்வண்டு!'

பூச்சியைத் தந்த பையனைப் பளபளக்கும் கண்களால் பார்த்துக்கொண்டே, சிறுமி தன்னிடமிருந்த சிறு கூண்டைத் திறந்து அந்தப் பூச்சியை உள்ளேவிட்டாள்.

'சரி, இது சில்வண்டுதான்' – அதைச் சிறைப் பிடித்த பையன் முணுமுணுத்தான். பூச்சிக் கூண்டைத் தன் கண்களுக்கு எதிரே பிடித்தபடி அதன் உள்ளே பார்த்தான். பலவண்ண அழகிய லாந்தரைத் தன் கண்களுக்கு நேராக உயர்த்தி அந்த சிறுமியின் முகத்தைக் கூர்ந்து நோக்கினான்.

ஓ, எனக்கு அந்தப் பையனிடம் சிறிது பொறாமை ஏற்பட்டது. சற்று அசட்டுத்தனமாகவும் உணர்ந்தேன். இதுவரை அவனுடைய செயலைப் புரிந்து கொள்ளாமல் இருந்து விட்டேன். அப்போது வியப்பால் என் மூச்சு ஒரு கணம் நின்றுவிட்டது. பார், அந்தச் சிறுமியோ, அவர்களை நோக்கிய படி இருக்கும் குழந்தைகளோ அதைக் கவனிக்கவில்லை.

அந்த சிறுமியின் மார்பில் விழும் மங்கிய பச்சை ஒளியில் 'ஃப்யூஜியோ' என்ற பெயரைத் தெளிவாகப் பார்க்க முடிய வில்லையா? சிறுமியின் பூச்சிக்கூண்டின் அருகே நின்ற பையனின் லாந்தரிலிருந்து, பச்சைக் காகித இடைவெளி வழியே வந்த ஒளி அவளுடைய வெள்ளை கிமோனோவில் அவனுடைய பெயரை எழுதியிருக்கிறது. அவளுடைய இடையில் தொங்கிய லாந்தர் ஒளி தெளிவாகக் காட்டவில்லை எனினும் அந்தப் பையனின் இடுப்பில், அசைந்தாடும் சிவப்பு ஒளியில் 'கியோகோ' என்ற பெயரைக் காண முடிகிறது. தற்செயலாக நேர்ந்த இந்தச் சிவப்பு, பச்சை நிறங்களின் விளையாட்டை – அது தற்செயலோ விளையாட்டோ – ஃப்யூஜியோவும் கியோகோவும் அறிந்திருக்கவில்லை.

ஃப்யூஜியோ ஒரு வெட்டுக்கிளியைக் கியோகோவுக்குக் கொடுத்ததும் அவள் அதை ஏற்றுக்கொண்டதும் அவர்கள் நினைவில் எப்போதும் இருக்கும்.

ஆனால், தனது பெயர் பச்சை எழுத்துக்களில் கியோகோ வின் மார்பில் விழுந்ததையோ, அவளுடைய பெயர் தனது இடையில் சிவப்பு எழுத்துக்களில் தென்பட்டதையோ ஃப்யூஜியோ கனவில்கூட நினைத்துப் பார்க்க முடியாது. அதுபோல் ஃப்யூஜியோவின் பெயர் பச்சை எழுத்துகளில் தன் மார்பில் பதிந்ததையோ, அவனுடைய இடையில் தன் பெயர் சிவப்பு எழுத்துக்களில் தோன்றியதையோ கியோகோவிற்கும் நினைத்துப் பார்க்க முடியாது.

ஃப்யூஜியோ! நீ வளர்ந்து வாலிபன் ஆனபின், ஒரு வெட்டுக்கிளி என்று கூறி ஒரு சில்வண்டைக் கொடுத்தபோது ஒரு சிறுமிக்கு ஏற்பட்ட மகிழ்ச்சியை நினைத்து நீ ஆனந்தமாகச் சிரிக்கலாம். வெட்டுக்கிளி என்று நினைத்து ஒரு சில்வண்டை வாங்கிக் கொண்ட அந்தச் சிறுமியின் ஏமாற்றத்தையும் பிரியமுடன் நினைத்துப் பார்க்கலாம்.

மற்ற குழந்தைகளிடமிருந்து தூர விலகி ஒரு புதரில் தேடிப் பார்க்க முடிந்தால், உலகில் சில்வண்டுகள் நிறைய இல்லை என்பது புரியும். ஒரு வேளை வெட்டுக்கிளி போன்ற ஒரு சிறுமியைப் பார்த்து சில்வண்டு என்று நினைக்கலாம்.

கடைசியாக, உன் குழம்பிய புண்பட்ட மனதுக்கு ஒரு நிஜ சில்வண்டு கூட வெட்டுக்கிளியாகக் காட்சி அளிக்கும். அந்த நாள் வரக்கூடுமெனில் இந்த உலகம் முழுதும் வெட்டுக் கிளிகளால் மட்டுமே நிரப்பப்பட்டதாகத் தோன்றும். அப்போது ஒரு சிறுமியின் மார்பில் அழகிய லாந்தரின் பச்சை வண்ணத்தில் உன் பெயரை எழுதிய ஒளியின் விளையாட்டை உன்னால் நினைவுபடுத்திக் கொள்ள முடியாது என்பதை நினைக்கும் போதுதான் எனக்கு இரக்கமாக இருக்கிறது.

ஓமெலாஸைவிட்டு வெளியேறியவர்கள்

உர்ஸூலா லெக்யுன்

காண்டாமணிகளின் கம்பீர ஓசை ஒலித்ததும் சிட்டுக்குருவிகள் சடசடவென எழும்பிப் பறந்தன. ஓமெலாஸ் நகரில் வசந்தவிழா தொடங்கிவிட்டது. கப்பல்களின் கயிறுகளில் கொடிகள் அசைந்தன. சிவப்புக் கூரையும் வண்ணம் தீட்டிய சுவர்களும் கொண்ட வீடுகள் நிரம்பிய தெருக்கள் இடையேயும், பாசி படர்ந்த தோட்டங்கள் வழியேயும், இருபுறமும் மரங்கள் அடர்ந்த சாலை வழியேயும் ஊர்வலங்கள் சென்றன. மரியாதையுடன் விறைத்திருக்கும் இளம் ஊதா உடைகளில் முதியவர்கள் நடந்தனர். தீவிரப் பார்வையுடன் கைவினைஞர்கள் சென்றனர். கையில் குழந்தைகளுடன் பெண்கள் மகிழ்ச்சியாக தோழிகளுடன் பேசியபடி நகர்ந்தனர். வேறு தெருக்களில் இசைக்கருவிகள் முழங்கின. ஜால்ராக்களும் கஞ்சிராக்களும் அதிர்ந்தன. மக்கள் நடனமாடினர். ஊர்வலமே நடனமாக இருந்தது. குருவிகள் ஒன்றையொன்று கடந்து பறப்பதுபோல் சிறுவர்கள் பாட்டுக்கும் இசைக்கும் இடையே கூச்சலிட்டு ஓடிப்பிடித்து விளையாடினர். ஊர்வலங்கள் வளைந்து வளைந்து நகரத்தின் வடக்குப் பகுதியை நோக்கிச் சென்றன. அங்கே பச்சை வயல் என்றழைக்கப்பட்ட புல்வெளியில், இளம் வெயிலில் இளைஞர்களும் இளம் பெண்களும், நிர்வாணமாக, முழங்கால்களிலும் நீண்ட மெல்லிய கரங்களிலும் சேறுபடிய, போட்டிக்கு

முன்னால் அமைதியற்ற குதிரைகளை அடக்கிப் பழக்கிக் கொண்டிருந்தனர். குதிரைகளுக்கு சேணம் இல்லை; இரும்புத் துண்டு இல்லாத கடிவாளம் மட்டும் இருந்தது. சீவிப் பின்னிய பிடரிமயிர் தங்கம், வெள்ளி, பச்சை வண்ண ரிப்பன்களால் அலங்கரிக்கப்பட்டிருந்தது. நாசிகள் விடைக்க குதிரைகள் ஒன்றையொன்று இடித்துக்கொண்டன. நமது விழாக்களில் முழு மனதுடன் இணைந்துகொள்ளும் ஒரே மிருகம் குதிரை தான் என்பதால் அவை சற்றுப் பரபரப்பைக் காட்டின. வடக்கிலும் மேற்கிலும் நகரைச் சுற்றி மலை அரைவட்டமாக வளைந்து அரணாக நின்றது. காலை மிகத் தெளிவாக இருந்தது. பதினெட்டு மலை முடிகளில் ஒளிர்ந்த பனி, நீலவானின் பின்புலத்தில் கதிரவன் ஒளியில் தங்கமாகப் பளிச்சிட்டது. போட்டி நடக்கும் மைதானத்தில் கட்டியிருந்த கொடிகள் அவ்வப்போது காற்றில் மெதுவாக அடித்துக்கொண்டன. பரந்த பசும் புல்வெளியின் அமைதியில், தூரத்தில் ஒலித்த ஆரவாரமும் இசையும் மெதுவாக நெருங்கிவர, மகிழ்ச்சி துள்ளும் மெல்லிய இசைகள் ஒன்றிணைந்து குதூகலமான மணியோசையாக ஒலித்தது.

குதூகலம்! குதூகலத்தை எவ்விதம் விளக்குவது? ஓமெலாஸ் மக்களை எப்படி வர்ணிப்பது?

அவர்கள் மகிழ்ச்சியாக இருந்தார்கள்; அவர்கள் எளிமை யானவர்கள் அல்ல. மகிழ்ச்சியைக் குறிக்கும் சொற்களை அதிகம் பயன்படுத்த வேண்டாம். அவர்கள் புன்னகை பழமை வாய்ந்ததாக இருந்தது. இப்படிச் சொல்வதால் உடன்தானே பஞ்ச கல்யாணிக் குதிரையில், மந்திரி சேனாதிபதிகள் புடைசூழ ஒரு மன்னர் வருவார் என்றும், ஆஜானுபாகுவான அடிமைகள் சுமக்கும் ஒரு தங்கப் பல்லக்கு வருமென்றும் எதிர்பார்க்க வேண்டாம். அவர்கள் நாகரிகமற்ற காட்டுமிராண்டிகள் அல்ல. அவர்களின் சமூக சட்டதிட்டங்களைப் பற்றி எனக்குத் தெரியாது. அவை மிகக் குறைவாகவே இருக்கும் என்றே தோன்றுகிறது. மன்னரோ அடிமைகளோ அங்கு இல்லை. பங்குச் சந்தையும் விளம்பரங்களும் ரகசிய போலீஸூம் வெடிகுண்டும் இல்லை. மீண்டும் சொல்கிறேன்: அவர்கள் எளிய மக்கள் அல்ல, நாகரிகமடைந்த காட்டுமிராண்டிகளோ சாதுவான கற்பனாவாதிகளோ அல்ல. நம்மைவிடக் குறைந்த சிக்கல் உடையவர்கள் அல்ல. நம்மிடம் ஒரு மோசமான வழக்கம்: மெத்தப் படித்த மேதாவிகளும், பண்பாட்டாளர்களும் சொல்வதைக் கேட்டு நாம் மகிழ்ச்சியடைவதே ஒருவகை அசட்டுத்தனம் என்று நினைத்துக்கொண்டு இருக்கிறோம். வலிதான் அறிவுடைமை, தீமையே சுவராஸ்யமானது.

இதெல்லாம் கலைஞர்கள் உருவாக்கியது. ரோகம் – தீமையின் பயனின்மையையும் வலியிலுள்ள பயங்கர அலுப்பையும் ஒப்புக்கொள்ள மறுத்தல். அவர்களை அழிக்க முடியாவிட்டால் அவர்களோடு இணைந்துகொள். எது வலி தருகிறதோ, மீண்டும் அதையே செய். ஆனால் அவநம்பிக்கையைத் துதிப்பது மகிழ்ச்சியைப் பழிப்பதுபோல்தான். வன்முறையை ஆதரிப்பது பிற அனைத்தையும் இழப்பதே. கிட்டத்தட்ட இழந்துவிட்டோம். மகிழ்ச்சி நிரம்பிய ஒருவனை விவரிக்க முடியாத நம்மால் மகிழ்ச்சியைக் கொண்டாடவும் முடியாது. ஓமெலாஸ் மக்களைப் பற்றி என்னால் எப்படிக் கூற முடியும்? அவர்கள் எளிய மகிழ்ச்சியான குழந்தைகளைப் போன்றவர்கள் அல்ல; அவர்களின் குழந்தைகள் உண்மையில் மகிழ்ச்சியுடன் இருந்த போதிலும்கூட. அவர்கள் முதிர்ச்சியுள்ள அறிவார்ந்த மக்கள். இருந்த போதிலும் அவர்களது வாழ்க்கை பரிதாபத்திற்குரிய தல்ல. என்ன அற்புதம்! அதை இன்னும் நன்றாக விளக்க வேண்டும் என்றே தோன்றுகிறது. உங்களுக்குப் புரிய வைக்க வேண்டும் என்றே தோன்றுகிறது. உங்களுக்குப் புரிய வைக்க வேண்டும். என் வார்த்தைகளில் ஓமெலாஸ் ஏதோ முன்னொரு காலத்தில், தேவதைக் கதைகளில் எங்கோ பெருந்தொலைவில் இருக்கும் ஒரு நகரமாகத் தோன்றலாம். ஒருவேளை உங்கள் சிந்தனை விரியும் அளவு அந்தந்தச் சமயத்துக்குத் தக்கபடி உங்கள் முன் தோன்றும்படி நீங்களே கற்பனை செய்துகொள்வது நல்லது என்று தோன்றுகிறது. ஏனெனில், என் வார்த்தைகள் உங்கள் அனைவரது கற்பனைக்கும் ஈடுகொடுக்க முடியாது. உதாரணமாக, தொழில் முன்னேற்றம் அங்கே எந்த அளவில் இருக்கும்? வீதிகளில் கார்களோ உயரே ஹெலிகாப்டர்களோ இராது என்று நினைக்கிறேன். ஓமெலாஸ் மக்கள் மகிழ்ச்சியாய் இருக்கிறார்கள் என்பதிலிருந்து இது தெரிகிறது. மகிழ்ச்சி என்பது எது தேவை, எது தேவையற்றது; அழிக்கும் சக்தியற்றது எது, அழிக்கும் சக்தி எது என்பதைப் பகுத்தறியும் விதத்தில் தான் இருக்கிறது. இடையே குறிப்பிட்ட – தேவையற்ற, அழிக்கும் திறனற்றவை – வசதி, ஆடம்பரம், உல்லாசம் போன்றவை – நகரம் முழுதும் ஒரே காலநிலை வைத்திருக்கும் வசதி, ரயில் வண்டிகள், வாஷிங்மெஷின் போன்றவை, நாம் கண்டு பிடித்திராத மிதக்கும் ஒளி அமைப்பு, எரிபொருள் இல்லாத சக்தி, ஜலதோஷத்துக்கு மருந்து போன்றவை இவை எதுவும் அவர்களிடம் இல்லாமலுமிருக்கலாம். அதனால் என்ன? உங்கள் விருப்பப்படி இருக்கட்டும். கடற்கரையில் சுற்று வட்டாரத்திலிருந்து மக்கள் விழாவில் கலந்துகொள்ள சில தினங்களுக்கு முன்பாகவே ஓமெலாஸுக்கு வந்து சேர்கிறார்கள் என்றும், ஓமெலாஸின் ரயில் நிலையம் விவசாயிகள்

அங்காடிக்கு அடுத்தபடியாக மிக அழகிய வண்ணமயமான கட்டடம் என்றும் நினைக்க விரும்புகிறேன். ரயில் இருந்தால் கூட ஓமெலாஸ் மிக மிக நல்ல இடம் என்று உங்களில் சிலர் நினைப்பீர்கள் அல்லவா? எங்கும் புன்னகை, மணியோசை, ஊர்வலம், குதிரைகள், அது இது. அப்படி யானால் ஆண், பெண் உல்லாசக் கேளிக்கைகளையும் சேர்த்துக் கொள்ளுங்கள். பாலுறவு கேளிக்கை என்பதால் தயங்க வேண்டாம். ஆனால், பிறந்த மேனியில் காதலனோ, அன்னியனோ, யாருடனும் உறவுக்கொள்ளத் துடிக்கும் ஆண், பெண் பூசாரிகளும், அவர்களுடன் இணைந்தால் புண்ணியம் கிடைக்கும் என்று நினைக்கும் ஆட்களும் வேண்டாம். முதலில் இருக்கட்டுமே என்றுதான் நினைத்தேன். உண்மையில் ஓமெலாஸில் கோவில்களே இல்லாமலிருப்பது நல்லது. அதாவது பூசாரிகள் உள்ள கோயில்கள். மதம் இருக்கட்டும்; மதவாதிகள் வேண்டாம். அழகிய நிர்வாண நங்கையர் நடமாடட்டும். உடல் துடிப்புக்கும் உணர்ச்சிக்கும் அவர்கள் தெய்வப் பிரசாதம் வழங்கட்டும். ஊர்வலத்தில் பங்கேற்கட்டும். உறவின்போது இசை முழங்கட்டும். காமத்தின் வலிமையை அது இசைக்கட்டும். (அவ்வளவு முக்கியமில்லா விடினும்) அவர்களின் இந்த விழாக்கள் காரணமாகப் பிறக்கும் குழந்தைகள், அனைவரது அன்பையும் ஆதரவையும் பெற்று வளரட்டும். ஒரு விவரம் எனக்குத் தெரியும் – ஓமெலாஸில் யாரும் குற்றம் செய்தவர் அல்லர். பின் அங்கே வேறு என்ன இருக்கிறது? போதை மருந்து இல்லை என்றே முதலில் நினைத்தேன். ஆனால் அது ஒழுக்கம் சம்பந்தப்பட்ட நல்லெண்ணத்தில் தோன்றியது. போதையை விரும்புபவர்களுக்கு ட்ரூஸ் இருக்கிறது. அதன் மெல்லிய இனிய வாசனையில் நகரமே மணம்பெறும். கைகால்களை லேசாக்கி உள்ளத்தை ஒளிரச் செய்யும். சில மணிநேரத்துக்குப் பின் கனவில் மிதப்பது போன்ற இனிய உணர்வு. பிரபஞ்சத்தின் மர்மங்களும் ஆழமான ரகசியங்களும் நிறைந்த அற்புதக் காட்சிகள். நம்ப முடியாத அளவு கலவியின் இன்பம். அத்துடன், அது நம்மை அடிமையாக்கும் தன்மை கொண்டதல்ல. சிறிய அளவில் போதை விரும்புபவர்களுக்குப் பீர் நல்லது. அந்த மகிழ்ச்சி நிரம்பிய நகரில் வேறென்ன இருக்கிறது? வெற்றியின் உணர்வு திகழும் விழா. பூசாரிகளை நாம் வேண்டாம் என்றது போல் படைவீரர்களும் தேவையில்லை. கொலையில் ஏற்படும் களிப்பு உண்மையான மகிழ்ச்சி அல்ல. அது வேண்டாம். அது பயங்கரமானது. அற்பமானது. எல்லையற்ற தாராளமான திருப்தி – அயல் விரோதிகளை வெற்றிகொள்வதால் எல்லையற்ற மனதை நிரப்பும் திருப்தி – ஏற்படுவதில்லை.

ஓமெலாஸைவிட்டு வெளியேறியவர்கள்

எங்கும் பரவியிருக்கும் மனிதத்தன்மை அருமையான அழகிய ஆத்மாக்களைத் தொடர்புகொள்வதால் ஏற்படும் பெருமைக் குரிய வெற்றி, உலக வசந்தத்தின் சிறப்பு இவையே ஓமெலாஸ் மக்கள் மனதைக் களிப்புறச் செய்கிறது. அவர்கள் கொண்டாடும் வெற்றி வாழ்வின் வெற்றி. அவர்களில் பெரும்பாலோருக்கு ட்ரூஸ் எடுக்கத் தேவையில்லை என்றே நினைக்கிறேன்.

இப்போது, ஊர்வலங்கள் பச்சை வயல்களை அடைந் திருக்கும். சிவப்பு நீல நிறக் கூடாரங்களிலிருந்து சமையலின் அற்புத மணம் வெளியே பரவுகிறது. சிறுவர்களின் வாயோரத்தில் தின்பண்டங்கள் ஒட்டிக்கொண்டிருக்கின்றன. ஒருவரின் லேசான சாம்பல் நிறத் தாடியில் பலகாரத் துணுக்குகள் தொங்குகின்றன. வாலிபர்களும் யுவதிகளும் தங்கள் குதிரை களில் ஏறி மைதானத்தில் பந்தயக் கோட்டைச் சுற்றிக் கூடுகின்றனர்.

வயதான குள்ளமான தடித்த பெண் சிரித்தபடி கூடை யிலிருந்து மலர்களை அள்ளிக் கொடுத்தபடியே போகிறாள். உயரமான வாலிபர்கள் அந்தப் பூக்களைத் தங்கள் அடர்ந்த கூந்தலில் அணிந்துகொள்கின்றனர். கூட்டத்தின் ஓரத்தில் ஒன்பது அல்லது பத்து வயதுள்ள ஒரு சிறுவன் தனியாக அமர்ந்து புல்லாங்குழல் இசைத்துக்கொண்டிருக்கிறான். ஜனங்கள் சற்று நின்று அதை ரசிக்கிறார்கள்; புன்னகை செய்கிறார்கள். ஆனால் எதுவும் பேசவில்லை. ஏனெனில் அவன் பாட்டை நிறுத்தவில்லை. அவர்களைப் பார்க்கவும் இல்லை; இசையின் ஜாலத்தில் அவன் கண்கள் மயக்கத்தில் ஆழ்ந்திருக்கின்றன.

பாட்டு முடிந்ததும் அவன் குழல் ஏந்திய கரங்களை மெல்லத் தாழ்த்துகிறான்.

இந்த சிறிய அமைதியே ஒரு குறிப்பாக அமைந்ததுபோல, சட்டெனப் பந்தயம் தொடங்கும் இடத்திலிருந்து ஓர் எக்காளம் மிடுக்குடன், சோகத்துடன், தீவிரத்துடன் ஒலிக்கிறது. குதிரைகள் முன்னங்கால்களை உயர்த்தி, கனைத்துப் பதிலளிக்கின்றன. அமைதியான முகத்துடன் அதன்மேல் அமர்ந்திருந்தவர்கள் குதிரையின் கழுத்தைத் தடவி அமைதிப்படுத்துகின்றனர். பந்தயக் கோட்டின் பின்னே வரிசையாக நிற்கத் தொடங்கு கின்றனர். பார்வையாளர்கள் பச்சை வயலில் பூத்த பூக்கள் காற்றில் அசைவதுபோல் தோன்றுகின்றனர். வசந்த உற்சவம் தொடங்கிவிட்டது.

உங்களால் நம்ப முடிகிறதா? இந்த விழாவை, நகரத்தை, மகிழ்ச்சியை ஒப்புக்கொள்கிறீர்களா? இல்லை? சரி, இன்னொரு செய்தியையும் சொல்கிறேன், கேளுங்கள்.

ஓமெலாஸின் அழகிய கட்டடங்களில் ஒன்றின் நிலவறையில் (அல்லது விசாலமான வீட்டின் கீழ்த்தளத்தில்) ஓர் அறை இருக்கிறது. அதன் ஒரே கதவு பூட்டியிருக்கிறது. ஜன்னல்கள் இல்லை. அந்தத் தெருவில் வேறெங்கோ இருக்கும் வலை பிடித்த ஜன்னல் கதவின் இடுக்கு வழியே பாயும் கீறல் ஒளி மட்டுமே இங்கே விழுகிறது. அறையின் ஒரு மூலையில் சிக்குப்பிடித்து விறைத்து நாறும் தலையுடன் ஒரு துடைப்பமும் அருகில் துருப்பிடித்த வாளியும். நிலவறைக்கே உரித்தான அழுக்குத் தரை, ஈரப்பிசுக்கு. அறை மூன்றடிக்கு இரண்டு அடி. உபயோகமற்ற ஆயுதங்களைப் போட்டு வைக்கவோ, துடைப்பங்களை வைக்கவோ ஏற்பட்டது. அந்த அறையில் ஒரு குழந்தை உட்கார்ந்திருக்கிறது. அது ஆணாகவோ பெண்ணாகவோ இருக்கலாம். ஆறு வயதுத் தோற்றம். உண்மையில் பத்து வயது. மந்த புத்தி. பிறவிக் கோளாறாக இருக்கலாம்; அல்லது பயத்தாலும் சத்தற்ற உணவாலும் கவனிப்பின்மை காரணமாக மூளை வளர்ச்சி குன்றியதாலும் இருக்கலாம். அது தன் மூக்கைக் கிள்ளிக் கொள்கிறது. அடிக்கடி உறுப்பையோ கால் விரல்களையோ பிடித்து விளையாடுகிறது. வாளி துடைப்பத்துக்கு சற்று அப்பால் மூலையில் குனிந்து அமர்ந்திருக்கிறது. அவற்றைப் பார்க்க அதற்குப் பயம். கண்களை மூடிக்கொள்கிறது. துடைப்பம் அங்கேதான் இருக்கிறதென்றும், அறை பூட்டப்பட்டிருக்கிறதென்றும், எவரும் வரமாட்டார்கள் என்றும் அதற்குத் தெரியும். கதவு எப்போதுமே பூட்டியிருக்கிறது. சாதாரணமாக யாரும் வருவதில்லை. எப்போதாவது – அதற்கு நேரம் சமயம் பற்றியொன்றும் தெரியாது – கதவு படபடவென்று அடித்துத் திறக்கும். ஒருவர் அல்லது சில சமயம் பலர் நிற்பார்கள். ஒருவன் வந்து குழந்தைக்கு ஓர் உதை கொடுத்து எழுந்திருக்கச் செய்வான். மற்றவர்கள் அருகே வரமாட்டார்கள். பயமும் வெறுப்பும் கலந்த கண்களால் பார்த்துக்கொண் டிருப்பார்கள். உணவுத் தட்டும் தண்ணீர்ப் பாத்திரமும் அவசரமாக நிரப்பப்படும். கதவு பூட்டப்பட்டு, கண்கள் மறைந்துவிடும். கதவருகே நிற்கும் ஆட்கள் எதுவும் பேசு வதில்லை. ஆனால், குழந்தை – அறைக்கு வெளியே சிலகாலம் இருந்து, சூரிய ஒளியையும் அம்மாவின் குரலையும் இன்னும் நினைவில் வைத்திருப்பதன் காரணமாக – பேசும். "நல்ல பிள்ளையா இருப்பேன்." "என்னை வெளியே கொண்டுபோ." "நல்ல பிள்ளையா இருப்பேன்." அவர்கள் எதுவும் பதில் சொல்வதில்லை. இரவில் குழந்தை உதவிக்காக அழும் – நீண்ட நேரம் கத்தும். ஆனால் இப்போது சிறு முனகல் மட்டும்தான். "ஓ..ஹா..ஓ..ஹா." பேச்சும் குறைந்துகொண்டே போயிற்று. ஆடுசதையே மறைந்து கால்கள் குச்சியாகிவிட்டன.

ஓமெலாஸைவிட்டு வெளியேறியவர்கள்

வயிறு ஊதியிருக்கிறது. அரைத்தட்டு தானிய உணவும் கொஞ்சம் கொழுப்பும் மட்டுமே அதன் தினசரி ஆகாரம். அதற்கு உடையில்லை. தான் கழித்த மலத்திலேயே அது தொடர்ந்து உட்கார்ந்திருப்பதால் ஆசனப் பகுதியிலும் தொடையிலும் புண் அப்பியிருக்கிறது.

அது அங்கிருப்பது ஓமெலாஸில் எல்லோருக்கும் தெரியும். சிலர் வந்து பார்ப்பார்கள்; சிலருக்கு அது அங்கிருக்கிறது என்ற அறிவே போதும். அது அங்குதான் இருக்க வேண்டும் என்பதும் அனைவருக்கும் தெரியும். ஏன் என்று சிலருக்குத் தெரியும். சிலருக்குத் தெரியாது. ஆனால் அவர்களின் மகிழ்ச்சி, நகரத்தின் வனப்பு, நட்பின் இதம், குழந்தைகளின் ஆரோக்கியம், பண்டிதர்களின் அறிவு, கலைஞர்களின் ஆற்றல், அறுவடையின் செழிப்பு, வானம் வழங்கும் அற்புதக் காலநிலை – யாவுமே அந்த ஒரு குழந்தையின் சகிக்க முடியாத துன்பத்தையே சார்ந்திருக்கிறது என்பது மட்டும் அனைவருக்கும் தெரியும்.

குழந்தைகளுக்கு விவரம் புரியும் வயதில் – எட்டுக்கும் பன்னிரண்டுக்கும் இடையே – இது அவர்களுக்கு விளக்கிச் சொல்லப்படும். குழந்தையைப் பார்க்க வருபவர்கள் பெரும்பாலும் சிறுவர்களே. எப்போதாவது பெரியவர்களும் வருவார்கள் – மீண்டும் வருவார்கள். எவ்வளவுதான் சிறுவர்களுக்கு இதைப்பற்றி விளக்கிச் சொன்னாலும் அந்த இளம் பார்வையாளர்களுக்கு அதிர்ச்சியாகவே இருக்கும். வயிற்றைக் குமட்டும். தாங்கள் அதைவிட உயர்ந்தவர்கள் என்ற நினைப்பில் ஒரு வெறுப்பு. என்னதான் விளக்கம் இருந்தாலும் கோபம், ஆத்திரம், கையாலாகாமை எல்லாம் தோன்றும். அதற்கு ஏதாவது செய்ய வேண்டும் என்று விரும்புவார்கள். அவர்களால் என்ன செய்ய முடியும்? குழந்தையை அந்த இருட்டுக் குகையிலிருந்து வெளியே கொண்டுவந்து சூரிய ஒளி அதன் மேனியில் படும்படி செய்தால்? அதைக் குளிப்பாட்டி, உணவூட்டி, சீராட்டினால்? எவ்வளவோ நன்றாக இருக்கும். ஆனால், அப்படிச் செய்தால் அதே நொடியில் ஓமெலாஸின் அனைத்துச் செல்வங்களும், அழகும், மகிழ்ச்சியும் அழிந்துவிடும். அதுதான் நிபந்தனை. ஒரு சிறிய நற்காரியத்துக்காக ஓமெலாஸின் எல்லா நன்மைகளையும், ஒவ்வொருவரின் மகிழ்ச்சியையும் இழக்க வேண்டிவரும். ஒரே ஒரு ஜீவனுக்காக ஆயிரக்கணக்கானோரின் வாழ்வு சீர்குலைந்துவிடும். குற்ற உணர்வை நான்கு சுவருக்குள் அடைத்து வைத்துவிட வேண்டியதுதான்.

நிபந்தனைகள் கண்டிப்பானவை. மாற்ற முடியாதவை. குழந்தையிடம் ஓர் இனிய சொல்கூடப் பேசக்கூடாது.

நிறைய தடவை குழந்தையைப் பார்த்த இளைஞர்கள், இந்தக் கொடிய நிலையை எதிர்கொண்டதும், கண்ணீருடன் அல்லது கண்ணீரற்ற ஆங்காரத்துடன் வீட்டுக்குத் திரும்பு வார்கள். வாரக்கணக்கில் இதுபற்றிச் சிந்திப்பார்கள் – சிலசமயம் வருடக்கணக்கில். நாள் செல்லச் செல்ல, குழந்தையை விடுதலை செய்தாலும் அதற்கு அந்த விடுதலையால் எந்த நன்மையும் கிடைக்கப்போவதில்லை என்பதைப் புரிந்து கொள்வார்கள். கொஞ்சம் வெயிலில் காயும் இன்பம். சற்று நல்ல உணவு – அவ்வளவுதான். அதற்கு மேல் எதுவுமில்லை. அதன் உடல் சீர்குலைந்து விட்டது. எந்தத் திறனுமற்ற பிராணி; மகிழ்ச்சியை உணரும் திறன்கூட இல்லை அதற்கு. பயத்திலிருந்து விடுபட்டு விடுவோமோ என்றுகூட அது பயப்படும். மனித உபசரிப்புக்கு ஒத்துவராத பழக்க வழக்கங்கள் அதற்கு ஏற்பட்டு விட்டன. இத்தனை நாள் அந்த அறையில் அடைபட்ட பிறகு இப்போது அதற்குத் தன்னைச் சுற்றிச் சுவர்கள் வேண்டும். கண்களுக்கு இருட்டு வேண்டும். உட்காரக் கழிவு வேண்டும். இவை இல்லாவிட்டால் அது திணறிப் போய்விடும். யதார்த்தத் தின் கடுமையான நியாயத்தை உணர்ந்து அதை ஏற்றுக் கொள்ளும்போது அதற்கு இழைத்த கொடிய அநீதிக்காக அவர்கள் சிந்தும் கண்ணீர் உலர்ந்துவிடும். உண்மையில் அவர்களுடைய கண்ணீரும் கோபமும் உதவ முடியாத நிலையும் இயலாமையை ஒப்புக்கொள்ளலுமே அவர்களின் ஒளிமயமான வாழ்வுக்குக் காரணமாயிருந்தன. இயல்பானதும் பொறுப்புகள் அற்றதுமான மகிழ்ச்சி அல்ல அவர்களுடையது. அந்தக் குழந்தையைப் போலவே அவர்களுக்கும் சுதந்திரம் இல்லை யென்பது தெரியும். அங்குள்ள கட்டடங்களின் அற்புத வேலைப் பாடும், மனதைத்தொடும் இசையும், அறிவியலின் வளர்ச்சியும் எல்லாவற்றுக்கும் காரணம் அந்தக் குழந்தையின் இருப்பும், அது இருப்பதான அறிவுமே. இந்தக் குழந்தை காரணமாக அவர்கள் மற்றக் குழந்தைகளிடம் அன்பு பாராட்டுகிறார்கள். அந்தப் பாவப்பட்ட குழந்தை மட்டும் இருளில் அவதியுறாமல் இருந்திருந்தால் இந்த மற்றக் குழந்தை – குழலூதும் சிறுவன் – வசந்தத்தின் பந்தய வீரர்கள் அணிவகுக்கும்போது – உள்ளத்தை உருக்கும் இசையைப் பொழிய முடியுமா?

இப்போது நீங்கள் இவர்களை நம்புகிறீர்களா? நம்பும் படியானவர்கள்தானே இவர்கள். ஆனால் இன்னும் ஒரு விஷயம் சொல்ல வேண்டியிருக்கிறது. நீங்கள் நம்ப முடியாத ஒரு விஷயம்.

சிலவேளை அந்தக் குழந்தையைப் பார்க்கச் செல்லும் வாலிபப் பையன்களும் பெண்களும் அழுதுகொண்டோ

கோபத்துடனோ திரும்பிச் செல்வதில்லை. உண்மையில் அவர்கள் வீட்டுக்கே செல்வதில்லை. சில சமயம் வயதானவர்களோ பெண்களோ இரண்டு மூன்று நாள் பேசாமல் வீட்டில் இருக்கிறார்கள். பிறகு வீட்டை விட்டுப் போய்விடுகிறார்கள். இவர்கள் வீதிக்கு வந்து தனியே நடக்கிறார்கள். நடந்தபடியே ஓமெலாஸின் அலங்கார நுழைவாயிலைக் கடந்து வெளியே சென்று விடுகிறார்கள். ஓமெலாஸின் வயல்வெளிகளைத் தாண்டிச் செல்கிறார்கள். ஒவ்வொருவரும் – ஆணோ பெண்ணோ, சிறுவனோ சிறுமியோ – தனியாகவே நடக்கிறார்கள். இரவாகிறது. மஞ்சளாக ஒளிரும் ஜன்னல்கள் கொண்ட கிராமத் தெருக்களைக் கடந்து வயல்களின் இருட்டினுள் மறைகிறார்கள். தன்னந்தனியாக, கிழக்கோ வடக்கோ நோக்கி நடந்து மலையை நோக்கிச் செல்கிறார்கள். நடந்துகொண்டே இருக்கிறார்கள். ஓமெலாஸைத் துறந்து இருளைத் தாண்டிச் செல்கிறார்கள். அவர்கள் திரும்பி வருவதில்லை. அவர்கள் செல்லுமிடம் இந்த மகிழ்ச்சி நகரத்தை விடவும் நமது கற்பனைக்கெட்டாத ஒன்று. என்னால் அதை விவரிக்கவே முடியாது. உண்மையில் அப்படி ஓர் இடம் இல்லாமலும் இருக்கலாம். ஆனால், ஓமெலாஸைவிட்டு வெளியே செல்லும் அவர்கள் தாங்கள் எங்கே செல்கிறோம் என்பதை அறிந்திருப்பார்கள் என்றே தோன்றுகிறது.

சாவி

ஐசக் பாஷவிஸ் ஸிங்கர்

பிற்பகல் சுமார் மூன்று மணிக்கு பெஸ்ஸி பாப்கின் வெளியே செல்ல ஆயத்தம் செய்யத் தொடங்கினாள். வெளியே செல்வது என்பது பலவிதச் சிக்கல்கள் கொண்டது - குறிப்பாக வேனிற் காலத்தில். முதலில் தனது பருத்த உடலை உள்ளாடைக்குள் நுழைக்க வேண்டும்; வீங்கிய பாதங்களைப் பூட்ஸுக்குள் திணிக்க வேண்டும்; தலை வாரிக்கொள்ள வேண்டும் (பெஸ்ஸி தலைக்குச் சாயம் பூசிக்கொள்வாள். தலை மயிர்கள் மஞ்சள், கறுப்பு, பழுப்பு, சிவப்பு என்ற நிறங்களில் குச்சி குச்சியாக இருக்கும்); அப்புறம் அவள் வெளியே சென்றிருப்பதை அறிந்த பக்கத்துப் போர்ஷன்காரர்கள் கதவை உடைத்து உள்ளே நுழைந்து துணிகளையும் பாத்திரங்களையும் திருடவோ, கலைக்கவோ செய்யாமல் இருக்க வேண்டும்.

மனிதர்களின் உபத்திரவம் மட்டுமல்ல; பெஸ்ஸிக்குப் பேய்களாலும் பிசாசுகளாலும் கெட்ட ஆவிகளாலும் சிரமங்கள் ஏற்படும். மூக்குக் கண்ணாடியைக் கழற்றி மேஜைக்குள்தான் மறைத்து வைத்திருந்தாள். காலையில் அது ஒரு செருப்புக்குள் இருந்தது. மருந்துப் பெட்டிக்குள் வைத்திருந்த தலைக்கிடும் சாயப்பாட்டில் பல நாட்களுக்குப் பிறகு தலையணைக்கடியில் இருந்தது. ஒரு தடவை சூப் நிரம்பிய பாத்திரத்தைப் பிரிட்ஜில் வைத்திருந்தாள். ஏதோ கண்ணுக்குப் புலப்படாத பிசாசு அதை எடுத்துக்கொண்டது.

தேடலுக்குப்பின் அது அவளுடைய உடை அலமாரியின் மேற்பகுதியில் அடர்த்தியாகக் கொழுப்புத் தடவப்பட்டுக் குமட்டும் நாற்றத்துடன் இருந்தது.

என்னென்ன கஷ்டங்கள் அனுபவித்திருக்கிறாள்; எந்த எந்த மாயச்சேட்டைகள் அவளிடம் காட்டப்பட்டிருக்கின்றன! பைத்தியம் பிடித்துவிடக் கூடாதே என்பதற்காக என்ன வெல்லாம் பாடுபட்டிருக்கிறாள் என்பது தெய்வத்திற்குத்தான் தெரியும். டெலிபோன் தேவையில்லை என்று தீர்மானித்து விட்டாள். இரவும் பகலும் சட்டத்திற்குப் புறம்பாகச் செயல் புரிபவர்களும், கயவர்களும் போனில் அழைத்துக்கொண்டே இருந்தனர். போர்ட்டோ ரிக்கோ பால்காரன் ஒரு சமயம் அவளைக் கற்பழிக்க முயன்றிருக்கிறான். சாமான்கள் கொண்டு வரும் கடைப்பையன் சிகரெட்டினால் வீட்டிலுள்ள பொருட்களை எரித்துவிடப் பார்த்தான். முப்பத்தைந்து ஆண்டுகளாகக் குறைந்த வாடகையில் வசித்து வரும் போர்ஷனிலிருந்து அவளை வெளியேற்ற அந்தப் பலமாடிக் கட்டடக் கம்பெனியும் மேலாளரும் அவளது அறைக்குள் எலிகளையும் கரப்பான் பூச்சிகளையும் திணித்திருந்தனர்.

இவற்றையெல்லாம் தடுப்பதற்காக அவள் என்ன வெல்லாமோ செய்து பார்த்துவிட்டாள் – இரும்புக் கதவில் விசேஷப் பூட்டு அமைத்தாள். போலீசுக்கும் மேயருக்கும் துப்பறியும் நிறுவனத்துக்கும் – ஏன், ஜனாதிபதிக்கும் கூடக் கடிதங்கள் எழுதினாள். எந்தப் பயனுமில்லை. உயிர்வாழ வேண்டுமானால் சாப்பிட வேண்டியிருக்கிறது. ஜன்னல்களை யும் காஸ் இணைப்பையும் சோதித்துப் பார்க்க வேண்டும்; மேஜை டிராயரைப் பூட்ட வேண்டும். எல்லாவற்றுக்கும் நேரம் பிடிக்கிறது. கலைக் களஞ்சியங்களுக்கும் பழைய நேஷனல் ஜியாகிராபிக் இதழ்களுக்கும் சாம் பாப்கின்ஸின் லெட்ஜர்களுக்குமிடையே டாலர் நோட்டுகளை மறைத்து வைத்திருந்தாள். பங்குப் பத்திரங்களைக் கணப்புக்கு உயரே யிருந்த, அவள் பயன்படுத்தாத, விறகுகள் அடுக்கின் இடையே யும் குஷன் ஒயர்களின் அடியிலும் வைத்தாள். தலையணைக்குள் அவளது நகைகளை மறைத்து வைத்துத் தைத்திருந்தாள். ஒரு காலத்தில் பாங்கில் அவளுக்குப் பாதுகாப்புப் பெட்டி இருந்தது. ஆனால் அங்குள்ள காவலாளியிடம் அதற்கு மாற்றுச் சாவி இருக்கு மென்பதை உறுதியாக நம்பினாள்.

சுமார் ஐந்து மணிக்குப் பெஸ்ஸி வெளியே செல்லத் தயாராகிவிட்டாள். கடைசி முறையாகக் கண்ணாடியில் தன்னைப் பார்த்துக்கொண்டாள். குள்ளம், பருமன், குறுகிய நெற்றி, தட்டை மூக்கு, சரிந்த பாதி மூடிய சைனாக் கண்கள். தாடையில் மெல்லியதாக மயிர்கள் முளைத்திருந்தன.

பூக்கள் பிரின்ட் செய்த மங்கிய உடை அணிந்திருந்தாள். மர செரியும் திராட்சையும் தைத்த உருமாறிய ஸ்டிரா தொப்பி, தேய்ந்த செருப்பு. வெளியே இறங்குமுன் கடைசி முறையாக மூன்று அறைகளையும் அடுக்களையையும் ஒருமுறை பார்த்துக் கொண்டாள். எங்கும் துணிமணிகள், செருப்புகள், திறக்கப் படாத கடிதங்கள். அவள் கணவர் சாம் பாப்கின் இருபது ஆண்டுகளுக்கு முன் இறந்து போனார். இறக்கும் முன் தன் ரியல் எஸ்டேட் பிஸினெஸை விற்றுவிட்டார். ஓய்வு பெற்றபின் பிளாரிடாவில் வசிக்க வேண்டுமென்று அவருக்கு ஆசை. பங்குப் பத்திரங்களும், சேவிங்ஸ் பாங்க் பாஸ் புத்தகங்களும், பல்வேறு ஆவணங்களும் அவளிடம் விட்டுச் சென்றிருந்தார். இன்றுவரை பல கம்பெனிகள் பெஸ்ஸிக்கு அறிக்கைகளும் செக்குகளும் அனுப்பிக்கொண்டிருக்கின்றன. வருமானவரி இலாகா வரி கேட்டுக்கொண்டிருக்கிறது. அவள் இறந்த பிறகு நல்ல முறையில் அடக்கம் செய்ய எற்பாடுகள் செய்வதாக ஒரு 'நல்லடக்க' கம்பெனி கடிதம் எழுதிக்கொண்டிருக்கிறது. பழைய நாட்களில் பெஸ்ஸி இதற்கெல்லாம் பதில் எழுதுவாள். செக்குகளை பாங்க் கணக்கில் வரவு வைப்பாள். வரவு செலவுக் கணக்குகளைக் குறித்து வைப்பாள். இப்போது அதையெல்லாம் விட்டுவிட்டாள். பத்திரிகை வாங்குவதையும் அதில் பிஸினெஸ் பகுதியைப் படிப்பதையும் நிறுத்திவிட்டாள்.

காரிடாரில், பெஸ்ஸி கதவுக்கும் நிலைக்குமிடையே தனக்கு மட்டும் புரியும்படி அடையாளமிட்ட அட்டைகளைச் செருகி வைத்தாள். சாவித் துவாரத்தில் வெள்ளை மெழுகை அடைத்தாள். வேறென்ன செய்ய முடியும் அவளால்? விதவை. குழந்தையோ உறவினரோ நண்பர்களோ இல்லாதவள். முன்பெல்லாம் பக்கத்துப் போர்ஷன்காரர்கள் வெளியே எட்டிப் பார்த்து அவளுடைய இந்த முன்னெச்சரிக்கைகளைக் கேலி செய்வது வழக்கம். இப்போது அதெல்லாம் போய்விட்டது. பெஸ்ஸி யாருடனும் பேசுவதில்லை. கண்களின் பார்வை மங்கிவிட்டது. பல ஆண்டுகளாக அணிந்துவரும் மூக்குக் கண்ணாடியால் பயன் ஒன்றுமில்லை. கண் மருத்துவரைப் பார்த்துப் பரிசோதித்துப் புதிய கண்ணாடி அணிவதென்பது நடவாத காரியம். எல்லாம் சிரமம்தான் – லிப்டில் ஏறுவதும் இறங்குவதும் கூடத்தான். அதன் கதவுகள் எதிர்பாராத சமயத்தில் அடைத்துக்கொள்கின்றன.

தனது இருப்பிடத்திலிருந்து இரண்டு தெருக்களுக்கு அப்பால் அவள் செல்வதில்லை. பிராட்வேக்கும் ரிவர்சைடுக்கும் இடையே தெருக்களில் நாளுக்கு நாள் இரைச்சலும் அழுக்கும் அதிகரித்துக்கொண்டே வருகின்றன. கூட்டம் கூட்டமாகச் சிறுவர்கள் அரை நிர்வாணத்துடன் ஓடுகின்றனர். சுருண்ட

மயிரும் கோபக் கண்களும் கொண்ட கறுப்பர்கள் வயிறு வீங்கிய இளம் பெண்களுடன் ஸ்பானிஷில் கத்திக்கொண்டிருக்கிறார்கள். பெண்கள் கிலுகிலுப்பை ஒலியில் பதில் சொல்கிறார்கள். நாய்கள் குரைக்கின்றன. பூனைகள் உறுமுகின்றன. எங்கோ தீப்பிடித்து தீயணைக்கும் வண்டி, ஆம்புலன்ஸுடன் போலீஸ்காரர்களும் விரைகின்றனர். பிராட்வேயில் பழைய மளிகைக் கடைகள் மறைந்து சூப்பர் மார்க்கெட்கள் தோன்றிவிட்டன. அங்கே பொருட்களை நாம்தான் எடுத்துக் கைவண்டியில் வைத்து, காஷியரின் முன்னால் நிற்கும் நீண்ட க்யூவின் கடைசியில் நிற்க வேண்டும்.

கடவுளே, சாம் போன பிறகு நியூயார்க், அமெரிக்கா – இந்த உலகமே சிதறிப் போய்விட்டது. பக்கத்திலிருந்த நல்ல மனிதர்கள் எல்லோரும் போய்விட்டார்கள். இப்போ இருப்பவர்களெல்லாம் திருடர்களும் கொள்ளைக்காரர்களும் விபசாரிகளும்தான். மூன்று தடவை பெஸ்ஸியின் பாக்கெட்புக் திருடு போய்விட்டது. போலீஸில் புகார் செய்தபோது அவர்கள் சிரிக்கிறார்கள். ஒவ்வொருமுறை தெருவைக் கடக்கும்போதும் உயிரைக் கையில் பிடித்துக்கொண்டுதான் செல்ல வேண்டியிருக்கிறது. பெஸ்ஸி ஓர் அடி எடுத்து வைத்தாள். நின்றாள். கைத்தடியை உபயோகிக்கலாமே என்று யாரோ சொல்லியிருந்தார்கள். பெஸ்ஸிக்கு அதில் விருப்பமில்லை. நான் என்ன கிழவியா நொண்டியா? சில வாரங்களுக்கொரு முறை நகத்தில் சிவப்பு பாலிஷ் பூசிக்கொள்வாள். சில சமயம், பாதத்தின் வலி குறைந்திருக்கும்போது பீரோவிலிருந்து உடைகளை எடுத்து அணிந்து கண்ணாடியின் முன் நிற்பாள்.

சூப்பர் மார்க்கெட் கதவை அவளால் திறக்கவே முடியாது. யாராவது வந்து திறப்பதுவரை அவள் காத்திருக்க வேண்டும். சூப்பர் மார்க்கெட்தான் எப்படி? ஏதோ பிசாசின் கைவேலை போலத்தான் இருக்கும். விளக்குகளின் ஒளி பளீரென முகத்தில் அடிக்கும். கைவண்டியைத் தள்ளி வருபவர் வழியில் இருப்பவர்களை மோதித் தள்ளுவதுபோல் தோன்றும். சாமான்கள் வைத்திருக்கும் ஷெல்ப்கள் அதிக உயரமாக இருந்தன. அல்லது மிகக் குட்டையாக இருந்தன. ஒலி செவியைப் பிளந்தது. வெளியே வெயில் சுட்டெரிக்கும்போது உள்ளே சில்லிட்ட குளிர். அவளுக்கு நிமோனியா வராதது அற்புதம்தான். எல்லாவற்றையும் விடப் பெரியச் சித்ரவதை எந்த சாமானைத் தேர்ந்தெடுப்பது என்பதுதான். நடுங்கும் கரங்களால் ஒவ்வொன்றாய் எடுத்து அதன் விலையைப் படித்துப் பார்ப்பாள். இளமையின் பேராசை அல்ல, முதுமையின் நிச்சயமின்மை. பெஸ்ஸியின் கணக்குப்படி இன்றைய ஷாப்பிங் முக்கால் மணி நேரத்துக்குள் முடிய வேண்டும். ஆனால், இரண்டு

மணிநேரம் ஆகியும் முடிந்த பாடில்லை. ஒருவாறு சாமான் களை எடுத்த கை வண்டியைக் காஷியர் பக்கம் தள்ளிக் கொண்டு வந்தபோது நினைவுக்கு வந்தது, ஓட்மீல் எடுக்க வில்லையே என்று. திரும்பி வந்தபோது க்யூவில் அவள் இடத்தை வேறொரு பெண் ஆக்ரமித்துக் கொண்டிருந்தாள். கடைசியாக ஒரு வழியில் பணம் கொடுக்கும்போது புதிய பிரச்சினை. பணத்தை பெஸ்ஸி தன் கைப்பையில் வலதுபக்கம் வைத் திருந்தாள். ஆனால் அது அங்கு இல்லை. நீண்ட தேடலுக்குப் பின் கிடைத்தது – பையின் இடது பக்கத்தில் சில்லறை வைத்திருக்கும் சிறிய பர்ஸுக்குள். ஆம். இந்த மாதிரி நடக்கும் என்று யார்தான் நம்புவார்கள்? யாரிடமாவது சொன்னால் அவள் பைத்தியக்கார ஆஸ்பத்திரிக்குச் செல்லத் தயாராகிக் கொண்டிருக்கிறாள் என்றுதானே நினைப்பார்கள்!

பெஸ்ஸி சூப்பர் மார்க்கெட்டில் நுழைந்தபோது வெளியே நல்ல வெயில் அடித்துக்கொண்டிருந்தது. இப்போது மாலையாகி விட்டது. மஞ்சள்நிற தங்க சூரியன் ஹட்ஸனை நோக்கி நகர்ந்து, நியூஜெர்ஸி மலையில் மறையப் போகிறது. பிராட்வே யின் கட்டடங்கள் தாங்கள் உள்வாங்கிய வெப்பத்தை வெளியேற்றிக்கொண்டிருந்தன. தரைக்குக் கீழே செல்லும் ரயில்கள் இரைந்தன. துர்நாற்றத்துடன் நெருப்புப் பிழம்புகள் எழுந்தன. பெஸ்ஸியின் உணவுப் பொருட்கள் அடங்கிய பை ஒரு கையில் தொங்கியது. பாக்கெட் புத்தகத்தை இன்னொரு கையில் கெட்டியாகப் பிடித்துக்கொண்டிருந்தாள். பிராட்வேயை இவ்வளவு மோசமாக, அசுத்தமாக அவள் பார்த்ததே இல்லை. தார், பெட்ரோல், அழுகிய பழங்கள், நாயின் மலம் எல்லாம் கலந்த நாற்றம் வீசியது. நடைபாதையில் கிழிந்த செய்தித்தாள் களுக்கும் சிகரெட் துண்டுகளுக்குமிடையே புறாக்கள் துள்ளித் தாவின. கூட்டமாகச் செல்லும் பாதசாரிகளின் கால்களில் படாமல் இவை எப்படிச் சமாளிக்கின்றன என்பதைப் புரிந்து கொள்ள முடியவில்லை. கொளுத்தும் வானிலிருந்து மஞ்சள் தூள் சிதறியது. ஒரு கடையின் முன்னால், செயற்கைப் புல்தரையில், வேர்வையில் நனைந்த சட்டையணிந்த சிலர் பப்பாளிப் பழச்சாறையும் அன்னாசிப் பழச்சாறையும் அவசர அவசரமாக வயிற்றுக்குள் ஊற்றி, குடலை எரிக்கும் தீயை அணைத்துக்கொண்டிருந்தனர். அவர்கள் தலைக்கு மேலே சிவப்பிந்தியர் முகம்போலச் செதுக்கிய தேங்காய்கள் தொங்கின. நடைபாதை அருகில் கறுப்பு வெள்ளை நிர்வாணச் சிறுவர்கள் தண்ணீர்க் குழாயை உடைத்து, பாயும் நீரை ஒருவர் மேல் ஒருவர் பீச்சியடித்தனர். இந்த வேனல் அலைக்கு நடுவே மைக் பொருந்திய ஒரு டிரக்கில் நீண்ட கம்பிகள் போன்ற மயிர்கள் அலைய ஒரு பெண் நோட்டீஸ்களை வழங்கிக் கொண்டிருந்தாள்.

ரோட்டைக் கடப்பது, லிப்டுக்காகக் காத்திருப்பது, ஐந்தாவது மாடியில் லிப்டின் கதவு மூடிக் கொள்வதற்குள் வெளியேறுவது எல்லாம் பெஸ்ஸியின் சக்திக்கு அப்பாற் பட்டதாயிருந்தது. சாமான்கள் அடங்கிய பையை வாசல் கதவருகே வைத்துவிட்டுச் சாவியை எடுத்தாள். நகம் சீராக்கும் சிறிய அரத்தால் சாவித்துவாரத்தில் அடைத்திருந்த மெழுகை அகற்றினாள். சாவியை நுழைத்துத் திருப்பினாள். ஆனால், கஷ்டம், சாவி ஒடிந்துவிட்டது. சாவியின் கைப்பிடி மட்டுமே அவள் கையில் இருந்தது. நிலைமை பெஸ்ஸிக்கு நன்கு புரிந்துவிட்டது. மற்ற போர்ஷனில் வசிப்பவர்களின் மாற்றுச் சாவிகள் கீழே மானேஜரின் அறையில் இருக்கின்றன. ஆனால், பெஸ்ஸி யாரையும் நம்புவதில்லை. சில நாட்கள் முன்தான் கதவில் புதிய பூட்டு ஒன்றைப் பொருத்தி இருந்தாள். எந்த மாஸ்டர் சாவியாலும் அதைத் திறக்க முடியாது. அதன் டூப்ளிகேட் சாவி அவள் மேஜை டிராயரில் எங்கோ இருக்கிறது. இந்த ஒன்றை மட்டுமே எப்போதும் கையில் வைத்திருந்தாள். “எல்லாம் முடிந்தது” என்றாள் உரக்க.

உதவி கோர யாருமில்லை. பக்கத்துப் போர்ஷன்காரர்கள் அனைவரும் ஜென்ம விரோதிகள். மானேஜரோ, அவள் எப்போ ஒழிவாள் என்று காத்திருக்கிறார். பெஸ்ஸியின் தொண்டை அடைத்துக்கொண்டது. அழ முடியவில்லை. சுற்றுமுற்றும் பார்த்தாள், எந்தப் பிசாசு இந்த மரண அடியைத் தந்திருக்கும் என்று. மரணத்தைப் பற்றி அவளுக்குப் பயமில்லை. எப்போதோ அதை முடிவு செய்தாய்விட்டது. ஆனால், வாசல் படியிலோ நடுரோட்டிலோ விழுந்து இறப்பதில் அவளுக்குச் சம்மதமில்லை. இந்த வேதனையை எவ்வளவு நேரம் பொறுப்பது? சிந்திக்கத் தொடங்கினாள். சாவி பொருத்தும் கடை ஏதாவது இந்த நேரத்தில் திறந்திருக்குமா? திறந்திருந் தாலும் அவன் எதைப் பார்த்து இன்னொரு சாவியைத் தயாரித்துத் தருவான்? தன் ஆயுதங்களுடன் அவன் இங்கே வரவேண்டும். இந்த விசேஷப் பூட்டைத் தயாரித்த கம்பெனியின் ஆள் ஒருவனும் உடன் இருக்க வேண்டும். அதற்குத் தன் கையில் போதுமான பணம் வேண்டும். தேவைக்கு அதிகமாகப் பணத்தை அவள் ஒருபோதும் எடுத்துச் செல்வதில்லை. சூப்பர் மார்க்கெட்டில் காஷியர் திருப்பிக் கொடுத்த சில்லறை இருபது சென்ட் மட்டுமே இருக்கிறது. “ஐயோ, அம்மா! நான் இனி வாழவே விரும்பவில்லை” என்றாள் யிட்டிஷ் மொழியில். பாதி மறந்துவிட்ட அம்மொழியில் திடீரென பேசியது அவளுக்கே வியப்பாக இருந்தது.

மிக்க தயக்கத்துடன் பெஸ்ஸி கீழே இறங்கித் தெருவுக்குச் செல்லத் தீர்மானித்தாள். ஏதாவது இரும்புக் கடையோ,

சாவிகள் சரி செய்யும் கடையோ திறந்திருக்கலாம். அண்மையில் அப்படிப்பட்ட ஒரு கடையைக் கண்டதாக அவளுக்கு நினைவு வந்தது. மற்றவர்களின் சாவிகளும் உடையாமலா இருக்கும்! ஆனால், இந்த உணவுப் பையை என்ன செய்வது? தூக்கிச் செல்வது சிரமம். மிகவும் கனமாக இருக்கிறது. வேறு வழியில்லை. வாசல் கதவருகே வைத்துவிட்டுத்தான் கீழே செல்ல வேண்டும். 'எப்படியும் திருடத்தான் போகிறார்கள்' என்று தனக்குள்ளே சொல்லிக்கொண்டாள் பெஸ்ஸி. ஒருவேளை பக்கத்துப் போர்ஷன்காரர்களே பூட்டைச் சேதமாக்கியிருக்கலாம் – தாங்கள் உள்ளே சென்று திருடவோ பொருட்களைச் சீர்குலைக்கவோ செய்வதுவரை அவள் உள்ளே வரமுடியாமல் இருப்பதற்காக.

கீழே செல்வதற்கு முன் கதவில் காதை நெருக்கி வைத்து உற்றுக் கேட்டாள். ஏதோ, என்னவென்று தெரியாத தொடர்பற்ற முணு முணுப்பைத் தவிர வேறெதுவுமே கேட்கவில்லை. ஒரு கடிகாரத்தைப் போல டிக் டிக் என்றது. பிறகு ப்ஸ்ஸ்ஸென்றது. முனகியது, சுவருக்குள்ளோ குழாயிலோ அகப்பட்டுக்கொண்ட ஏதோ ஒன்றின் குரல் போல. மனதுக்குள்ளே உணவுப் பொட்டலங்களுக்கு விடை கொடுத்தாள். பிரிட்ஜில் இருக்க வேண்டியவை இப்படிச் சூட்டில் காய்கிறது. வெண்ணெய் உருகிவிடும். பால் புளித்து விடும். "எனக்கு தண்டனை இது. நான் சபிக்கப்பட்டவள்" என்று முணுமுணுத்தாள். பக்கத்துப் போர்ஷன்காரர் கீழே செல்வதற்காக லிஃப்டில் ஏறினார். பெஸ்ஸி தனக்காகக் கதவைத் திறந்து வைத்திருக்கச் சாடை செய்தாள். ஒருவேளை அவனும் திருடர்களில் ஒருவனாயிருக்கலாம். அவளைப் பிடித்து வைத்துக்கொள்ளலாம். லிப்ட் கீழே இறங்கியதும் அவர் கதவைத் திறந்துவிட்டார். அவருக்கு நன்றி சொல்ல நினைத்தவள் மௌனமாகவே இருந்துவிட்டாள். விரோதிகளுக்கு நன்றி என்ன வேண்டிக் கிடக்கிறது? இதெல்லாம் ஆளை ஏமாற்றும் தந்திரங்கள்.

பெஸ்ஸி தெருவுக்கு வந்தபோது இருட்டிவிட்டது. சாக்கடையில் நீர் நிரம்பியிருந்தது. கறுப்பு நீரில் தெரு விளக்குகள் பிரதிபலித்தன. பக்கத்தில் எங்கோ சைரன் ஒலியும் கேட்டது. அவள் செருப்புகள் நனைந்திருந்தன. பிராட்வேக்கு வந்தபோது வெப்பம் அவளை நெருப்புத் தகடுபோல் அறைந்தது. பகலிலேயே அவளுக்குப் பார்வை குறைவு. இப்போது அவள் முழுக் குருடாகவே ஆகிவிட்டாள். கடைகளில் வெளிச்சம் இருந்தது. ஆனால், அவை என்ன கடை என்று அவளால் அறிய முடியவில்லை. நடந்து செல்பவர்கள் அவள் மேல் மோதினர். தன்னிடம் கைத்தடி இல்லையே என்று பெஸ்ஸி கவலைப் பட்டாள். எனினும் ஜன்னல்களை ஒட்டியே நடந்தாள். ஒரு

மருந்துக்கடை, ஒரு பேக்கரி, தரை விரிப்புக்கடை, சவப்பெட்டி தயாரிக்கும் இடம் ஆகியவற்றைக் கடந்து சென்றாள். இரும்புக் கடை எதுவும் கண்ணில் படவில்லை. பெஸ்ஸி தொடர்ந்து நடந்தாள். அவள் வலிமை குறைந்து கொண்டிருந்தாலும் தன் முயற்சியைக் கைவிடத் துணியவில்லை. சாவி ஒடிந்து விட்டால் ஒருத்தி என்ன, செத்தா போய்விடுவாள்? போலீஸிடம் புகார் செய்யலாம். இந்த மாதிரி கேஸ்களை கவனிக்கும் சில அமைப்புகள் கூட இருக்கலாம். ஆனால், எங்கே?

ஏதோ ஒரு விபத்து போலிருக்கிறது. நடைபாதையில் ஆட்கள் கூட்டமாக நிற்கிறார்கள். போலீஸும் ஆம்புலன்ஸும் ரோட்டின் குறுக்கே நிற்கின்றன. தரையில் ரப்பர் குழாய் மூலம் தண்ணீர் பீச்சுகிறார்கள். இரத்தத்தைக் கழுவி விடுகிறார் களா? பார்வையாளர்களின் கண்கள் ஒரு கொடூர திருப்தியில் ஒளிர்ந்ததாகப் பெஸ்ஸிக்குத் தோன்றியது. அடுத்தவர்களின் துரதிருஷ்டத்தில் அவர்கள் மகிழ்ச்சி கொள்கிறார்கள். இந்தப் பாழாய்ப்போன நகரத்தில் அவர்கள் பார்த்து ரசித்து மகிழ வேறு என்னதான் இருக்கிறது? இல்லை. எனக்கு உதவி செய்பவர்களாக யாரையும் இங்கே பார்க்க முடியாது.

ஒரு தேவாலயத்தை அடைந்தாள் அவள். சில படிகள் ஏறி வாசலுக்குச் சென்றதும் அது அடைத்திருந்தது. இருளில் மூழ்கியிருந்தது. பெஸ்ஸிக்கு உட்காரவே முடியவில்லை. முழங்கால்கள் செயலற்றிருந்தன. செருப்பு பெருவிரலையும் குதிகாலையும் அழுத்தியது. உள்ளே அணிந்திருந்த ஆடையின் பிளாஸ்டிக் கம்பி ஒடிந்து சதையைக் குத்தியது. 'கெட்ட சக்திகள் எல்லாம் ஒன்று சேர்ந்து என்னைப் படுத்துகின்றன.' பசியும் வாந்தியும் வயிற்றைப் பிசைந்தன. புளித்த ஏதோவொன்று கிளம்பி வாய் வரை வந்தது. 'பரமபதத்திலிருக்கும் பிதாவே, இதுவே எனது முடிவு.' அவளுக்கு ஒரு யிட்டிஷ் பழமொழி நினைவுக்கு வந்தது. 'நம்பிக்கை இல்லாமல் வாழ்பவன் பாவமன்னிப்பு இல்லாமல் மரிக்கிறான்...' அவள் ஓர் உயில்கூட எழுதி வைக்கவில்லை.

அவள் தூங்கிப் போயிருக்க வேண்டும். கண்களை விழித்த போது பின்னிரவின் குளிர் வாட்டியது. தெரு வெறுமையாக இருண்டிருந்தது. கடை ஜன்னல்களில் வெளிச்சம் இல்லை. உடைகளின் உள்ளே குளிரை உணர்ந்தாள் பெஸ்ஸி. பாக்கெட் புத்தகம் திருடு போய்விட்டதோ என்று ஒரு வினாடி பதறினாள். இல்லை; அது கீழே ஒரு படி தவறி விழுந்து கிடந்தது. நழுவி விழுந்திருக்கும். அதை எடுக்க பெஸ்ஸி கையை நீட்டினாள். கை மரத்திருந்தது. சுவரில் சாய்ந்திருந்த அவள் தலை கல்லைப்போலக் கனத்தது. கால்களும் மரத்திருந்தன. காதுகள் நிறைய நீர் நிரம்பி இருப்பதாகத் தோன்றியது. ஒரு கண்

இமையை லேசாகத் திறந்து அம்புலியைப் பார்த்தாள். அது மிகத் தாழ்ந்து சம நிரப்பான ஒரு வீட்டின் மாடியருகே இருந்தது. அதன் அருகே பச்சை நட்சத்திரங்கள் இருக்கின்றன என்பதையே அவள் ஏறக்குறைய மறந்துவிட்டிருந்தாள். நிறைய வருடங்கள் சென்றுவிட்டிருந்தன. நல்லது. ஆலயம் என்று ஒன்றிருந்தால் கடவுள் என்று ஒருவரும் இருக்கத்தானே வேண்டும். அத்துடன் தேவதைகள், சுவர்க்கம் . . . அவளுடைய பெற்றோரின் ஆத்மாக்கள் அங்கன்றி வேறு எங்கு இளைப் பாறுகின்றன? சாம் இப்போது எங்கே இருக்கிறான்? அவள் – பெஸ்ஸி – தன் கடமைகள் எல்லாவற்றையும் கைவிட்டு விட்டாள். ஸெமட்டரியில் சாமின் கல்லறைக்கு அவள் சென்றதேயில்லை. அவனுடைய மரண ஆண்டு தினத்தின் போது கூட அவள் கல்லறையில் மெழுகுவர்த்தி ஏற்றவில்லை. சிறிய சக்திகளோடு போராடுவதிலேயே மூழ்கிப்போய், உன்னத சக்திகளை மறந்தே போய்விட்டாள். பல ஆண்டுகளுக்குப் பின் முதன்முறையாகப் பிரார்த்தனை செய்வதன் தேவையை உணர்ந்தாள். எல்லாம் வல்லவன் அவளிடம் இரக்கம் காட்டுவான் – அவள் அதற்குத் தகுதியற்றவள் என்றாலும்கூட. மேல் உலகில் அப்பாவும் அம்மாவும் அவர்களை இணைத்து வைப்பார்கள். சில ஹீப்ரு வார்த்தைகள் அவள் நாக்கு நுனியில் தொங்கின. ஆனால், அவளுக்கு அவற்றை நினைவுபடுத்திக் கொள்ள முடியவில்லை. பின்னர் நினைவுக்கு வந்தது. “ஓ! இஸ்ரேலியரே கேளுங்கள் . . .” அப்புறம்? “கடவுளே என்னை மன்னித்து விடுங்கள்” என்றாள் பெஸ்ஸி. “எல்லாம் எனக்கு வேண்டியதுதான்.”

அமைதியும் குளிரும் அதிகரித்தன. டிராஃபிக் விளக்குகள் சிவப்பிலிருந்து பச்சைக்கு மாறின. ஆனால், எப்போதாவது தான் ஒரு கார் கடந்து சென்றது. எங்கிருந்தோ ஒரு நீக்ரோ தோன்றினான். தடுமாறினான். பெஸ்ஸிக்குச் சற்றுத் தொலைவில் நின்றான். அவளை நோக்கிக் கண்களைத் திருப்பினான். நடந்து சென்றுவிட்டான். தனது பையில் முக்கியமான பல பத்திரங்கள் இருப்பது பெஸ்ஸிக்குத் தெரியும். ஆனால், முதன்முறையாக அவள் தனது பொருட்களைப் பற்றிக் கவலைப்படவில்லை. சாம் ஒரு பெரிய அதிர்ஷ்டத்தையே விட்டுச் சென்றிருந்தான். அது எல்லாமே பாழாய்ப்போயிற்று. தனது முதுமைப் பருவத்திற்காக அவள் தொடர்ந்து சேமிக்கத் தொடங்கினாள், ஏதோ அவள் இன்னும் இளமையாயிருப்பது போல. ‘எனக்கு வயது என்ன?’ பெஸ்ஸி தனக்குத்தானே கேட்டுக்கொண்டாள். ‘இத்தனை ஆண்டுகள் நான் என்ன சாதித்திருக்கிறேன்? வேறு எங்காவது போய், பணத்தை மகிழ்ச்சியாய்ச் செலவழித்து, பிறருக்கு உதவினால் என்ன?’ அவள் உள்ளே ஏதோ சிரித்தது.

'என்னை ஏதோ பிடித்திருக்கிறது. நான் நானாகவே இல்லை. எப்படி அதை விளக்குவது?' பெஸ்ஸி திகைத்தாள். ஒரு நீண்ட உறக்கத்திலிருந்து விழித்தது போல் உணர்ந்தாள். சாம் இறந்த போது அடைக்கப்பட்ட அவளது மூளையின் ஒரு கதவை அந்த ஒடிந்த சாவி திறந்துவிட்டது.

சந்திரன் மாடியின் மறுபக்கம் சென்றுவிட்டது. வழக்கத் திற்கு மாறாக மிகப் பெரியதாக, சிவப்பாக உருமாறியிருந்தது. குளிர் அதிகரித்திருக்கிறது. பெஸ்ஸி நடுங்கினாள். சீக்கிரம் நிமோனியா வந்துவிடும் என்று நினைத்தாள். ஆனால், மரணத்தைப் பற்றிய பயம் இப்போது விலகிவிட்டது – வீடற்றவள் என்ற பயத்துடன்.

ஹட்சன் நதியிலிருந்து புதிய மென்காற்று மெதுவாக நடந்து வந்தது. வானில் புதிய நட்சத்திரங்கள் தோன்றின. தெருவின் எதிர்ப்பக்கத்திலிருந்து ஒரு கறுப்புப் பூனை அவளை நோக்கி வந்தது. சற்று நேரம் நடைபாதை விளிம்பில் நின்றது. அதன் பச்சைக் கண்கள் அவளை நேரே நோக்கின. பின், சற்று ஜாக்கிரதையுடன் மெதுவாக அவள் அருகே வந்தது. பல ஆண்டுகளாக பெஸ்ஸி எல்லாப் பிராணிகளையும் – நாய்கள், பூனைகள், புறாக்கள், சிட்டுக்குருவிகள் – வெறுத்து வந்தாள். அவை நோயைப் பரப்புபவை. எல்லாவற்றையும் அசுத்தப்படுத்துகின்றன. ஒவ்வொரு பூனைக்குள்ளும் ஒரு பிசாசு இருப்பதாகப் பெஸ்ஸி நம்பினாள். ஒரு பூனையை – குறிப்பாகக் கறுப்புப் பூனையை – சந்தித்துவிடுவோமோ என்று அவள் பயந்துகொண்டிருந்தாள். அது கெட்ட சகுனம். ஆனால், இன்று பெஸ்ஸி அந்தப் பிராணியிடம் இரக்கப் பட்டாள். அதற்கு வீடில்லை, சொத்தில்லை, கதவு இல்லை, சாவி இல்லை. கடவுளின் பரந்த உலகில் வசிக்கிறது. பெஸ்ஸியை அணுகுமுன் பூனை அவள் பையை முகர்ந்து பார்த்தது. பின் அவள் காலில் தன் உடம்பை உரசி வாலை உயர்த்தி 'மியாவ்' என்றது. பாவம், அதற்குப் பசி. அதற்கு நான் ஏதாவது கொடுக்க வேண்டுமே. எப்படி இது மாதிரி ஒரு பிராணியை வெறுக்க முடியும் என்று பெஸ்ஸி அதிசயப்பட்டாள். "ஐயோ! அம்மா, எனக்கு ஏதோ நேர்ந்துவிட்டது. பேய் பிடித்துவிட்டதா? நான் ஒரு புதிய வாழ்க்கையைத் தொடங்கப் போகிறேன்." ஒரு பயங்கர எண்ணம் அவள் மனதில் பாய்ந்தோடியது – இன்னொரு திருமணம்?

இரவில் நிறைய அற்புதங்கள் நிகழ்ந்தன. வெள்ளைப் பட்டுப்பூச்சி ஒன்று பறப்பதைப் பெஸ்ஸி பார்த்தாள். பார்க் செய்திருந்த ஒரு காரைச் சுற்றி அது தாழ்வாகச் சென்றது. பின் உயரே பறந்து சென்றுவிட்டது. அது புதிதாய்ப் பிறந்த ஒரு குழந்தையின் ஆத்மா என்பது பெஸ்ஸிக்குத் தெரியும்.

ஏனெனில், நிஜப் பட்டுப்பூச்சிகள் இருட்டிய பின் பறக்காது. மீண்டும் ஒரு முறை விழித்தபோது, பந்து போன்ற தீ – சோப்புக் குமிழியை ஒற்றி வைத்ததுபோல் – ஒரு கூரையிலிருந்து கிளம்பி அடுத்தக் கூரைக்குச் சென்று அதன் பின்பக்கம் மறைந்தது. அப்போதுதான் இறந்த ஒரு மனிதரின் ஆத்மா அது என்பதை அவள் உணர்ந்து கொண்டாள்.

பெஸ்ஸி ஆழ்ந்து தூங்கிவிட்டாள். திடுக்கிட்டு விழித்த போது பொழுது விடிந்திருந்தது. சென்ட்ரல் பார்க் பகுதி யிலிருந்து சூரியன் உதித்தான். இங்கிருந்தபடி பெஸ்ஸியால் அதைப் பார்க்க முடியவில்லை. ஆனால், பிராட்வேயில் வானம் சிவந்திருந்தது. இடதுபுறக் கட்டடங்களில் ஒளிக் கிரணங்கள் சிதறின. கப்பலின் கீழ்த்தள ஜன்னல் துவாரங் களைப் போல் மின்னின. ஒரு புறா பறந்து வந்து அருகில் அமர்ந்தது. தன் சிவப்புக் கால்களால் குதித்தபடி சிதறிக்கிடந்த ரொட்டித் துணுக்குகளைக் கொத்திப் பொறுக்கியது. பெஸ்ஸிக்குத் திகைப்பாயிருந்தது. இந்தப் பறவைகள் எப்படி உயிர் வாழ்கின்றன? இரவில் எங்கே உறங்குகின்றன? மழையை யும் குளிரையும் பனியையும் எப்படித் தாங்கிக் கொள்கின்றன? நான் வீட்டுக்குப் போகிறேன் – பெஸ்ஸி தீர்மானித்தாள். மக்கள் என்னைத் தெருவில் விட்டுவிடமாட்டார்கள்.

எழுந்திருப்பது ஒரு சித்ரவதை. உடம்பு அவள் இருந்த இடத்தில் பசை போட்டு ஒட்டிவிட்டது போலிருந்தது. முதுகு வலித்தது. கால்கள் கெஞ்சின. அதைப் பொருட்படுத் தாமல் அவள் வீட்டை நோக்கி மெதுவாக நடக்க ஆரம்பித்தாள். அதிகாலையின் குளிர்காற்றைப் பலமாக உள்ளுக்கிழுத்தாள். புல்லும் காப்பியும் கலந்த மணமாய் இருந்தது. அவள் இப்போது தனிமையில் இல்லை. பக்கத்து வீதிகளிலிருந்து ஆண்களும் பெண்களும் வெளிப்பட்டனர். வேலைக்குச் செல்பவர்கள் அவர்கள். பத்திரிகைகளை வாங்கிக்கொண்டு ரயிலைப் பிடிக்கச் செல்கின்றனர். அவர்களும் இரவு முழுதும் நடந்த ஆத்ம சோதனைக்குப் பின் சுத்தப்படுத்தப்பட்ட மனதுடன் செல்வது போல எதுவும் பேசாமல் அற்புதமான அமைதியுடன் விளங்கினர். இப்போதே வேலைக்குச் செல்வதானால் அவர்கள் எப்போது விழித்து எழுந்திருப்பார்கள்? பெஸ்ஸி ஆச்சரியப்பட்டாள். இல்லை, இந்தப் பக்கத்து ஆட்கள் யாரும் கொள்ளைக்காரர்களோ கொலையாளிகளோ அல்ல. ஓர் இளைஞன் தன் தலையைத் தாழ்த்தி பெஸ்ஸிக்கு குட்மார்னிங் சொன்னான். அவள் அவனைப் பார்த்துப் புன்னகைக்க முயன்றாள். இளமையில் நன்கறிந்திருந்த அந்தப் பெண்மையின் ஜாடையை அவள் மறந்துவிட்டதாகவே தோன்றியது; அவள் அம்மா அவளுக்குக் கற்றுக் கொடுத்த முதல் பாடம் அதுதான்.

வீட்டை அடைந்தாள். வெளியே அவள் ஜென்ம விரோதி மானேஜர் நிற்கிறார். குப்பை அள்ளுபவர்களுடன் பேசிக் கொண்டிருக்கிறார். ராட்சச உருவம். சிறிய மூக்கு. நீண்ட மேலுதடு. உள் குழிந்த கன்னங்கள். கூர்மையான தாடை. தலையின் சிறு வழுக்கையை மஞ்சள் மயிர் மறைந்திருந்தது. பெஸ்ஸியைப் பார்த்ததும் திடுக்கிட்டார். "பாட்டி, என்ன விஷயம்?"

குழறிய வார்த்தைகளில் நடந்தவற்றைப் பெஸ்ஸி கூறினாள். இரவு முழுதும் கையிலேயே வைத்திருந்த சாவியின் முறிந்த பகுதியைக் காட்டினாள்.

"அடக் கடவுளே!" என்று அழைத்தார் அவர்.

"நான் என்ன செய்ய?" என்று கேட்டாள் பெஸ்ஸி.

"உங்கள் கதவை நான் திறந்து தருகிறேன்."

"உங்களிடம் டூப்ளிகேட் சாவி இல்லையே."

"தீ விபத்துச் சமயங்களில் நாங்கள் எல்லாக் கதவுகளையும் திறக்க வேண்டியிருக்குமே."

அவர் தம் அறைக்குச் சென்று சிறிது நேரத்தில் சில ஆயுதங்கள் மற்றும் ஒரு பெரிய வளையத்தில் கோர்த்த சாவிகளுடன் வந்தார். லிஃப்ட்டில் பெஸ்ஸியுடன் மேலே சென்றார். வாசல் கதவருகே அவளுடைய உணவுப் பை இருந்தது. சற்று இளைத்திருந்தது. பூட்டைத் திறக்க முயன்றார் அவர். "இந்தக் கார்டுகள் எல்லாம் என்ன?" என்று கேட்டார்.

பெஸ்ஸி பதில் சொல்லவில்லை.

"என்ன நடந்தது என்று என்னிடம் வந்து ஏன் சொல்லவில்லை? இரவு பூராவும் அலைந்து கொண்டிருந்தாயே – கடவுளே!" ஆயுதங்களை நுழைத்துப் பூட்டைத் திறக்க முயன்று கொண்டிருக்கும்போது பக்கத்துப் போர்ஷன் கதவு திறந்தது. இரவு உடையுடன் காலில் ஸ்லிப்பர் அணிந்த ஒரு பெண் வெளியே வந்தாள். தலைமுடியை பிளீச் செய்து கர்ல் செய்திருந்தாள்.

"என்ன ஆயிற்று உங்களுக்கு? நான் கதவைத் திறந்து பார்த்த போதெல்லாம் இந்தப் பை அங்கேயே இருந்தது. வெண்ணெயையும் பாலையும் எடுத்து பிரிட்ஜில் வைத்திருக்கிறேன்."

பெஸ்ஸிக்குக் கண்ணீரை அடக்க முடியவில்லை. 'ஓ! எவ்வளவு நல்லவர்கள்' என்று நினைத்தாள். "தெரியாமல் . . ."

மானேஜர் பெஸ்ஸியின் சாவின் மறுபாதியை வெளியே எடுத்தார். சற்று அதிகநேரம் சிரமப்பட வேண்டியிருந்தது. ஒரு சாவியை நுழைத்துத் திருப்பியதும் கதவு திறந்தது.

கார்டுகள் கீழே விழுந்தன. பெஸ்ஸியுடன் உள்ளே நுழைந்தார். நீண்ட நாட்களாக உபயோகப்படுத்தாத அறையின் புழுங்கிய வாடையை உணர்ந்தாள் அவள்.

"அடுத்த முறை இது மாதிரி நேர்ந்தால் நேரே என்னிடம் வந்து சொல்லுங்கள். இதற்காகத்தானே நான் இருக்கிறேன்" என்றார் மானேஜர்.

அவருக்கு ஒரு டிப் கொடுக்க விரும்பினாள் பெஸ்ஸி. ஆனால், பையைத் திறக்க முடியாத அளவு கை பலமிழந் திருந்தது. பக்கத்துப் போர்ஷன் பெண் பாலையும் வெண்ணெயை யும் கொண்டு வந்தாள். பெஸ்ஸி படுக்கையறைக்குள் சென்று கட்டிலில் சாய்ந்தாள். நெஞ்சில் ஏதோ அழுத்தியது. வாந்தி எடுக்க வருவது போல் உணர்ந்தாள். காலிலிருந்து மார்புவரை ஏதோ துடிப்பது போலிருந்தது. கலவரப்படாமல் உடம்பின் விசித்திர செயல்களை வியப்புடன் கவனித்தாள். மானேஜரும் அந்தப் பெண்ணும் பேசிக்கொண்டிருப்பது கேட்டது. என்ன பேசுகிறார்கள் என்று புரியவில்லை. முப்பது வருஷங்களுக்கு முன் இதே மாதிரி ஒரு நிலை அவளுக்கு ஏற்பட்டது. அப்போது ஓர் ஆபரேஷனுக்காக அவளுக்கு அனஸ்தேஸியா கொடுத் திருந்தார்கள். டாக்டரும் நர்ஸும் பேசிக்கொண்டிருந்தார்கள். குரல்கள் வெகு தொலைவில் இருந்து புரியாத மொழியில் வந்துகொண்டிருந்தன.

அப்புறம் அமைதி. சாம் தோன்றினான். அது இரவா பகலா – ஒரு மெல்லிய வைகறை ஒளி. கனவில், சாம் இறந்துவிட்டதை உணர்ந்திருந்தும் ஏதோ ஒரு மாய வழியில் அவன் கல்லறையில் இருந்து எழுந்து அவளைப் பார்க்க வந்திருக்கிறான். இளைத்தும் திகைத்தும் காட்சி அளிக்கிறான். பேச முடியவில்லை. இருவரும் வானம் இல்லாத பூமி இல்லாத ஒரு வெளியில் பெயர் தெரியாத ஓர் அமைப்பின் இடிபாட்டின் கூளங்கள் நிறைந்த சுரங்கத்தில் அலைந்து திரிந்தனர்.

இருண்ட, வளைந்து சென்ற, ஓரளவு பழக்கமான காரிடார் வழி நடந்தனர். இரண்டு மலைகள் சந்திக்கும் ஒரு பகுதிக்கு வந்தடைந்தனர். இடைவழியில் சூரியனின் உதயத்தையும் மறைவையும் கண்டனர். சற்றுத் தயங்கி, ஓரளவு வெட்கத்துடன் நின்றனர். காட்ஸ்கில் நகரில் எல்லன்வில் ஹோட்டலில் தங்கள் தேனிலவு இரவில் ஹோட்டல் மானேஜர் அவர்களை அலங்கரித்த அறைக்கு அழைத்துச் சென்றது போலிருந்தது. அப்போது அவர் சொன்ன அதே வார்த்தைகளை இப்போதும் கேட்டாள் – அதே குரலில் அதே அழுத்தத்துடன்: "உங்களுக்கு இங்கே சாவி தேவையில்லை. உள்ளே செல்லுங்கள். குட் நைட்."

சாவி

பாதி தோலுரித்த காட்டுமாடு

அன்னி ஃப்ரூல்க்ஸ்

ஒரு முரட்டு இளைஞனாக, கம்பளி சூட்டுடன் செயினியில் ரயிலேறியது முதல் இன்று நோயுற்ற முதியவராக நொண்டி நடப்பது வரையான சுற்றிச் சுழன்ற நீண்ட வாழ்க்கையைத் திறந்து பார்க்கும்போது மெரோவுக்குத் தான் பிறந்த பண்ணை என்று சொல்லப்பட்ட இடத்தின் நினைவு வந்தது. பிக் ஹார்ன் நகரின் தென்பகுதியில் விசித்திரமான பூமியில் ஒரு சிறு பண்ணை அது. 1936இல் அங்கிருந்து கிளம்பி, யுத்தத்தில் சேர்ந்து, திரும்பி, திருமணம் செய்து, மீண்டும் திருமணம் செய்து, (மீண்டும்), பாய்லர்களையும் காற்றுப் போக்கிகளையும் சுத்தம் செய்து, சிறிய அளவில் முதலீடு செய்து, ஓய்வுபெற்று, உள்ளூர் அரசியலில் புகுந்து, ஊழல் புகார் ஏதுமின்றி வெளிவந்து, பணத்தை இழந்து நாசமாய்ப்போன (அப்படியே ஆவார்கள் என்று தெரியும்) கிழவரையும் ரோலோவையும் பார்க்க விரும்பாமல்...

அதை ஒரு பண்ணை என்றுதான் அழைத்தார்கள். அப்படித்தான் ஒரு காலத்தில் இருந்தது. ஆனால், கிழவர் இந்த முரட்டுப் பிரதேசத்தில் பசுக்களை வளர்க்க முடியாது என்றார். குன்றுகளிலிருந்து அவை விழக்கூடும்; பள்ளங்களில் விழலாம். சுற்றித் திரியும் சிங்கங்களுக்கு இரையாகலாம். இங்கே புல் முளைக்காது. இதழற்ற பூக்களும் முட்செடிகளுமே இங்கே வளரும். காற்று வீசி மணல் பறந்து காரின் முன்கண்ணாடி பாதி மங்கலாகிவிடும். கிழவர் தபால்காரனாக வேலை பார்க்க முயன்றார். அது ஒரு மோசமான முடிவு.

தபால்களை எல்லாம் தாறுமாறாக அடுத்தவர் பெட்டிகளில் போட்டு, திரும்பத் துழாவி எடுக்க முடியாமல் அசடு வழிய நேர்ந்தது.

மெரோவும் ரோலோவும் பண்ணை வேலைக்கு மாற்றாகத் தான் தபால் வேலையைக் கருதினர். கடைசியில் பண்ணை வேலைதான் தலையில் விழுந்தது. மாடுகளின் எண்ணிக்கை எண்பத்திரண்டாகக் குறைந்துவிட்டது. ஒரு பசுவின் விலை பதினைந்து டாலருக்கு மேல் போகவில்லை. ஆயினும், அவர்கள் வேலிகளைப் பழுது பார்க்கவும், காதுகளில் அடையாளமிடவும், மாட்டுத் தோல்களை உலர வைக்கவும், சேற்றுப் பள்ளங்களிலிருந்து பசுக்களை மீட்கவும், சிங்கங்களை வேட்டை யாடவும் செய்தனர். இன்றோ நாளையோ கிழவர் டென் ஸ்லிப்புக்கு மனைவியுடன் மது பாட்டிலையும் எடுத்துக் கொண்டு சென்று விடுவார் என்று நம்பினர். அவர்களும், ஜேக்கப் கார்னால் ஏமாற்றப்பட்ட அவர்களின் பாட்டி ஆலிவ் செய்ததுபோல், அந்த நிலத்தை இழுத்துப் பிடித்தனர். ஆனால், அது நீடிக்கவில்லை. அறுபது வருடங்களுக்குப் பின் மெரோ எண்பது வயதுக்காரராக, சைவ உணவுக்காரராக, மனைவியை இழந்தவராக மாசச்சுவட்ஸில் உப்புட்டில் ஒரு பாரம்பரிய மாளிகையில் உடற்பயிற்சி சைக்கிளை வேகமாக இயக்கியபடி இருந்தார்.

பனி படர்ந்த ஒரு காலையில் டெலிபோன் ஒலித்தது. அணில் கீச்சிடுவது போன்ற குரலில் ஒரு பெண் பேசினாள். தன் பெயர் லூயி என்றாள். டிக்கின் மனைவி என்றாள். மெரோவை வியோமிங்குக்கு வரும்படி அழைத்தாள். அவருக்கு அவள் யாரென்றோ, டிக் யாரென்றோ புரியவில்லை. பின்னர் அவள், உங்கள் தம்பி ரோலோவின் மகன் டிக் கார்ன் என்றும், ரோலோ ஓர் எமு பறவையால் கொல்லப்பட்டார் என்றும், இல்லாவிட்டாலும் முற்றிய நிலையில் புரோஸ்டேட் கான்ஸரால் அவதிப்பட்டுக்கொண்டுதான் இருந்தார் என்றும் தெரிவித்தாள். ஆமாம், நிஜமாகத்தான் ரோலோவுக்குப் பண்ணையில் பங்கு உண்டு. பாதி பங்கு. நானும் டிக்கும் கடந்த பத்து ஆண்டுகளாகப் பண்ணையைச் சீராகத்தான் பராமரித்து வருகிறோம்.

எமு கொத்தியா? நான் கேட்டது சரிதானா?

ஆமாம் என்றாள் அவள். உங்களுக்குத் தெரிந்திருக்காது. வியோமிங் டவுன் அண்டர் பற்றிக் கேள்விப்பட்டிருக்கிறீர்களா?

அவர் கேள்விப்பட்டதில்லை. என்ன பெயர் அது, டிக்? பூச்சி மாதிரி. இந்த டிக் பண்ணை முழுவதையும் எடுத்துக்

கொண்டு செழித்துவிடலாம் என்று நினைத்திருக்கலாம். அது என்ன எமு தாக்கியது? அங்குள்ள பறவைகளுக்கெல்லாம் பைத்தியம் பிடித்துவிட்டதா?

அவள் கூறினாள். அந்தப் பண்ணையின் பெயர் வியோமிங் டவுன் அண்டர். ரொம்ப நாள் முந்தி ரோலோ அதை ஒரு பெண் சாரண அமைப்புக்கு விற்றுவிட்டார். ஆனால், அதில் ஒரு பெண்ணைச் சிங்கம் இழுத்துக்கொண்டு போகவே, சாரணர் சங்கம் பண்ணையைப் பக்கத்தில் உள்ள பானர் பண்ணைக்கு விற்றுவிட்டது. பானர் பண்ணையில் சில வருடங்கள் மாடுகள் வளர்க்கப்பட்டன. பின் அது ஒரு பணக்கார ஆஸ்திரேலிய வியாபாரியிடம் தள்ளிவிடப்பட்டது. அந்த வியாபாரிதான் வியோமிங் டவுன் அண்டரைத் தொடங்கினார். ஆனால், அவருக்கு அதை மிக நீண்ட தொலைவிலிருந்து பாரமரிப்பது சிரமமாக இருந்தது. அத்துடன் அவர் அமர்த்தியிருந்த மானேஜர் – ஐடஹோவில் வட்டிக் கடையும் எருதுச் சண்டைக் களமும் வைத்திருந்தான் – தில்லுமுல்லு செய்யவே, அவர் ரோலோவைப் பார்த்து அவர் இந்தப் பண்ணையை எடுத்து நடத்துவதாயிருந்தால் லாபத்தில் பாதியைத் தனக்குத் தந்தால் போதும் என்று சொல்லிவிட்டார். இது நடந்தது 1978இல். பண்ணை செழிப்படைந்தது. ஆனால், இப்போது அதில் யாருமில்லை என்றாள் அவள். மழைக் காலத்தில் டூரிஸ்ட்கள் யார் வருவார்கள்? பாவம் ரோலோ, அங்கிருந்த எமு பறவைகளைப் பிடித்து அடுத்தக் கட்டடத்திற்கு மாற்ற டிக்குக்கு உதவிக்கொண்டிருக்கும்போது, ஒரு எமு வேகத்துடன் திரும்பி ரேஸர் போன்ற கால் நகங்களுடன் ரோலோவின் நேரே பாய்ந்தது. எமுவின் கால் நகங்கள் மிக மோசமானவை.

எனக்குத் தெரியும் என்றார் அவர். டெலிவிஷனில் இயற்கை நிகழ்ச்சிகள் நிறையப் பார்த்திருக்கிறேன்.

நாட்டின் மறுமுனையில் இருந்து பேசுவதுபோல் அவள் கத்தினாள். டிக் உங்கள் டெலிபோன் நம்பரை கம்ப்யூட்டரி லிருந்து கண்டுபிடித்தான். உங்களோடு தொடர்பு கொள்வதாக ரோலோ எப்போதும் சொல்லிக்கொண்டிருப்பார். எல்லாம் எப்படி நடக்கிறது என்று உங்களிடம் காண்பிக்க வேண்டும் என்று நினைத்திருந்தார். அதை ஒரு கழியால் அடித்து விரட்டத் தான் முயன்றார். ஆனால் அது அவருடைய வயிற்றைக் கிழித்து உதறிவிட்டது.

இருக்கலாம். என்னிடம் சொல்ல வேண்டியது இன்னும் நிறைய இருக்கிறது என்று நினைத்தார். அடக்கத்துக்கு வந்து விடுகிறேன் என்று கூறினார். விமானத்தில் பயணம் செய்து வரவோ, எனக்காக ஏர்போர்ட்டில் காத்திருக்கவோ தேவை

யில்லை என்றார். இப்போதெல்லாம் விமானத்தில் பறப்பதில்லை. சில வருடங்களுக்கு முன் புயலில் சிக்கிக்கொண்டேன். என் விமானம் கீழே வந்தபோது அது ரொட்டி சுடும் அகப்பை போலாகிவிட்டது. காரிலேயே வருகிறேன். ரொம்ப தூரம் தான். தெரியும். என்னிடம் நல்ல கார் இருக்கிறது. காடிலாக். எப்போதும் காடிலாக்கில்தான் சவாரி. அருமையான கிஸ்லேவ்ட் டயர்கள். நல்ல நெடுஞ்சாலைகள். காரோட்டுவதில் நான் கில்லாடி – இதுவரை ஒரு விபத்து ஏற்படவில்லை (இனியும் வரக்கூடாது). நான்கு நாட்கள். சனிக்கிழமை மாலை அங்கிருப்பேன். அவள் குரலில் ஒலித்த வியப்பை அவர் கேட்டார். தன் வயதை ஊகிக்கிறாள் என்று தெரிந்தது. எண்பத்து மூன்று என்று கணக்கிடுகிறாளோ – ஒன்றிரண்டு வயது ரோலோவைவிட அதிகம். ஒரு கைத்தடியுடன் மீதி நாட்களை ஓட்டியபடி நடமாடிக் கொண்டிருப்பதாகவும் கற்பனை செய்திருக்கலாம் – தனது தலைமயிரைத் தொட்டும் பார்த்துக்கொண்டிருக்கலாம். அவர் தம் பலமிக்க கையை நீட்டினார். முழங்கால்களை வளைத்தார். ஒரு எமுவை எதிர் கொள்ள முடியும் என்று எண்ணினார். தன் சகோதரன் வியோமிங்கில் ஒரு சிவப்பு மண் குழியில் இறக்கப்படுவதைப் பார்க்கப் போவது பற்றி நினைத்தார். அது அவரைப் பளீரெனப் பின்னுக்கு இழுக்கும். மின்னலின் ஒளிக்கீற்று மேகத்திலிருந்து கீழிறங்கவில்லை; கீழிருந்து சூடான காற்றைத் துளைத்து மேலே எழும்புகிறது.

❍ ❍ ❍

கிழவரின் சினேகிதி – அவள் பெயரை அவனால் நினைவுக்குக் கொண்டுவர முடியவில்லை – வழித்தடத்தில் குதித்தபோது இவன் பின்வாங்கினான். அவளுடைய ரத்தம் சிந்தும் விரல்களையும், கடிபட்ட நகங்களையும், கம்பி போன்ற நரம்புகளையும், மயிரடர்ந்த முன்கைகளையும், சிகரெட்டையும், மேலெழும்பும் புகையையும், உருண்ட குதிரைக் கண்களையும், தான் நடத்திய துணிச்சல் மிக்க செயல்களைப் பற்றிக் கதைகள் கூறுவதையும் கண்டு ரோலோவின் கண்கள் விரிந்தன. கிழவரின் முடி உதிரத் தொடங்கிவிட்டது. மெரோவுக்கு இருபத்து மூன்று வயது; ரோலோ இருபது. அவர்களை அவள் ஒரு சீட்டுக் கட்டைப் போல் குலுக்கி விளையாடினாள். உங்களுக்குக் குதிரைகளிடம் விருப்பமிருந்தால் அவளிடம் சென்று அவளது வளைந்த கழுத்தையும், பின்புறத்தையும், திமிரையும் பார்த்து விட்டு, அவள் பின் பக்கத்தை ஒரு தட்டுத் தட்ட ஆசைப் படுவீர்கள். வீட்டைச் சுற்றிக் காற்று ஊளையிட்டது. ஓட்டை விழுந்த கதவின் வழி, பனிப்படிவங்கள் உள்ளே நுழைந்தன. அடுக்களையில் இருந்த அனைவரும் ஏதோ மும்முரமாக

வேலையில் இருந்தனர். அவள் துப்பாக்கியின் அடிப்பாகத்தை நாய் உணவு அலமாரியில் சாய்த்து வைத்துவிட்டு, கிழவரையும் ரோலோவையும் பார்த்து, அவ்வப்போது மெரோவின் பக்கம் சுழலும் கண்களைச் செலுத்தி, சதுரமான பற்களால் நகத்தின் நுனியைக் கடித்து, வடியும் ரத்தத்தை உறிஞ்சியபடி, சிகரெட் புகையை ஊதுவாள்.

கிழவர் தமது எவர்க்ளீயர் மதுவை உரித்த வில்லோ கம்பினால் கலக்கிக் குடித்தார். கசப்பு சற்று அதிகரித்திருந்தது. மெரோவின் மனதில் அவர் அலமாரியில் உள்ள தொப்பிகளைக் குறித்து யோசித்துக்கொண்டிருக்கும் உருவம் பளிச்சென்று தோன்றியது. சவ அடக்கத்திற்கென ஒன்றைத் தேர்ந்தெடுக்க வேண்டுமா? தொப்பியின் வலப்பக்கம் கிழவர் அதை எடுக்கும் போதும் மாட்டும் போதும் ஏற்பட்ட கை அழுத்தத்தினால் மோசமாக வளைந்திருந்தது. இடது பக்கம் கீழே அலையாக சரிந்து ஒரு ஷெட்டின் கூரை போலிருந்தது. இரண்டு மைல் தூரத்திலேயே அவரை அடையாளம் கண்டு கொள்ளலாம். டின்ஹெட் பற்றி அவள் கதை சொல்வதைக் கேட்கும்போது அவர் அந்தத் தொப்பியை அணிந்திருப்பார். நூறுசதம் குடிகாரராக மாறும்வரைக் கோப்பையைக் காலி செய்து கொண்டிருப்பார். அப்போது அவரது கோரமான முகம் தளர்வுறும். சிதைந்த மூக்கும், காயங்கள் கொண்ட புருவங்களும், சப்பிய காதும் கரைந்துவிடும். அவர் போய் இப்போது ஐம்பது ஆண்டுகளுக்கு மேலிருக்கும். தபால்காரர் அணியும் ஸ்வெட்டரில் தான் அவரை அடக்கம் செய்தார்கள்.

❍ ❍ ❍

அவள் கதை சொல்லத் தொடங்கினாள். ஆமாம், என் அப்பா சிறுவனாக இருந்தபோது இந்த டின் ஹெட் இங்கே தான் டுபாய்ஸைச் சுற்றி அலைந்துகொண்டிருந்தான். ஒரு சிறு பண்ணை அவனுக்கிருந்தது. சில குதிரைகள், பசுக்கள், கன்றுகள், ஒரு மனைவி. அவனிடம் விசித்திரமான ஒரு விஷயமும் இருந்தது. அவன் தலையில் ஓர் உலோகத் தகடு பொருத்தியிருந்தது. எப்போதோ சிமெண்ட் படிகளில் தவறி விழுந்துவிட்டானாம்.

நிறைய பேருக்கு அப்படி இருக்கிறதே என்றான் ரோலோ, யாரையோ சவாலுக்கு அழைப்பது மாதிரி.

அவள் தலையை அசைத்தாள். அவனுடையது போலிருக்காது. கலப்பு உலோகத்தால் செய்தது. மூளையைத் தின்னக் கூடியது. கிழவர் எவர்க்ளியர் பாட்டிலைக் காட்டினார். அவளைப் பார்த்துக் கண்களை உயர்த்தினார். என்ன, வேண்டுமா?

அவள் தலையை ஆட்டினாள். அவர் கையிலிருந்து பாட்டிலை எடுத்து ஒரே மடக்கில் குடித்தாள். இது ஒன்றும் என்னைக் கீழே தள்ளி விடாது என்றாள்.

அவள் குதிரைபோல் கனைப்பாள் என்று மெரோ எதிர் பார்த்தான்.

அப்புறம் என்ன என்றான் ரோலோ, தன் பூட்ஸின் அடிப்பாகத்திலிருந்து குதிரை உரத்தைக் கிள்ளி எடுத்தபடி. டின்ஹெட்டும் அவன் தலையில் பதித்த உலோகத் தகடு பற்றியும்?

நான் கேள்விப்பட்டது இப்படி என்றாள் அவள். கிளாஸை நீட்டினாள். கிழவர் எவர்க்ளியரை ஊற்றி நிரப்ப, அவள் தொடர்ந்தாள்.

○ ○ ○

மெரோ கனவு கண்டபடி இரவைத் துரத்தியடித்தான். கனவில் வந்தவை குதிரை வளர்ப்போ, கடுமையான மூச்சோ, காதல் புரிவதோ, மூச்சு வாங்குவதோ – அவனுக்குப் புரிய வில்லை. மறுநாள் காலை அவன் வியர்வை நாற்றத்தில் குளித்தபடி விழித்தான். கூரையை நோக்கியபடி இப்படித்தான் கொஞ்ச நாள் போகும் என்றான் உரத்த குரலில். அவன் குறிப்பிட்டது பசுக்களையும் காலநிலையையும் அது போன்றவற்றையும்தான். உப்புட்டில் பயிற்சி செய்யும் எக்ஸர் சைக்கிளை அவன் மிதிக்கும்போது உண்மை வேறு என்று நினைத்தான். அவனுக்கென்றே ஒரு பெண் வேண்டும். கிழவர் மிச்சம் வைத்தவை அல்ல.

குண்டும் குழியுமான ரோடில் டயர்கள் ஓலமிட தார் இளகிய பாதையில், சவ சடங்கின்போது அணிய வேண்டிய தொப்பி காரின் பின் ஸீட்டில் இருக்க, கிழவனின் சிநேகிதியை ரோலோ தூக்கிக்கொண்டு, ஒரு சேணத்தை அவள் மேல் வீசி, ஆரோகணித்து மறையும் சூரியனை நோக்கிச் சென்றால் எப்படி இருக்கும் என்று அறிய விரும்பினான்.

○ ○ ○

ஆரஞ்சு மரங்கள் விழுந்து கிடந்ததால் நெடுஞ்சாலையில் போக்குவரத்து குறுகி ஒற்றை வரிசையாக நகர்ந்தது. சீக்கிரம் போய்ச் சேர்ந்து விடலாம் என்ற அவரது நம்பிக்கை தகர்ந்தது. அவருடைய காடிலாக் காரின் முன்னால் ஓயர் பிரேக்கின் ஹிஸ்ஸென்ற ஒலியுடன் ஒரு டிரெய்லரும், பின்னால் ராட்சச டயர்களுடன் ஒரு பீட்டர்பீல்டும் நின்றன. அவர் நினைவுகள் மட்டுப்பட்டன – தலை சீவும்போது சீப்பு ஏதோ முடிச்சில்

தட்டுப்பட்டதுபோல. போக்குவரத்து நெரிசல் குறைந்ததும் அவர் மிக வேகமாகச் சென்றபோது நெடுஞ்சாலை போலீஸ் அவரை மடக்கியது. முகத்தில் பருவும் மீசையும் ஒழுங்கற்ற கண்களும் கொண்ட ஒரு போலீஸ்காரர் அவரை நிறுத்தி பெயரையும் போகும் இடத்தையும் கேட்டார். ஒரு நிமிஷம் அவருக்கு தான் அங்கு என்ன செய்து கொண்டிருக்கிறோம் என்று புரியவில்லை. எழுதும்போது போலிஸ்காரரின் நாக்கு சரிந்த மீசையை வருடிக் கொண்டிருந்தது.

சவ அடக்கத்துக்கு என்றார் சட்டென்று. எனது சகோதரனது சவ அடக்கத்துக்குச் செல்கிறேன்.

நல்லது. கொஞ்சம் கவனமாகப் போ, தாத்தா. இல்லா விட்டால் அவர்களே உங்களை அடக்கம் செய்ய வேண்டி இருக்கும்.

டிக்கட்டில் கோணல் கையெழுத்தைப் பார்த்தபடியே, நீ ஒரு நாற்றம் பிடித்த காட்டுப் பூனை என்றார். மீசை அதற்குள் நெரிசலைக் கடந்து ஒரு மைல் சென்று விட்டிருந்தது – மெரோ சற்று முன்னால் வந்தது போல. அதைவிடவும் விரைவாகச் சென்றிருக்கலாம். ஆனால், அவசரம் அவரது கையைக் கட்டி விட்டிருந்தது. காரணம், குதிரைத் தாடைப் பெண் பெட்டியின் மேல் சாய்ந்திருந்ததும் ரோலோ அவளிடம் இணைந்திருந்ததும், கிழவர் எவர்க்ளியர் மதுவில் குளிப்பாட்டிக் கொண்டிருந்ததும், கிழவர் பார்த்தும் பார்க்காதது போலிருந்ததும், அது இக்னிஷன் கீ போல் அவனை இயக்கிக் கொண்டிருந்ததும்தான். அவளுக்கு நீண்ட பழுப்பு நிறப் பின்னல்கள் இருந்தன. ரோலோ அவற்றைக் கடிவாளமாகப் பயன்படுத்தி இருக்கலாம்.

O O O

ஆமாம் என்றாள் அவள். தனது நம்பிக்கையூட்டும் பொய்யான குரலில். இதோ சொல்கிறேன். டின் ஹெட்டின் பண்ணையில் எல்லாம் குழப்பமாக இருந்தது. கோழிக் குஞ்சுகள் ஒரே இரவில் நிறம் மாறின. கன்றுகள் மூன்று கால்களுடன் பிறந்தன. குழந்தைகளின் தலையில் கறுப்பும் வெள்ளையுமாக மயிர்கள் இருந்தன. அவன் மனைவி எப்போதும் சைவ உணவு கேட்டாள். ஆரம்பித்த எந்த வேலையையும் முடிக்க மாட்டான். எப்போதும் பாதியிலேயே விட்டு விடுகிறான். அவனது பாண்டில் பாதி பொத்தானே போட்டிருந்தான். குறி தொங்கிக்கொண்டிருக்கும். தலையில் இருந்த உலோகத் தகடு அவன் மூளையைத் தின்றுகொண்டிருந்தது. பண்ணையும் வீடும் ஒரே குழப்ப மயம். ஆனால், அவர்களுக்கும் உங்களைப் போல் சாப்பிட வேண்டுமே. இல்லையா? என்றாள் அவள்.

அவர்கள் சாப்பிடும் ரொட்டி நீ செய்வதைவிட நன்றாகத் தான் இருக்கும் என்றான் ரோலோ.

○ ○ ○

கிழவர் அந்தப் புதிய மனிதரிடம் இந்தப் பயலை மலைக்குக் கூட்டிக்கொண்டு போய் செவ்விந்தியர் வரைந்த படங்களைக் காட்டு என்று சொன்ன சில நாட்களுக்குப் பிறகுதான் அவனுக்குப் பெண்கள் மேல் ஓர் ஆர்வம் பிறந்தது. மெரோவுக்கு அப்போது வயது பதினொன்று பனிரெண்டு இருக்கும். அதற்கு மேல் இராது. அவர்கள் மலைப்பாதை வழியாக ஏறிச் சென்றனர். இரண்டு காட்டு வாத்துக்களைப் பறக்க விட்டனர். அவை கீழ்நோக்கிப் பறந்து மறைந்து பின் மீண்டும் சட்டென்று தென்பட்டன. ஒரு பருந்து அவற்றைத் தொடர்ந்து வந்து, ஒன்றை கை தட்டுவது போன்ற ஓசை யுடன் தாக்கியது. வாத்து மரங்களின் இடையே நேராக விழுந்து இலைக் குவியலுக்குள் புதைந்தது. பருந்து வந்த வேகத்தில் திரும்பி மறைந்தது.

கல் பாறைகளின்மேல் அவர்கள் ஏறினார்கள். காற்றினால் தேய்ந்து விசித்திர உருவங்களாய் மாறியிருந்த சுண்ணாம்புப் பாறைகள். உலர்ந்த ரொட்டித் துணுக்குகள். முறிந்த எலும்புகள். அழுக்குப் போர்வைகள். வெளிறிய நண்டு இடுக்கிகள். நாய்ப் பற்கள். குதிரைகளை ஒரு பைன்மரக் குட்டைத் தடியின் நிழலில் கட்டிவிட்டு ஆராய்ச்சியாளரும் அவனும் அடர்ந்த கிளைகள் கொண்ட மரக் கூட்டத்தைக் கடந்து சென்றனர். அவர்களுக்கு உயரே ஆரஞ்சு வண்ணச் செடிகள், குழிகள், படிப்படியாக அமைந்த பாறைகள், லட்சக்கணக்கான பறவைகளின் எச்சத்தால் கருமை கொண்ட பகுதிகள்.

ஆராய்ச்சியாளர் முன்னும் பின்னும் அலைந்து பாறை களில் தீட்டியிருந்த கறுப்பு சிவப்புச் சித்திரங்களைக் கவனமாகப் பரிசோதித்தார். காளையின் தலையோடுகள், மலை ஆடு, ஈட்டி ஏந்திய வீரர்கள், பொறியில் அகப்பட்ட ஒரு வான்கோழி, உயிரற்றுத் தலைகீழாக விழும் மெலிந்த மனிதன், சிவப்புக் காவிக் கரங்கள், இறகு தலையணியுடன் கோர உருவங்கள், இடது கால்களில் நின்றபடி ஆடிவரும் கரடி, அடுக்கடுக்காக இணைந்த வட்டங்கள், சிலுவைகள், பூ வேலைப்பாடுகள். அந்தச் சித்திரங்களை அவர் தமது நோட்டுப் புத்தகத்தில் வரைந்துகொண்டார்.

இதுதான் சூரியன் என்றார் அவர், அம்பு எய்யும் பயிற்சிக் கான குறியிடம் போன்ற ஒன்றைக் காட்டியபடி. அவரே ஒரு முழுமையற்ற சித்திரமாகத் தோன்றினார். ஏதோ பறக்கும்

பூச்சிகளைக் காட்டுவது போல பென்சிலை உயரே ஆட்டிக் கொண்டிருந்தார். அது ஒரு ஈட்டி. அது ஒரு தட்டான்பூச்சி. ஆ, இங்கே பார், இது என்ன தெரிகிறதா என்றபடியே நீள் வட்டமான ஓர் ஓவியத்தை அதன் பிளவில் தன் அழுக்குக் கையைத் தடவிக்கொண்டே கேட்டார். உட்கார்ந்தும் அது போன்ற சில டஜன் உருவங்களையும் காட்டினார்.

குதிரை லாடம்?

குதிரை லாடமா? அவர் சிரித்தார். இல்லை பையா, அது அல்குல். இவையெல்லாமே அதுதான். அது என்னவென்று உனக்கு விளங்குகிறதா? திங்கள் கிழமை ஸ்கூலுக்குப் போய் அகராதியைப் பார்.

அந்த இடத்தைக் காட்டியதற்காக அவனுக்கு ஒரு டாலர் கொடுத்தார். இதோ பார் தம்பி, சிவப்பிந்தியர்களும் எல்லோரையும் போல்தான் செய்தார்கள் என்றார்.

பள்ளியில், அகராதியில் அந்த வார்த்தைக்குப் பொருள் கண்டவுடன் பட்டென்று புத்தகத்தை மூடினான். அவனுக்கு சற்று அருவருப்பாகத் தோன்றியது. ஆனால், அந்தச் சித்திரம் மனதில் பதிந்துவிட்டது. கல்லில் தீட்டிய சிவப்பு வரைகள் எந்தச் சதையோடு கூடிய உதாரணங்களையும் விட அவன் மனதில் பதிந்தன. கிழவரின் சிநேகிதி கால்களையும் கைகளை யும் தரையில் ஊன்றியிருப்பதையும், பின்னாலிருந்து கிழவர் நுழைவதையும், அவள் குதிரைபோல் கனைப்பதையும் வரைபட மாக அன்றி சதையுருவாகவே கற்பனை செய்தான்.

❍ ❍ ❍

வியாழன் இரவு உழுத நிலங்கள், கட்டட வேலைகள் காரணமாக, சுற்றி வளைத்துச் சென்று டெஸ் மோய்னஸின் எல்லையை அடைந்தார். மரக்கட்டைகளால் ஆன மோட்டல் அறையில் அலாரத்தைச் சரி பண்ணிவிட்டுத் தூங்கச் சென்றார். ஆனால், அவரது குறட்டை ஒலியால் அலாரம் அடிப்பதற்குள் விழித்துக்கொண்டார். ஐந்தே காலுக்கு எரியும் கண்களுடன் ஜன்னல் திரைவழியே, *Sleep Sleep* என்ற மோட்டல் விளம்பர ஒளியின் கீழ், பனி பூசிய தன் கார் நீலநிறத்தில் ஒளிர்வதைப் பார்த்தார். மோட்டல் தந்த இன்ஸ்டன்ட் காப்பியைச் சர்க்கரை, பால் சேர்க்காமல் அருந்தினார். காப்பியின் கசப்பு அவருக்குத் தேவையாயிருந்தது. மனதின் வேர்கள் தளர்ந்து பலமற்றிருந்தன.

காலைக் குளிர், மெல்லிய பனி சரிவாக வீழ்கிறது. காடிலாக் காரைத் திறந்து கிளப்பினார். வளைந்து, டிராபிக் நரம்பு மண்டலத்தில், இரண்டு மூன்று ஸெமிஸ் டிரெயிலர்களைப் பின்தொடர்ந்தார். முன்புற விளக்கின் கூசும் ஒளியில் மேற்கு

நோக்கிச் செல்லும் சரிந்த சாலையை விட்டு, சிதைந்த சேற்றுத் தெருவில் நுழைந்து, வலது பக்கம் திரும்பி, மீண்டும் வலது பக்கம் திரும்பி, மோட்டலின் Sleep ஒளியை அடையாளமாக வைத்துக்கொண்டு சென்றார். ஆனால், அவர் போய்ச் சேர்ந்தது நெடுஞ்சாலையின் மற்றொரு பகுதிக்கு. ஒளிவிளக்கு இன்னொரு மோட்டலுக்குரியது.

வேறு ஒரு சேற்றுப் பாதை வழியாகச் சென்றபோது நடைபாதை வியாபாரிகளின் நெருக்கம் அதிகமாயிருந்தது. மக்கள் இன்சுலேட்டட் கப்புகளில் காப்பி குடித்துக்கொண் டிருந்தனர். டேஷ் போர்டில் கேக்குகளை வைத்துச் சாப்பிட் டனர். பாதி வளைவில் நெடுஞ்சாலையின் நுழைவைக் கண்டு அவ்வழியே விரைந்தார். வந்த வேகத்தில் Stop Smoking! Hypnosis that Works! என்று எழுதியிருந்த ஒரு ட்ரக்கை மோதினார். இவர் காரைப் பின்பக்கமாக ஒரு நீண்ட லிமோ இடித்தது. லிமோவைக் குழாய் ரிப்பேர் செய்யும் கம்பெனி வான் ஒன்று தள்ளியது.

அவர் இதையொன்றும் பார்க்கவில்லை. காற்றுப் பை அவரை ஆசனத்தில் அழுத்தியிருந்தது. வாய் நிறைய தூசியின் சுவை. கண்ணாடி மூக்கை வெட்டியிருந்தது. அவர் மனதில் முதலில் தோன்றியது அயோவாவையும் அதன் மக்களையும் குற்றம்சாட்ட வேண்டும் என்பதே. சட்டை விளிம்பில் சில ரத்தத் துளிகள்.

மூக்கில் ஒட்டிய ஒரு பாண்ட் எய்ட் பட்டையுடன் தமது சிதைந்த காரைப் பார்த்தார். கறுப்புத் திரவம் வழிந்து ரோடெங்கும் பரவ, ஒரு இழுவண்டி அதை இழுத்துக்கொண்டு சென்றது. போலிஸ் விசாரணைக்குப் பின் அவரையும் சூட்கேஸையும் சவ அடக்கத் தொப்பியையும் ஏற்றிக் கொண்டு ஒரு டாக்ஸி நேர் எதிர் திசை நோக்கிச் சென்றது. போஸ் மோட்டார்ஸின் பழுது பார்க்கும் பிரிவில் வழிதவறி விழுந்த விண்கலத்தைப் போன்றிருந்த காரைக் கழற்றிச் சென்றனர். அங்கே அவர் ஒரு பழைய காடிலாக் காரை வாங்கினார். நொறுங்கிய கார்போலவே கறுப்பு நிறம்; ஆனால் மூன்று வயது அதிகம். இருக்கைகள் கிரீம் லெதருக்குப் பதில் சிவப்புச் செயற்கை இழை. பழைய காரிலிருந்த நல்ல டயர்களை கொண்டுவரச் செய்து இதில் மாட்டினார். கார்களைச் சிகரெட் பாக்கட்போல் வாங்க அவரால் முடியும். நெடுஞ்சாலையில் சக்கரத்தைத் திருப்பியபோது அது தடுமாறி ஓரத்தில் சரிந்ததை அவர் பொருட்படுத்தவில்லை. முன்பகுதி வளைந்திருக்கும் என்று நினைத்தார். சனியன், திரும்பும்போது இன்னொரு வண்டியை வாங்க வேண்டி வரும். வாங்கினால் போச்சு.

நெப்ராஸ்காவில் கீர்னியைக் கடந்து அரைமணி நேரம் செல்கையில் முழு நிலவு எழுந்தது. பின்னால் பார்க்கும் கண்ணாடியில் அங்குமிங்குமாக அசைந்தது. அதன் உயரே ஒரு சிறு மேகம் பிளாட்டினம் மயிர் கொண்ட விக் போன்று காட்சி அளித்தது. வீங்கிய மூக்கைத் தொட்டுப் பார்த்துக் கொண்டார். தாடையைத் தடவினார். காற்றுப் பையின் தாக்குதலால் தளர்ந்திருக்கிறது. இரவில் தூங்குவதற்கு முன் வென்னீரில் கொஞ்சம் விஸ்கி சேர்த்துக் குடித்துவிட்டுப் படுக்கையில் சாய்ந்தார். நாள் பூரா எதுவும் சாப்பிடவில்லை. ரோட்டோர விடுதியின் உணவை நினைக்கையில் வயிறு கலங்கியது.

அவர் பண்ணை வீட்டில் இருப்பதாகக் கனவு கண்டார். வீட்டுச் சாமான்கள் யாவும் அகற்றப்பட்டிருந்தன. முற்றத்தில் அழுக்கு யூனிபார்மில் போர் வீரர்கள் சண்டையிட்டனர். அடுத்தடுத்து நடந்த துப்பாக்கிச் சூட்டில் ஜன்னல் கண்ணாடிகள் உடைந்தன. தரைப் பலகைகள் சிதறின. உத்திரங்களில் அவர் நடந்தார். கீழே சிதறிய தரைப் பகுதிக்கடியில் இரும்புத் தொட்டிகளில் கெட்டியான கறுப்புத் திரவம் நிரம்பியிருந்தது.

சனிக்கிழமை காலை, இன்னும் நானூறு மைல் செல்ல வேண்டியிருக்கையில், அவர் பொரித்த முட்டை, சல்லா தடவிய உருளைக்கிழங்கு, ஒரு கப் மஞ்சள் காப்பி சாப்பிட்டு விட்டு, டிப்ஸ் எதுவும் வைக்காமல், பயணத்தைத் தொடர்ந்தார். இந்த உணவு அவருக்குப் பிடிக்கவில்லை. அவரது காலை உணவு இரண்டு டம்ளர் தண்ணீர், வெள்ளைப் பூண்டு ஆறு பல்கள், ஒரு பேரிக்காய் மட்டுமே. மேற்கு வானம் பெரிதாகச் சீரற்றுக் கோபத்துடன் இருந்தது. அவர் பின்னே ஆரஞ்சுத் திட்டுக்கள் பளபளப்புடன் நீளநீள வண்ணங்களாக மாறின. சூரியனின் வளையம் அடிவானத்தை முட்டியது.

மாநில எல்லைக் கோட்டைக் கடந்து செயினியை அடைந்தார். அறுபது வருடங்களில் இங்கு வருவது இரண்டாவது முறை. நியான், போக்குவரத்து, கான்க்ரீட் இருந்தன. ஆனால், அது வாழ்வையும் தாழ்வையும் கண்ட ஒரு ரயில் நகரம் என்பது அவருக்குத் தெரியும். முதல் தடவை வந்திருந்தபோது நல்ல பசி. யூனியன் பசிபிக் ஸ்டேஷனில் ஓர் உணவு விடுதிக்குச் சென்றார். பொதுவாக அவர் உணவு விடுதிகளுக்குச் செல்வதில்லை. மாட்டிறைச்சி ஆர்டர் செய்தார். அதை அவர் வெட்டியதும் இரத்தம் வெள்ளைத் தட்டு முழுதும் பரந்தது. அதில் அந்த மிருகத்தைப் பார்த்தார். வாயை அகலத் திறந்து மௌனமாகக் கத்துகிறது. தலை அருவருப்பின் வடிவம். தாம் ஒரு மாட்டுப் பண்ணைக்காரர் என்பதால் இது அவருக்கு வேடிக்கையாக இருந்தது.

காரை ஒரு டெலிபோன் பூத்தின் அருகே நிறுத்தி, சுமார் ஏழடி தூரத்தில் இருந்தபோதிலும் அதைப் பூட்டிவிட்டு, டிக்கின் மனைவி கொடுத்திருந்த எண்ணுக்குப் போன் செய்தார். விபத்தில் சிக்கிய அவருடைய காடிலாக் காரிலேயே ஒரு போன் இருந்தது. அவள் குரல் டெலிபோனையும் கடந்து காதில் முழங்கியது.

உங்களிடமிருந்து தகவல் ஏதும் இல்லை. ஒருவேளை மனதை மாற்றிக் கொண்டீர்களோ என்று நினைத்தோம்.

இல்லை என்றார் அவர். இன்று பிற்பகல் அங்கு வந்து சேர்ந்து விடுவேன். இப்போது செயினியில் இருக்கிறேன்.

நல்ல காற்று அடிக்கிறது. மலைப் பகுதியில் பனிமழை வரலாம் என்கிறார்கள். அவள் குரலில் சந்தேகம் தொனித்தது.

நான் பார்த்துக்கொள்கிறேன் என்றார் அவர்.

சில வினாடிகளில் நகரத்தைவிட்டு வடக்கு நோக்கிக் காரை ஓட்டினார்.

இருபுறமும் நெடுந்தூரமாகப் பரந்து கிடந்த நிலத்தில் காடிலாக் ஒரு சிறு மணல் பரல்போல் தென்பட்டது. எதுவுமே மாறியதாகத் தெரியவில்லை. ஆளற்ற பரந்த நிலம். ஊளையிடும் காற்று. தூரத்தில் நிற்கும் மான் ஓர் எலி போலக் காட்சி அளித்தது. நிலத்தின் வடிவம் பண்டைக் காலத்தை நினைவூட்டு கிறது. பின்னால் நழுவிப் போவதாகத் தோன்றியது. எண்பத்தாறு ஆண்டுகால அமைதி மேலே படிந்த வெள்ளம் போல விலகி, அந்த இடத்தை அந்த முட்டாள் உலகத்தின் பேரிலும் அதிலிருக்கும் முட்டாள்களின் பேரிலுமான ஓர் இளைஞனின் கொதிக்கும் கோபம் பிடித்துக்கொண்டது. வாழ்க்கையில் முன்னேறுவது என்பது எவ்வளவு கடின காரியம்; அது எப்படிப்பட்டது என்பது உங்களுக்குத் தெரியாது என்று அவர் தன் மனைவியரிடம் சொல்லியிருக்கிறார் – எங்களுக்குத் தெரியும் போ என்று அவர்கள் சொல்வதுவரை. தெருவில் எனக்கு வேலை வேண்டும் என்ற அட்டையைப் பிடித்துக் கொண்டிருந்த ஏழை இளைஞன், எரிகலன் வியாபாரிகளிடம் வேலை... செயினியிலிருந்து முப்பது மைல் சென்றதும் முதல் விளம்பரப் பலகை கண்ணில்பட்டது. வியோமிங் டவுன் அண்டர். வெள்ளி முட்கள் நிறைந்த ஒரு செடியைத் தாவும் கங்காருவும், மகிழ்ச்சியை ஒரு வெகுளித்தனமான சிரிப்புடன் வெளிப்படுத்தும் குழந்தையும் உள்ள பிரமாண்டமான புகைப் படத்தின் கீழே, 'வெஸ்டர்ன் ஃபன் இந்தப் பக்கம்' என்ற விளம்பரப் பலகை. அதன் குறுக்கே ஒரு வாசகம். திறப்பு மே 31.

o o o

அப்புறம்? என்று கேட்டான் ரோலோ. கிழவரின் சிநேகிதியிடம். அப்புறம் டின்ஹெட் என்ன ஆனான்? அவளுடைய முகத்தை மட்டுமல்ல, சட்டையின் மேல் நகரும் இஸ்திரிப் பெட்டி போல அவள் உடம்பு முழுதும் மேலும் கீழும் பார்த்துக் கொண்டே கேட்டான். கிழவர் தபால்கார ஸ்வெட்டரை அணிந்து, ஒரு பக்கமாகச் சரிந்த தொப்பியுடன் எவர்க்ளியரைக் குடித்தபடி என்ன நடக்கிறதென்ற எந்தப் பிரக்ஞையுமின்றி, அவ்வப்போது எழுந்து சரிந்தபடி முன்பக்கம் சென்று செடிகளுக்குத் தண்ணீர் ஊற்றிக்கொண்டிருந்தார். அவர் அறையை விட்டுச் சென்றதும் டென்ஷன் குறைந்து இருவரும் எதுவுமே நடக்காத பாவனையில் இருந்தனர். ரோலோ அவளிடமிருந்து பார்வையைத் திருப்பி, நாயின் காதுகளைச் சொறிந்துகொண்டிருந்தான். அவள் எச்சில் தட்டு ஒன்றை எடுத்துக் குழாயில் நீர்விட்டு அலம்பினாள். கொட்டாவி விட்டாள். கிழவர் திரும்பி வந்து நாற்காலியில் அமர்ந்ததும், டம்ளரில் எவர்க்ளியர் எண்ணெய்போல் அவர் கையில் ஏறவும், பார்வைகள் கூர்மையடைந்து குரல் ஏற்ற இறக்கத்துடன் குழப்பமான செய்திகளைக் கூறிக்கொண்டிருந்தது.

சரி, சரி என்றாள் அவள், தன் பின்னலை பின்னால் தள்ளியபடி. ஒவ்வொரு வருஷமும் டின்ஹெட் ஒரு காட்டுக் காளையைக் கொல்வான். அதையே அவர்கள் குளிர்காலம் முழுதும் அவித்தும் வறுத்தும் புகையிட்டும் கறி சேர்த்தும் பச்சையாயும் சாப்பிடுவார்கள். ஒரு தடவை அவன் களத்துக்குச் சென்று கொழுத்த காட்டுக்காளையைக் கோடாரியால் வெட்டினான். தொப்பென்று விழுந்து உயிர்விட்டது அது. அதன் பின்னங்கால்களை இணைத்து உயரே தூக்கிக் கட்டினான். பாத்திரத்தை அதன் நேரே கீழே வைத்து இரத்தம் பிடித்தான். இரத்தம் முழுதாக வழிந்ததும் உடலை இறக்கி தோலை உரிக்க ஆரம்பித்தான். மயிர் வளர்ந்த தலைப் பகுதியிலிருந்து தொடங்கி கண்வழியாக மூக்கு வரை தோலை பின்பக்கமாக உரித்தான். தலையை வெட்டாமல் தோலை மட்டும் உரித்துக்கொண்டிருந்தான். காலின் பின்புறத்திலிருந்து பின்கால் இணைப்பு வரை, துடையின் உள்ளேயிருந்து விரை வரை, பின் வயிற்றின் மத்தி வரை, அங்கிருந்து மார்பு வரை. அப்புறம் பக்கவாட்டில் உரிக்க ஆரம்பித்தான். கெட்டியான தோல். உரிப்பது கடினமான வேலை. (கிழவர் தலையசைத்து ஆமோதித்தார்.) கிட்டத்தட்ட பாதி உடம்பின் தோலை உரித்த பின் சாப்பாட்டு நினைவு வந்தது. தோல் உரித்த காட்டுக் காளையை அப்படியே தரையில் விட்டுவிட்டு வீட்டுக்குள் சென்றான். அதற்கு முன் அதன் நாக்கை வெட்டி எடுத்துக்கொண்டான். அது அவனுக்கு மிகவும் பிடிக்கும். அதைச் சமைத்து ஆறியவுடன் கறி சேர்த்து

டீ கப்பில் சாப்பிடுவது அவனுக்குப் பிடித்தமான ஒன்று. நாக்கைத் தரையில் வைத்துவிட்டுச் சாப்பிடச் சென்றான். கோழிக் குஞ்சும் சூப்பும் கொண்ட உணவு. ஒரு கோழிக் குஞ்சு நிறம் மாறியது. வெள்ளையிலிருந்து நீலத்துக்கு. ஆம் ஸார், நீலமாக. உங்கள் அப்பாவின் கண்களைப்போல.

அவள் சொல்வது எல்லாம் பொய். அப்பாவின் கண்கள் கரும்பழுப்பு நிறம்.

○ ○ ○

உயர்ந்த நிலப்பரப்பில் பனி மெதுவாகப் பெய்யத் தொடங்கியது. மேகம்போல், தூசிபோல, அழகாகப் பட்டுத்துணி போலப் பெய்தது. ஆனால், காற்றில் அசுரவேகம் இருந்தது. காரைப் பலமாக அசைத்து ஆட்டியது. வானிலிருந்து வெட்டி இரத்த நாளத்திலிருந்து கொப்புளிப்பதுபோலத் தரையைத் தொட வந்தது. புகைப்படலம் நூற்றுக்கணக்கான அடி விண்ணில் எழும்பியது – அழகான நீரூற்றுகள், வளைந்தாடும் பனிப் பேய்கள், பர்தா அணிந்த அராபியப் பெண்கள், வெள்ளைப் புகையில் கரையும் பேய்க் குதிரை வீரர்கள். பனிப் பாம்புகள் ரோட்டில் நெளிந்து உருண்டு கட்டையாக நிமிர்ந்தன. அவர் வெண்மை படர்ந்த குளிர்ந்த ஆற்றில் காரைச் செலுத்தினார். எதையுமே பார்க்க இயலவில்லை. பிரேக்கை மிதித்தார். காற்று காலில் மோதியது. கடுமையான பலமாக வீசப்பட்ட தூசி கண்ணாடியிலும் உலோகத்திலும் பறந்தது. கார் குலுங்கியது. வந்ததுபோலவே காற்று சட்டென்று நின்று, சாலை தெளிவடைந்தது. ஒரு மைல் தூரம்வரை தெளிவாகப் பார்க்க முடிந்தது அவரால்.

போதும் என்ற உணர்வு எப்போது உங்களுக்கு பிறக்கிறது? நிறுத்து என்று கட்டளையிடும் அறிவிப்பை எந்தப் பகுதி நெம்பித் தள்ளுகிறது. ஓர் இடத்தை விட்டுப் போய்விட வேண்டும் என்ற முடிவை மூளையில் எந்த மின்சக்தி உற்பத்தி செய்கிறது. அவளுடைய அசட்டுக் கதையைக் கேட்டதும் முடிவு நிச்சயமாயிற்று. வருடக் கணக்கில் இந்த இடத்தை விட்டு உருப்படியான காரணமின்றி கிளம்பி, அதனால் சிரமப்பட்டதாக நம்பியிருந்தார். டி.வி. இயற்கை நிகழ்ச்சி யிலிருந்து தனக்கென்று சொந்தமாக இடத்தையும் சொந்தமாகப் பெண்ணையும் கண்டுபிடிக்க வேண்டிய நேரம் வந்துவிட்டது என்பதை அறிந்தார். அங்கே எத்தனைப் பெண்கள் இருக் கிறார்கள்? மூன்று பேரை அவர் மணந்திருக்கிறார். நிறைய பேரைச் சுவைத்திருக்கிறார்.

○ ○ ○

பாதி தோலுரித்த காட்டுமாடு

மெதுவாக உயர்ந்து வரும் கடல் நீர்போல் பண்ணையின் அமைப்பு அவர் மனதில் குவியத் தொடங்கியது. தான் அமைத்த வேலிகள், விண்ணென்று இழுத்துக் கட்டிய கம்பிகள், அசைந் தாடும் பயிர்கள், ஆறு பாயும் பள்ளத்தாக்கின் சீறும் உயரம், மாமிசத் துணுக்குகள் ஒட்டிய எலும்பு போன்ற மலைகள், திடீரென பூமிக்குள் சென்று இருள் குகைக்குள் நுழைந்து பத்து மைல்களுக்கப்பால் மேற்கே இன்னோர் இடத்தில் தோன்றும் ஓடை, அதனால் வெடிப்புகள் நிரம்பி உலர்ந்து வறண்ட நிலமாகும் அவனது பண்ணை, உயர்ந்த மலையிடுக்கு களில் சிங்கங்கள் வாழ்வதற்கேற்ற குகைகள். பெண்குறிகள் வரையப்பட்டிருக்கும் மேடுகளின் அருகே ரோலாவும் அவரும் இரண்டு சிங்கங்களை வேட்டையாடி இருக்கிறார்கள். சிங்கங் களின் பார்வையில் அவை நல்ல குகைகள்தாம்.

○ ○ ○

குழம்பிய வானத்துக்கு எதிராக அவர் போய்க்கொண் டிருந்தார். கடைசி அறுபது மைல்களில் மீண்டும் பனி பெய்யத் தொடங்கியிருந்தது. பஃபலோவிலிருந்து வெளியேறினார். விண்வெளி கிரகங்கள்போலத் தனித்த வெண்பனித் திரள்கள் முன்னே பறந்து சென்றன. அதிகரித்தன. பத்து நிமிடத்தில் அவரால் மிக மெதுவாக இருபது மைல் வேகத்தில்தான் செல்ல முடிந்தது. கண்ணாடி வைப்பர்கள் படிக்கட்டில் இழுத்துச் செல்லப்படும் கட்டைபோல் ஒலித்தன.

கணவாயை நெருங்கும்போது வெளிச்சம் மறையத் தொடங்கிவிட்டது. மொட்டை மலைகள் பனியில் மறைந் திருந்தன. எதிரே வழுவழுப்பான கொண்டை ஊசித் திருப்பங்கள். மெதுவாக, சீராக, லோ கியரில் ஓட்டினார். குளிர்காலத்தில் மலைப்பகுதியில் எப்படிக் கார் ஓட்ட வேண்டும் என்பதை அவர் மறக்கவில்லை. ஆனால், காற்று பலமாக வீசத் தொடங்கியது. காரை அங்குமிங்கும் அசைத்து, பனியைத் தவிர எல்லாவற்றையும் கிளப்பியது. அவ்வளவு தலைசுற்றும் உயரத்தில் பாதையைச் சரியாகக் கவனிக்க வேண்டும் என்ற கவலையில் அவருக்கு வியர்த்தது. மேலும், பன்னிரண்டு மைல்கள் நகர்ந்தும் சறுக்கியும் சென்று டென் ஸ்லிப்பை அடைந்தார். தெரு விளக்குகள் வான்கோவின் சூரியனைப் போல் சுழன்றன. அவர் முன்பு அதை விட்டு விட்டுச் சென்ற போது அங்கு மின்வசதிகள் இல்லை. பண்ணைக்கும் நகரத்துக்கும் இடையே அந்நாட்களில் கரிய, விளக்கற்ற பதினொரு மைல்கள் இருந்தன. இன்று நீண்ட ஆண்டுகள் அதே தூரத்தை மிகக் குறுக்கிவிட்டன. கார் விளக்குகள் வியோமிங் டவுன் அண்டருக்கு இன்னும் இருபது மைல்கள் என்ற பலகையைச்

சுட்டிக்காட்டின. எழுவும் எருதுவும் அந்த எழுத்துக்களின் மேலிருந்து எட்டிப் பார்த்தன.

பனி படர்ந்த ரோட்டுக்குத் திரும்பினார். ஒரு கார் மட்டுமே செல்ல இடமிருக்கிறது. பாதை மங்கலாயிருந்தாலும் செல்ல முடிந்தது. ஹீட்டர் விசிறி விர்ர்ரென்றது. ரேடியோ ஒலிக்கவில்லை. ஹெட் லைட்டின் முன்னாலுள்ளவை தெளிவற்றிருந்தன. ஆனால், முன்பு அவை எப்படியிருந்ததோ அப்படியே இருந்தன. பாதையின் அமைப்பு தெளிவாக நினைவில் இருந்தது. காவல் பாறைகள் தன் இளமையில் இருந்தது போலவே காத்திருந்தன. ஒரு பயங்கரக் கனவுத் தன்மையுடன் பாரியரின் இடம் கிழக்கு நோக்கித் தனியாகக் கிடந்தது, அறுபது வருடத்துக்கு முன்பிருந்ததுபோல. பாதை அடையாளங்கள் திரும்பும் இடத்தில் இருந்து பானர் பண்ணையின் கேட் பனியில் பேய் மனிதன் போல் காட்சி அளித்தாலும் அதன் பழைய இரும்புக் கொடி காலத்தின் கொடுமையை ஏற்றுக் கொண்டு பறந்தது. இழுத்துக் கட்டப்பட்ட வேலியும், உள்ளே மாடுகளும் மங்கலாகத் தெரிந்தன. அடுத்தாற்போல் அவர்களின் பண்ணைக்குச் செல்லும் பாதை வந்துவிடும். ஒரு சிறு மேட்டைக் கடந்தவுடன் இடதுபக்கத் திருப்பம். நல்ல இருட்டில் அடையாளமற்ற பாதையில் சென்று கொண்டிருந்தார்.

❍ ❍ ❍

ரோலோவைப் பார்த்துக் கண்ணைச் சிமிட்டிக் கொண்டே சிநேகிதி சொன்னாள். ஆமாம், ஆமாம் ஸார். டின்ஹெட் பாதி சாப்பாட்டை முடித்துவிட்டு ஒரு குட்டித் தூக்கம் போட்டான். விழித்ததும் கைகளை நீட்டிச் சோம்பல் முறித்து விட்டு, கொட்டாவி விட்டபடி அந்தக் காட்டுக் காளையின் மீதிப் பாகத்தையும் உரிக்கவேண்டும் என்று சொல்லிக் கொண்டே வெளியில் வந்தான். ஆனால் மாட்டை அங்கே காணவில்லை. போய்விட்டது. நாக்கு மட்டும் வைக்கோலும் தூசியும் படிந்து தரையில் கிடந்தது. இரத்தம் பிடித்து வைத்திருந்த பாத்திரத்தை ஒரு நாய் நக்கிக் கொண்டிருந்தது.

அவளுடைய குரலே உன்னை இழுக்கிறது. அடங்கிய கணீரென்ற குரல். அவள் ஆனா ஆவன்னா சொல்லிக்கொண் டிருந்தாலும் நீ கேட்பது வைக்கோலின் சலசலப்பொலியா யிருக்கும். ஒரு கற்பனை நெருப்பில் புகையின் மணத்தை உன்னை உணரச் செய்ய முடியும் அவளால்.

பண்ணைக்குச் செல்லும் திருப்பத்தை எப்படிக் கண்டு கொள்ளாமல் போய்விட்டார்? அவர் மனதில் அது தெளி வாகக் கூர்மையாக இருந்தது. தூசி படிந்த குறுகிய முனையில்

கீழ்ப்பகுதியில் பனி வேகமாக வீசிய இடத்தில் வில்லோவின் மரக்கிளைகள் டிரக்கின் பக்கத்தை அடித்துக்கொண்டே இருக்கும். அதைத் தேடிக்கொண்டே ஒரு மைல் சென்றார். அந்தத் திருப்பம் தென்படவேயில்லை. அப்புறம் இரண்டு மைல்களுக்குப் பிறகு பாப் கிச்சனின் பண்ணையைத் தேடினார். தூரம் கடந்து கடந்து சென்றதே தவிர அதையும் காணோம். பழையபடி திரும்பி வந்தார். ரோலோ பழைய நுழைவாயில் கேட்டை மாற்றியிருக்கலாம். ஏனெனில், வாசலைக் காண வில்லை. பாப் கிச்சனின் இடமும் காற்றுக்கோ நெருப்புக்கோ பலியாயிருக்கும். திருப்பத்தைக் காணாவிட்டால்கூட அது பெரிய நஷ்டம் ஒன்றுமில்லை. மீண்டும் டென் ஸ்லிப்புக்குச் சென்று மோட்டலில் தங்க வேண்டும். ஆனால், போய்ச் சேர வேண்டிய இடத்துக்கு மிக அருகாமையில் வந்த பிறகு பின்வாங்குவதை வெறுத்தார். இருபது நிமிஷத்தில் சென்றடைய வேண்டிய பண்ணைக்குப் பதில் இருட்டில் பல மைல்கள் திரும்பிச் செல்வது அவருக்குப் பிடிக்கவில்லை.

தாம் வந்த அடையாளங்களைக் கவனித்தபடி காரை மெதுவாக ஓட்டினார். பண்ணை வாசல் வலது பக்கம் தென்பட்டது. கேட்டும் பெயரும் மறைந்து விட்டிருந்தன. அதனால்தான் அவர் தவற விட்டிருக்க வேண்டும். ஒரு பெரிய முள்செடி வேறு வாசலை மறைத்துக்கொண்டிருந்தது.

உள்ளே திரும்பினார், ஒரு வெற்றிக் களிப்புடன். பனிக்கு அடியில் இருந்த ரோடு கரடுமுரடாயிருந்தது. போகப்போக மோசமடைந்தது. சரிந்த பாறைகளில் மோதினார். எதுவா யிருந்தாலும் சரி, அது தான் தேடிவந்த இடம் அல்ல என்று தோன்றியது.

அந்தக் குறுகிய பாதையில் காரைத் திருப்ப வசதியில்லை. கண்ணாடியைத் தாழ்த்தி, கழுத்தைத் திருப்பி, பின்புற விளக்குகள் வீசிய சிவப்பொளியைக் கூர்ந்து பார்த்தார். காரின் பின்பக்க வலதுபுற டயர் ஒரு கல்லின் மேல் ஏறி, சட்டென்று சறுக்கி, சேறு நிறைந்த பள்ளத்தில் இறங்கிற்று. டயர்கள் பனியில் வேகமாகச் சுழன்றன. பயன் இல்லை.

இங்கேயே உட்கார்ந்திருப்பேன் என்றார் உரக்க. விடியும் வரை இங்கிருந்துவிட்டு பானர் இடம் சென்று ஒரு கப் காப்பி கேட்பேன். குளிராகத்தான் இருக்கும். ஆனால் உறைந்து போகமாட்டேன். அவர் கற்பனை செய்தவிதம் வேடிக்கையாய் இருந்தது. பானர் கதவைத் திறந்ததும், ஓ! இது யாரு? நம்ம மெரோ அல்லவா! வா, வா, கொஞ்சம் ஜாவாவும் சூடான பிஸ்கட்டும் சாப்பிடு என்பான். ஆனால் பானர் உயிரோடு இருந்தால் இப்போது அவனுக்கு 120 வயதாயிருக்கும் என்றும்,

பானர் கேட்டுக்கு இங்கிருந்து மூன்று மைல், பானர் பண்ணைக்கு கேட்டிலிருந்து ஏழு மைல் என்பதும் நினைவுக்கு வந்தது. குறைந்தது பத்து மைலாவது இந்தப் பனிமலையில் ஏறிச் செல்லவேண்டும். இன்னொரு காரியம் செய்யலாம். டாங்கில் பாதி அளவு பெட்ரோல் இருக்கிறது. காரை சிறிது தூரம் ஓட்டிச் செல்லலாம். டாங்கை அடைத்துவிட்டு மீண்டும் ஸ்டார்ட் செய்ய வேண்டும். இரவு முழுதும் இப்படியே. மோசமான காலம்தான். அவ்வளவு தானே. இப்போது வேண்டியது பொறுமை.

காற்று காரைத் தாலாட்ட ஓர் அரைமணி நேரம் தூங்கியவர் நடுக்கத்துடன் விழித்தார். உடம்பு மரத்திருந்தது. கீழே படுக்க விரும்பினார். ஒரு நிரப்பான பாறையை சனியன் பிடித்த அந்த டயரின் கீழே வைக்கலாம். எதற்கும் கவலைப் படாதே. தம் எமர்ஜன்ஸி பையில் டார்ச் லைட்டைத் தேடினார். அப்போதுதான் நினைவு வந்தது. விபத்துக்குள்ளாகி இழுத்துச் செல்லப்பட்ட தம் காடிலாக் காரில் ஆபத்துக்காலப் பட்டாசுகள், கார் பேனர், அமெரிக்கக் கார் கழகத்தின் அங்கத்தினர் அட்டை, டார்ச் லைட், நெருப்புக் குச்சிகள், மெழுகுவர்த்தி, முக்கால் பகுதி தண்ணீர் உள்ள வாட்டர் பாட்டில் எல்லாம் இருக்கின்றன. அவை இப்போது ஒர்க்ஷாப் டிரைவரின் மனைவியிடம் இருக்கலாம். பனியால் பிரதிபலிக்கப்பட்ட வெளிச்சத்தில் பார்க்கலாம் என்று நினைத்து கையில் உறை அணிந்து கோட் பட்டன்களை போட்டுக் கொண்டு வெளியே வந்து, காரைப் பூட்டி, பின்பக்கம் சென்று குனிந்து பார்த்தார். பின்புற விளக்கொளியில் கீழேயுள்ள பனியில் புதிய ரத்தக்கறை போலிருந்தது. உருளும் டயர் ஒரு பெரிய தொட்டி போன்ற பள்ளத்தை ஏற்படுத்தி இருந்தது. இரண்டு மூன்று நிரப்பான கற்களோ அல்லது உருண்டைக் கற்களோ – எதுவானாலும் பரவாயில்லை – கிடைத்தால் காரை எடுத்து விடலாம். காற்று அவரைத் தாக்கியது. பனி விரட்டியது. ரோட்டில் அங்குமிங்கும் காலால் தடவி, தூக்கி எடுக்கக் கூடிய சிறிய பாறைகள் கிடக்கிறதா என்று பார்த்தார். காற்று சுளீரென அடித்தது. காதுகள் வலித்தன. கம்பளித் தொப்பி நாசமாய்ப் போன எமர்ஜென்சி பையில் இருக்கிறது.

○ ○ ○

அவள் தொடர்ந்தாள்: கடவுளே!, டின்ஹெட் காளையைக் காணாமல் திடுக்கிட்டான். யாராவது பக்கத்து வீட்டுக்காரர் – நிறைய பேருக்கு அவனைப் பிடிக்காது – வந்து அதைத் திருடிப் போயிருக்க வேண்டும். டயர் அடையாளங்கள், கால் தடங்கள் ஏதாவது தென்படுகிறதா என்று பார்த்தான். பசுக்களின் பழைய

தடங்களைத் தவிர வேறெதுவுமில்லை. கையைக் கண்ணின் அருகே வைத்து தூரத்தில் பார்த்தான். வடக்கில் ஏதுமில்லை. தெற்கிலும் கிழக்கிலும் ஏதுமில்லை. ஆனால், மேற்கே வெகு தொலைவில் மலைகளின் அருகே ஏதோ விறைப்பாக மெதுவாகத் தடுமாறிச் சென்றுகொண்டிருக்கிறது. அதன் பின்பக்கம் ஏதோ ஈரக் கட்டுத் தொங்கிக்கொண்டிருக்கிறது. ஆமாம், அதே காளைதான். சந்தேகமே இல்லை. சட்டென்று அது நின்றது. பின்னால் திரும்பிப் பார்த்தது. அவ்வளவு தொலைவிலும் டின்ஹெட் அதன் தலையின் பச்சை மாமிசத்தையும், தோள் சதையையும், நாக்கற்ற திறந்த வாயையும் அவனை முறைக்கும் சிவப்புக் கண்களையும் கண்டான். அம்புகள் போல் வெறுப்பு அவன்மேல் பாய்வதாகத் தோன்றியது. நான் தொலைந்தேன் என்று நினைத்தான். என் குழந்தைகளும், குழந்தைகளின் குழந்தைகளும் தொலைந்தார்கள். மனைவி தொலைந்தாள். அவளது நீலத் தட்டுக்கள் அனைத்தும் உடைகின்றன. தட்டில் இரத்தத்தை நக்கிய நாய் செத்துப்போகிறது. அவர்கள் தங்கும் வீடு காற்றில் அடித்துச்செல்லப்படவோ, நெருப்பில் எரியவோ செய்யலாம் – அதிலிருக்கும் ஒவ்வொரு ஈயும் எலியும் உட்பட.

அப்புறம் ஓர் அமைதி. அவள் கூறினாள்: அதுதான், எல்லாம் அவனுக்கு எதிராகவே முடிந்தது.

அதுதானா என்றான் ரோலோ – பேராசையுடன், உஷ்ணமாக.

○ ○ ○

பண்ணையில் இருப்பதாகவே அவருக்குத் தோன்றியது. அப்படியே உணர்ந்தார். இந்தப் பாதையையும் அவருக்குத் தெரியும். பண்ணைக்குச் செல்லும் மெயின் ரோடு அல்ல. நதிக்குக் கீழே செல்கிற ஒரு தாழ்ந்த நுழைவுப் பாதை. அதை அவரால் சரியாக நினைவுபடுத்திக்கொள்ள முடியவில்லை. இப்போது எல்லாம் நினைவுக்கு வந்தது. பானர் பண்ணைக்கு வெகு தூரம் முன்பே பிரிந்த பாதையின் பக்கத்து ரோடில் மெயின் கேட் இருக்கிறது. இன்னொரு நல்ல கல்லைப் பார்த்தார். இன்னொன்று. எந்தப் பாதை இது என்று புரியவில்லை. அவர் மனதில் இருந்த பண்ணையின் வரைபடம் முன்போல் தெளிவாக இல்லை, காலில் மிதிபட்டதுபோல் கசங்கிக் கிழிந்திருக்கிறது. நினைவில் இருந்த நுழைவு வாசல்கள் அழிந்துவிட்டன. வேலிகள் மறைந்துவிட்டன. மோசமான இடங்களின் பதிவுகள் மட்டும் மெலிதாய் தெரிந்தன. குன்றுகள் வானை நோக்கி வளர்ந்தன. சிங்கம் கர்ஜித்தது. நதி சுற்றி வளைந்து ஒரு கல் துவாரம் வழி மிக வேகமாகப் பாய்ந்து

சென்றது. பாறைகள் மேலேயிருந்து உருண்டன. முள்வேலிக்கு அப்பாலிருந்து எதுவோ அசைந்தது.

கார் கதவின் பிடியை பலமாகப் பற்றினார். அது பூட்டி யிருந்தது. உள்ளே டேஷ் போர்ட் வெளிச்சத்தில் இக்னிஷனில் சாவிகள் ஒளிர்ந்தன. கார் ஓட்டத்தில் இருப்பதற்காக அங்கேயே வைத்திருந்தார். வேடிக்கையான நிலைமை. பெரிய கல் ஒன்றை இரு கைகளாலும் தூக்கி, டிரைவர் பக்கக் கண்ணாடியை உடைத்தார். உள்ளே உஷ்ணம் இதமாக இருந்தது. உடம்பை வளைத்து ஸ்டீயரிங் சக்கரத்தின் கீழே கையை நீட்டினார். மரங்களை வெட்டியும், கட்டைகளைத் தறித்தும், பச்சைச் செடிகளை நறுக்கியும் பழகியிராவிட்டால் இப்படிச் சாவிகளை எட்டிப் பிடித்திருக்க முடியாது. கையை மெதுவாக அசைத்து அதைப் பற்றினார். சிறுவர்களிடமிருந்து பெரியவர்களைப் பிரிப்பது இந்த மாதிரி விஷயங்கள்தான் என்றார் உரக்க. கதவின் பூட்டுப் பட்டன் உயர்ந்திருந்தது. பூட்டியிருந்தால் கூட எதற்காகச் சாவிகளை எடுக்க இத்தனைச் சிரமப்பட்டிருக்க வேண்டும்? டிரைவர் பக்கத்திலிருக்கும் ரப்பர் ஷீட்களை இழுத்து, அவற்றை மடித்து, கற்களின் மேல் வைத்தார். காரைச் சுற்றி மீண்டும் தடுமாறி நடந்தார். தலை சுற்றியது. பசியும் தாகமும் வாட்டின. பனித்துளிகளுக்காக வாயைத் திறந்தார். காலையில் சாப்பிட்ட முட்டைகளைத் தவிர இரண்டு நாட்களாக எதுவுமே உண்ணவில்லை. ஒரு டஜன் முட்டைகள் கிடைத்தாலும் இப்போது தின்ன முடியும்.

உடைந்த கண்ணாடி வழியாக பனி உள்ளே பாய்ந்தது. காரை ரிவர்ஸில் வைத்து பெட்ரோலைத் திறந்தார். கார் பாய்ந்து பாதையில் நிலைத்தது. மீண்டும் கழுத்தைச் சரித்து, சிவப்பு ஒளியைக் கவனித்தபடி இருபதடி, முப்பதடி, வழுக்கி, சுழன்று . . . பனி மிக ஆழமாக இருந்தது. ஒரு வளைவைச் சம ரோடாக நினைத்துச் சென்றதில் பாறையும் பனி நிறைந்த பள்ளமும் கொண்ட இரக்கமற்ற நீண்ட மலையென புரிந்தது. அவர் முதலில் வந்த பாதை கயிறுபோல் வளைந்தது. மேலும், இருபது அடி சிரமத்துடன் சென்றார். வேகமாகச் சுழன்றதில் டயர்கள் பனியில் புதைந்தன. பின்சக்கரங்கள் பாதையிலிருந்து விலகி இரண்டடி பள்ளத்தில் விழுந்ததும் எஞ்சின் அணைந்தது. அவ்வளவுதான். இந்த இடத்திற்காவது வந்தோமே என்ற நிம்மதி பிறந்தது. பானர் பண்ணைக்குப் பத்து மைல் நடப் பதைத் தவிர்த்தார். அவ்வளவு தூரம் இருக்காதுதான். அல்லது அவர்கள் மெயின் ரோடுக்கு அருகேயுள்ள பண்ணையை மூடியிருப்பார்கள். ஏதாவது வண்டி வராதா? செருப்புகள் வழுக்க, கோட் பட்டன்கள் ஒரு பக்கம் திறந்திருக்க, அந்த

மாய கிராண்ட் ஹோட்டலை முள் செடிகளுக்கிடையில் கண்டுபிடித்தாக வேண்டும்.

❍ ❍ ❍

மெயின் ரோடில் அவரது கார் சக்கரங்கள் ஏற்படுத்திய தடங்கள் பனி மேகத்தினூடே தெரிந்த மங்கிய நிலா ஒளியில் அழகிய வடிவங்களாகத் தோன்றின. தெளிவற்ற அவரது நிழல் காற்று நிற்கும் போதெல்லாம் வலுவடைந்தது. பிறகு முரட்டு ஊர் தானே தோன்றியது. குன்றுகள் நிலாவை நோக்கியிருக் கின்றன. மரங்களற்ற அந்தப் பரந்தப் புல்வெளியில் பனி ஆவியாக மேலேழுந்தது. பண்ணையின் வெண்ணிறப் பக்கங்கள் சரிவான வேலிகளால் கட்டப்பட்டிருந்தன. முட்செடிகள் பளிச்சிட்டன. ஓடையையொட்டி வில்லோ மரங்களின் முடிச்சுகள் சுருட்டிய கூந்தல் போலிருந்தன. பாதையை அடுத்த வயல்களில் மாடுகள் நின்றன. அவற்றின் நீண்ட மூச்சுகள் சந்திர ஒளியில் காமிக்ஸ் பாத்திரங்களின் பேச்சு பலூன் போலத் தோன்றின.

செருப்புகளில் பனி நிரம்ப, காற்றை எதிர்த்து காகித மனிதனைக் கிழிப்பதுபோல் எளிதாக நடந்தார். நடந்து செல்கையில் வேலிக்கு அப்பால் நின்ற ஒரு காளை இவரை யொட்டியே நடந்து வருவதைக் கவனித்தார். மிக மெதுவாக நடந்தார். காளையும் வேகத்தைக் குறைத்தது. நடப்பதை நிறுத்தி விட்டுத் திரும்பினார். அதுவும் நின்றது. ஆவியாக மூச்சுவிட்டது. அவரை ஒருவிதத் தீர்மானமாகப் பார்த்தது. அதன் முதுகில் ரிப்பன்போலப் பனி நீளமாக அப்பியிருந்தது. தலையைக் குலுக்கியது. ஊளையிடும் அந்தப் பனி இரவில் அவர் மீண்டும் தவறு செய்துவிட்டதை அறிந்தார். பாதி தோலுரிக்கப்பட்ட காட்டுக் காளையின் சிவப்புக் கண்கள் இத்தனை நேரமும் அவரைக் கவனித்துக்கொண்டே இருந்திருக்கின்றன.

பாரம்

ஜான் எட்கர் வைட்மான்

என் அம்மா ஒரு 'வெயிட் லிஃப்டர்.' நான் சொல்வது உங்களுக்குப் புரிகிறதா? எவ்வளவு நன்றாகத் திட்டமிட்டு, அற்புதமாகத் தொடங்கிய காரியங்கள் கூட முடிவில் மண்ணாய்ப் போய் விடும் என்பதை அவள் உணர்ந்திருக்கிறாள். வாழ்க்கை உங்களை நல்ல முறையில் தயார் செய்து, அலங்கரித்துவிட்டு நீங்கள் கிளம்பும்போது காலை வாரிவிட்டால் எப்படியிருக்கும். அதுவும் என் அம்மா மாதிரி, ஒருவேளைக் கஞ்சியைக் கொஞ்சம் கொஞ்சமாகக் காக்காய்குடி குருவிக்குடி என்று, இப்போ ஒரு மடக்கு பிறகு ஒரு மடக்கு என்று அதை நீட்டிக்கொண்டே செல்கிறவளுக்கு. வாழ்க்கை ஒரு விளையாட்டல்ல என்று அவளுக்குத் தெரியும். எனவே சமயம் கிடைக்கும் போதெல் லாம் தன்னைப் பலப்படுத்திக் கொள்வாள். இரும்புக் குண்டுகளையோ பாறாங்கற்களையோ தூக்கி அல்ல. ஆனால் அவளோடிக்கும் சிலர், குறிப்பாக அவளது குழந்தைகள், கிட்டத்தட்ட இரும்புக்குண்டுகள் போன்றவர்கள்தாம். அவள் சுமக்கும் பாரங்கள் எல்லாம் கவலைகள் – அவளுடையவை, அக்கம்பக்கத்தில் உள்ளவர் களுடையவை, உங்களுடையவை. எந்தக் கொடிய துயரம் தலையை நீட்டினாலும் அல்லது காதில் விழுந்தாலும் உடனே அம்மா தன் மெலிந்த உடலை அதற்கடியில் நுழைத்துக் கொள்வாள். கையால் பலமாகப் பற்றிக்கொள்வாள். மூச்சைப் பிடித்துக்கொண்டு மெதுவாக, உறுதியாக,

தூக்குவாள். அவள் நரம்புகள் இறுகுவதையும் எலும்புகள் சிணுங்குவதையும் நான் கேட்டிருப்பதாகவே நினைக்கிறேன் – கண்ணுக்குத் தெரியாத அந்தக் கனத்த பாரங்களின் கீழ்.

எனக்கு இதெல்லாம் எப்படித் தெரியும். நானும் அவள் தோள்களை அழுத்தும் பாரங்களில் ஒன்று என்பதால்தான். உதவாக்கரையான, சுமையான என்னை எந்த எதிர்பார்ப்பு மின்றி நேசிக்கிறாள். நான் பிறப்பதற்கு முன்பே என்னை நேசிக்கத் தொடங்கிவிட்டாள். இனியும் நேசிப்பாள் – மரணம் எங்களைப் பிரிக்கும்வரை. வேறு யாருடைய செல்லப் பிள்ளையாகவும் நான் இருக்க முடியாது. எனவே, ஒருவரை யொருவர் இழப்பதைப்பற்றி நினைத்துக்கூடப் பார்க்க முடியாது. என் நிலைக்கு அவள்தான் காரணம், இல்லையா. அவள் காட்டும் அன்பை எப்படித் திருப்பிக் கொடுக்காமலிருக்க முடியும். எப்படி விரும்பாமலிருக்க முடியும். பற்ற வைக்காம லிருக்க முடியும். சுமக்க முடியாத என் பாரத்தால் அவள் எலும்புகள் முனகுவதையும் நரைத்த மயிர்கள் சிலுப்புவதையும், உரசலின் ஒலியையும் நான் கேட்டுக் கொண்டிருக்கிறேன். அவளால் தாங்க முடியாத அளவு சுமக்கிறாள். நீங்கள் பார்த்தால்தான் நம்புவீர்கள். சர்க்கஸில் உயரே கர்ணங்கள் அடித்துத் தாவும் கூத்தாடிபோல, பூட்டிய பெட்டிக்குள் இருந்து வெளிவரும் ஹௌடினியின் ஜாலம் போல, உலகின் மாபெரும் காட்சிகள்.

அம்மாவுக்குக் கடவுளிடம் நம்பிக்கை உண்டு. ஒருவர் தாங்க முடிவதற்கு மேல் அதிக துயரத்தைத் தலையில் ஏற்றமாட்டார் என்று. இரக்கமுடைய கடவுள். விடுதலை அளிக்கும் கடவுள். உடல் பயிற்சி நிலையத்தில் அவருடைய செல்ல மாணவர்கள் தங்கள் தசைகளை வருத்திக்கொள்வதை வியர்வையும் ரத்தமும் சிந்த மேற்பார்வையிடும் கடவுள். அவருடைய டி – ஷர்ட்டில் ‘கடவுளின் உடல் பயிற்சி நிலையம்’ என்று எழுதியிருக்கக்கூடும்.

ஆயுள் தண்டனை பெற்றுச் சிறையில் இருக்கும் ஒரு மகன், இறந்து பிறந்த இரட்டைப் பெண் குழந்தைகள், ஒரு துணிப்பையில் தன் உடமைகளையெல்லாம் வைத்துக்கொண்டு தெருவில் அலைந்து திரியும் புத்தி பிசகிய ஒரு மகன், கையில் ஒரு குழந்தையுடன் எப்போதும் போதையில் இருக்கும் ஒரு மகள், வயிற்றில் அத்தி பூத்தாற்போல் தோன்றிய சிசுவைக் குறைப் பிரசவத்தில் இழந்த ஒரு நல்ல மகள், அப்புறம் நான், என்னைப் போன்ற உதவாக்கரைகளும் அவர்கள் குழந்தை களும் – போதை மருந்துடன் ஊர் சுற்றி, கல்யாணம் ஆகாமல் பருவத்துக்கொரு குழந்தை பெறும் மருமகள்கள், மார்புப்

புற்று நோய், சர்க்கரை வியாதி, மன அழுத்தம், கிட்னி நோய், எம்பிஸிமா, முடக்குவாதம் வாசம் செய்யும் உடம்பு, கொள்ளை நோயில் சின்னவயசு நண்பர்களைப் பறிகொடுத்தது, அரித்துத் தின்னும் வறுமை, அவளைப் போன்ற தலை நரைத்த பெண்களே பாதுகாப்புடன் நடக்க முடியாத தெருக்கள் – இத்தனைக்கிடையிலும் அவள் தன் கடவுளை நம்பினாள். அவர் வழங்கும் நன்மைகளுக்கு நன்றி கூறினாள். தாங்குவதற்கு மேலாக பாரங்களை ஏற்றமாட்டார் என்ற நம்பிக்கை கொண்டிருந்தாள். மேலும் வலிமைதர அவரைப் பிரார்த்தித்தாள். தன்னைவிட வலிமை குறைந்தவர்களின் தலையில் சுமையை ஏற்றாமல் தனக்கே தரும்படி வேண்டினாள்.

முறுக்கிய தசையும் இரும்பு உடம்பும் கொண்ட புதிய இளைஞர்கள் விளையாட்டு மைதானத்திற்கு வருவார்கள். ஆனால், அவர்களுக்கு ஒழுங்காக ஆடத் தெரியாது என்று அவர்களைத் தள்ளிவைத்துவிடுவார்கள். இப்போது வேண்டாம், சற்றுப் பின்னால் போய் நில் என்பார்கள். பிரேத மனிதன் போல் இறுகிய முஷ்டியுடன் நிற்கும் அவர்களில் ஒருவனை இரக்கம் பார்த்து பழைய பயிற்சியாளர் ஒருவர் தமது அணியில் சேர்த்துக் கொள்வார் – எவ்வளவு பெரியவனாக முரடனாக உதட்டைக் கடித்துக் கொண்டு இருக்கிறான்; கோபத்தில் யாரையாவது அடித்து உதைத்து வைக்கப் போகிறானே என்ற இரக்க உணர்வில் – நான் சொல்வது உங்களுக்குப் புரிகிறதா – அப்போது அவனுடைய உருண்டு திரண்ட தசைகள் எல்லாம் தோலைக் கிழித்துக்கொண்டு வெளியில் துள்ளி விழுவது போல் இருக்கும். தோலெல்லாம் போய் அனாட்டமி பாடம் எடுக்க உதவுபவன் போல் தோன்றுவானே, எந்த மறைவும் இன்றித் துடிக்கும் நரம்புகள் அனைவரின் பார்வையிலும் படும்படி.

யிட்ஸ்பர்கில் வால்நட் தெருவில் உள்ள சூப்பர் மார்க்கெட்டுக்கு ஒரு மாலையில் அவளுடன் போயிருந்தேன். அந்த இடமெல்லாம் வெள்ளையர்கள் அதிகம். எங்களைப் போன்ற சில கறுப்பர்கள் இரண்டொரு தெருக்களில் கலந்திருந்தனர். அப்போதுதான் அவளுடைய அளப்பரிய வலிமையைக் கண்டு அதிசயித்தேன். நான் அப்போது சிறுவனாயிருந்தேன். வளர்ந்து பெரியவனாவேன் என்று நினைக்கக்கூட முடியாத வயது. காஷியர் பெண் அம்மாவுக்குத் தெரிந்தவளாயிருக்கலாம். சற்று உரத்தக் குரலிலேயே கேட்டாள். அது உன் பையனா. அம்மா அவள் ஆச்சரியப்படும்படி புன்னகைத்துக் கொண்டே மிக மிருதுவான குரலில் ஆம் என்றாள். மாவு போல் வெளுத்திருந்த அந்தக் காஷியர் குரோகர்ஸ் கடையின் மஞ்சள்நிற

டி – ஷர்ட்டின் மார்பில் அவள் பெயரைப் பதித்திருந்தாள். அம்மாவைப் போல் புன்னகை புரிய முயன்று, தோற்று, மலம் நாறும் என்பதை அப்போதுதான் கண்டுபிடித்தவள் போலும், அவள் அறிந்ததை பிறர் அறியக்கூடாது என்பது போலும் முகத்தை வைத்துக் கொண்டாள். இவன் நல்ல உயரம் என்று உளறினாள்.

இது எங்களுக்குப் புதிதல்ல. சாமான்களை எடுத்துக் கொண்டு பில் போடும் இடத்துக்கு வந்து, தொகை என்ன வரப்போகிறதோ என்று கலக்கத்துடன் காத்திருந்தோம். காஷியர் படபடவெனக் கூட்டினாலும் அவளுடைய கவனம் எதில் என்பதை நாங்கள் மூவரும் புரிந்து கொண்டோம். பொது இடங்களில், கறுத்த சுருண்ட மயிருள்ள அம்மாவை யும், வெவ்வேறு நிறம்கொண்ட குழந்தைகளையும் முதலில் புதிதாய்ப் பார்ப்பவர்கள் திகைத்துப் போவார்கள். எச்சில் விழுங்குவார்கள். விழித்துப் பார்ப்பார்கள். வாய்க்குள்ளே திட்டிக்கொள்வார்கள் – கறுப்பின மக்கள் வசிக்கும் பகுதியில் இருட்டிய பிறகு வெள்ளை என்று நினைத்து ஒரு பெண்ணைத் தொடர்ந்து யாரோ புகுந்து விளையாடி கறுப்பும் வெளுப்பு மான பிள்ளைகளைச் சிருஷ்டித்ததாக.

க்ரோகர்ஸ் ஸ்டோரிலும் இதே காட்சிதான். ஒரு மோசமான தருணம் மேலும் மோசமடையாமல் காஷியரின் பதிலைக் காப்பாற்றியபடி வந்தோம். அம்மா சொன்னாள். உயரத்தில் இவ்வளவு வித்தியாசம் இருக்கிறதே என்றுதான் அவள் அதிசயப்பட்டிருக்கிறாள். நிறத்தில் அல்ல. இந்தப் பதில் என்னைத் திடுக்கிடச் செய்யும் ஓர் உண்மையை வெளிப்படுத் தியது. நான் அம்மாவைவிட உயரம். காபிநிறப் பையன்; நான்தான் குனிந்து சற்றே பெருத்த அம்மாவின் உச்சந் தலையைப் பார்க்க முடியும். வயது வந்த எல்லாப் பையன் களையும் போல உடலமைப்பிலும் ஒவ்வொரு பகுதியிலும் மனதைச் செலுத்தியபடி, மற்றவர்களோடு ஒப்பிட்டு, குறிப்பாக ஒவ்வொரு அவயமும் எப்படியிருக்கிறது என்று மதிப்பிட்டு வந்தவனுக்கு அம்மாவோடு என்னை ஒப்பிட்டுப் பார்க்கத் தோன்றவில்லை. அவள் என்னைவிடப் பெரிய உடம்பைக் கொண்டிருப்பதால் இருக்கலாம். யாராவது அம்மாவின் உயரத்தையோ எடையையோ கேட்டால் சும்மா 'ஹ' என்று தான் சொல்லியிருப்பேன். எல்லோரையும் போல்தான் என்று இப்போது சொல்வேன். ஒரு சிறிய, எலும்பும் தோலுமான பெண், முடிவுக்கு வர முடியாத அளவு பெரியவளாயிருக்கிறாள்.

அம்மாவின் ஆற்றலைக் கண்டு அதிசயிக்கும் தருணமும் க்ரோகர்ஸ் கடையில்தான் நிகழ்ந்தது. காரணமில்லாமல்,

எனக்கே புரியாதபடி. அவளைவிட என் உடம்பு நல்ல வளர்ச்சி பெற்றிருந்தது. ஆம். அது ஒரு நல்ல விஷயம்தான். ஆனால், உடல் அமைப்பில் மிகப் பெரியவனாயிருந்தும் அந்த க்ரோகர்ஸ் கடையில் அம்மாவின் அருகில் நிற்கும்போது நான் மிகவும் பலவீனமாக உணர்ந்தேன். அவள் உடம்புக்கும் எலும்புக்கும் அருகே ஒரு சோனி நிழல் மாதிரி. ஒரு நாளில் இருபத்து நாலு மணிநேரமும் அவள் தோளில் சுமந்து கொண்டிருக்கும் சுமையை ஒரு நிமிஷம் கூட என்னால் தாங்கிக்கொள்ள முடியாது. வாய்த்துடுக்குக் காஷியரின் அவநம்பிக்கையின் பாரம். அம்மாவை என்னிடமிருந்து விலக்கப் பார்க்கும் அந்த குண்டு குள்ளப்பெண் காஷியரின் மேல் படிந்த வெறுப்பின் பாரம். பணமில்லாமல் சாப்பிட வேண்டிய நிலையின் பாரம். எங்களைப்போல் தலைதெறித்த பையன்களுடன் சண்டையிட்டு அன்பு காட்டவேண்டிய பாரம். எங்கள் குடும்பத்தின் மேல் அசையும் கரத்தை – கடவுளின் அல்லது சாத்தானின் கரத்தை – பார்க்கும்போது நான் என்னை நோஞ்சான் சிறுவனாகப் பார்க்கிறேன். அம்மா எங்களுடன் இல்லாவிட்டால், தன்னை ஒரு குடை போல் எங்கள் மேல் கவிழ்த்து கொள்ளாவிட்டால், அவள் இரும்பு எலும்புகள் வானம் இடிந்து எங்கள் தலைமேல் விழுவதைத் தாங்கிக் கொள்ளாவிட்டால், அந்தக் கரங்கள் எங்களைப் பூச்சிகள் போல் நசுக்கியிருக்கும்.

இந்தப் பெட்டியின் பித்தளைக் கைப்பிடியைப் பிடித்துத் தூக்கி என் தோளில் வைக்க, என் அம்மாவின் விரல்களின் அழுத்தமான வலிமை வேண்டும். நம்ப முடியாத பாரத்தைச் சுமக்கும் அவளது அதீத வலிமை வேண்டும்.

அம்மாவுக்கு இந்தக் கதையை (கதை என்றுதான் சொன்னேன். அவளுக்கு உண்மை தெரியும்) போனில் படித்துக் காட்டினேன். நீங்கள் சற்றுமுன் படித்த (அதுவரை படித்திருந் தால்) பாராவில் நிறுத்தினேன். நிறுத்தியதன் காரணம் பகலில் அதிகக் கட்டணத்தில் தொலைபேசியில் பேசவேண்டி யிருக்கிறது. அத்துடன் மீதிப் பாகத்தை இனிமேல்தான் எழுதவேண்டும். அவள் எதுவும் சொல்லாமலிருந்ததே அவளுக்குக் கதை பிடிக்கவில்லை என்பதைக் காட்டிற்று. இந்த எதிர்வினையில் நான் வியப்படையவில்லை. நிறையப் பகுதிகள் எனக்கே பிடிக்கவில்லை. சீரற்ற குறிப்புகள். திருப்பி எழுதும்போது நிறைய மாற்ற வேண்டும். ஆனால் மாற்றி எழுதி முடிக்குமுன் அவள் ஆசியைப் பெறவேண்டும்.

அம்மாதான் என் நல்ல விமர்சகர். அவள் நேர்மையில் எனக்கு நல்ல நம்பிக்கை. அவள் உண்மையைச் சொல்லி விடுவாள். தான் ஏதோ பெரிய ஆள் என்றும், உயர்ந்த இடத்தில்

இருப்பதாகவும், நீயெல்லாம் என் அருகேவர யோக்கியதை இல்லை என்று நினைப்பவர்களைக்கூட அவள் மனவருத்தம் கொள்ளச் செய்யமாட்டாள். ஹா ஹா. யாரைப்பற்றியாவது யாராவது குறை சொல்வதைக் கேட்டால் உறுமிக் கொண்டு திட்டுவதைப் போலவே அடிக்கடி புன்னகையும் புரிவாள். அட, அட, என்பாள். தலையை ஆட்டிச் சிரித்துவிட்டு நம்மை அப்புறப்படுத்திவிடுவாள். பாவியான உன்னையும் அவளையும் ஒரே தட்டில் வைத்து எல்லோரும் ஒரே மாதிரிதான் என்பாள். ஒருவருக்கொருவர் மிச்சமில்லை என்று அடக்கமுடியாத சிரிப்பில் – அதை அடக்க முயன்று கையால் வாயைப் பொத்தியபடி – தலையை ஆட்டிக்கொண்டு மெல்லிய குரலில் கெட்ட மனிதர்கள் நம்ப முடியாத அளவு நல்லவர்களாக இருக்கிறார்களே என்பாள். ஹா ஹா.

என்னுடைய கதையில் சிரிப்பதற்கொன்றுமில்லை. எங்களைப் பிரிக்கும் 550 மைல்களை அகற்றிவிட்டுப் பார்த்தால் அவளும் சிரிக்கவில்லை என்று சொல்வேன். பெரிய மடத் தனத்தையும் மன்னித்துவிடும் அந்த மகிழ்ச்சியை எதற்காக மறைத்து வைக்கிறாள். என் பாவங்களைக் கணிக்கிறாள். அம்மா, தயவு செய்து அழாதே. பாட்டி மார்த்தாவையும் அழ வேண்டாம் என்று சொல். வில்லி பையனைப்போல் என்னையும் கடலில் மூழ்கும்படிச் செய்துவிடாதே, அம்மா. சிரி. என்னை இதப்படுத்தும் அந்த இனிய சிரிப்பைக் கம்பி வழி அனுப்பி என்னைக் காப்பாற்று.

வெயிட்லிஃப்ட் ஜோக்கா இது. அம்மா, ஒருவேளை இதை நீ ஜோக் என்றே நினைக்கவில்லையா.

ஸாரி. உண்மையைச் சொல். இது ஒன்றும் எனக்கு வேடிக்கையாகத் தெரியவில்லை. கடவுளின் டி–ஷர்ட். உனக்கு வெட்கமாயில்லையா. கடவுளின் பெயரை அனாவசியமாய் இழுத்துக்கொண்டு.

இந்த மாதிரி கருத்தெல்லாம் உனக்கு எங்கிருந்து கிடைக் கிறது பையா. என் குழந்தைகளைப் பற்றி எனக்குத் தெரியும். எனக்குத் தெரியும் என்பதும் கடவுளுக்குத் தெரியும் இல்லையா. உங்களையெல்லாம் புரிந்து கொள்ளவேண்டும். என்பதற்காக நீங்கள் என்னைப் படுத்திய பாட்டில் உங்களை எப்படிப் புரிந்து கொள்ளாமலிருக்க முடியும். ஆமாம். ஆமாம். ஆமாம். அப்புறம் உங்களில் யாராவது போய் பயங்கரமாக ஏதாவது செய்துவிடுகிறீர்கள். நீங்கள்தான் என்று என்னால் நம்பவே முடியாது. என் மனதைப் பிளக்கிறீர்கள் என்று சொல்ல மாட்டேன். எத்தனையோ தடவை அது பிளந்தாய்விட்டது.

துண்டு துண்டாய்ப் போய்விட்ட அது மேலும் பிளவுற முடியாது. ஆனால் நீங்கள் என்னை இத்துடன் விட்டுவிடப் போகிறீர்களா. இந்தத் தாய் உலகைவிட்டுப் போகும் வரை ஏதாவது புதுசாகப் பண்ணிக்கொண்டு இருக்கத்தான் போகிறீர்கள்.

இன்னும் சீண்டப்பட வெயிட்லிஃப்டராக உயிரோடு இருக்கிறேனே, அதற்காகக் கடவுளுக்கு நன்றி சொல்ல வேண்டும். நல்லது, இது புதுசாயிருக்கிறது. இதுவரை யாரும் என்னை வெயிட் லிஃப்டர் என்று அழைத்ததில்லை. வித்தியாச மாகத்தான் இருக்கிறது. நிச்சயமாக.

இங்கேதான் அவள் சிரித்திருக்க வேண்டும். அவளுடைய சுருங்கிய புருவங்களுக்கிடையே, இளகிய, காபி நிற, எதையும் கூர்ந்து நோக்கும் கண்களின் இடையே நான் எறிந்த கல்லை அவள் எடுத்துக்கொண்டாள். கழுத்தில் கட்டியிருந்த சிறிய டெலஸ்கோப் வழி ஒரு நகையை, அதன் பளபளப்பையும் நீரோட்டத்தையும் கடவுளின் கைத்திறனையே ஊடுருவிப் பிரதிபலிக்கும் சமயம்தானே அது. முத்தமிட்டால் எல்லாம் சரியாகிவிடாதா. அம்மாவின் வழிதானே அது. எங்களையும் அவளையும் கஷ்டப்படுத்தியவற்றை அவள் கையாண்ட விதம் தானே அது. எங்கள் மோசமான காயங்களையும், எல்லாம் காலையில் சரியாகிவிடும் என்ற புன்னகை மருந்தினால் குணப்படுத்தவில்லையா. பாரத்தையும், துன்புறுத்தும் ஒவ்வொரு துளியையும் நீக்கி மன்னிக்கும் புன்னகை. எங்கள் தோளிலிருந்து அவற்றை அவள் முதுகில் தொங்கும் கவலைகளின் பாரத்தால் நிரம்பிய பைக்குள் போட்டுக்கொள்வாள்.

என்னுடைய கதை அவளைக் கஷ்டப்படுத்தியிருக்கக் கூடும் என்ற எண்ணம் என்னுள் எழுந்தது. என் இரண்டாவது தம்பி திருடர்களை விரட்டுவதற்காக வைத்திருக்கும் குண்டாந் தடியால் அடிபட்டுத் தலை கீழாக விழுந்தது போலிருந்தது. அடுக்களை மேஜையில் அவளுக்கு எதிரே அமர்ந்து ஏதாவது சேதமடைந்திருக்கிறதா என்று பார்க்க விரும்பினேன். முதலில் அவளது மிருதுவான பழுப்பு நிற அன்பு நிறைந்த கண்களால் என்னைப் பார்க்க வேண்டும். நான் அவளுக்கு அணுவளவாவது துன்பம் இழைத்திருந்தாலும் நான் சுக்குநூறாகப் போயிருப் பேன் – அவள் என்னை ஒன்றிணைக்கும் வரை.

இருப்பினும் இந்த ஒழுங்கற்ற கதையை அவளிடம் படித்துக் காட்டியதற்காக வருந்தி ஒரேயடியாக சரணடைய நினைத்த போது, என் எழுத்து அம்மாவையோ அல்லது வேறு யாரையோ தொட்டுவிட்டது என்ற திருட்டுத் திருப்தி என்னுள் ஏற்படத் தான் செய்தது.

சிரி அம்மா. இது ஒரு கதைதான். ஓர் ஆரம்பம்தான். இன்னும் எவ்வளவோ எழுத பாக்கி இருக்கிறது. அதில் வெயிட்லிஃப்டர் வரும் இடத்தில் சிரிக்கத்தான் போகிறாய்.

ஆனால், ஜோக் அடிக்கக்கூடிய விஷயம் அல்லவே கடவுள்.

சரிதான் அம்மா. பிச் பாதிரியார் எத்தனை தடவை என்னிடமும் உன்னிடமும் கடவுள் பற்றிய மோசமான ஜோக்குகள் அடித்திருக்கிறார்.

எல்லாவற்றுக்கும் ஓர் இடமும் நேரமும் உண்டு.

இருக்கலாம். கதைகள்தாம் எனக்கு இடமும் நேரமும், அம்மா. நான் கூறவேண்டிய விஷயங்களைக்கூற வேண்டிய இடமும் நேரமும்.

எவ்வளவு அழகாக வந்திருந்தாலும், அம்மாவைப் பற்றி ஜோக் அடித்தால் . . .

அம்மா வருத்தப்படுகிறாளே. அப்படித்தானே சொல்ல வருகிறாய். அம்மா வருத்தப்படுகிறாளே.

நான்தான் சொல்லிவிட்டேனே.

சொன்னதைக் கேட்டேன். சொல்லாததையும் கேட்டேன். அந்த வார்த்தைகளைக் கேட்டுக்கொண்டே இருக்கிறேன். சொல்லாத வார்த்தைகளே, அம்மா சில சமயம் உரக்கச் சொன்னவற்றை மூழ்கடிக்கிறது, அம்மா.

ஆஹா, எல்லாவற்றையும் கொட்டித் தீர்த்து விடுகிறாய், அப்படித் தானே பையா. முதலில் அந்தக் கதை. அப்புறம் உன்னுடைய பழைய வேலையை என்னிடமே காட்டியது. உனக்குள்ளே பேசிக்கொள்கிறாய். காலையிலேயே என்னைச் சீண்டுகிறாய். அப்படித்தானே. கொஞ்சமாவது புத்தியிருந்தால் யாராவது இன்னும் பாரம் வேண்டும் என்று கேட்பார்களா. அந்த வார்த்தையைத்தானே நான் சொல்லும்படி வைத்தாய், இன்னும் பாரம்.

அந்தக் கட்டிடமே குலுங்கியது. பூமி ஆடியது. ஹீப்ரூ குழந்தைகளின் மேல் கடவுளின் முஷ்டிபோல் பாரம் கவிழ்ந்தது. ஜெர்மையாவின் புலம்பல் மாதிரி. பைபிளில் உள்ள அப்பகுதி நீண்ட காலமாக வருந்தும் என் அம்மாவின் முதுகின் கதையைத் தழுவி எடுத்த படம்.

ஏனெனில், அவள் சொல்வதிலும் விஷயம் இருக்கிறது.

குழந்தைகள் இல்லாதவர்கள் கொடியவர்களாக இருப்பார்கள். டி.வி.யில் ஒப்ரா சொல்வதைக் கேட்டிருக் கிறேன். வெயிட்லிஃப்டருக்குப் பதிலாக நடிக்கத் தொடங்கி யிருந்தால் அம்மா அவளைப்போல் ஆகியிருக்கலாம். ஒருவேளை அந்த வாக்கியம் க்வென் ப்ரூக்ஸின் பாட்டில் வருகிறதா. எதுவாயினும் அது பொருத்தமானதுான். அதற்காக நான் வெட்கப்படுகிறேன். இப்போது எனக்குத் தெரிகிறது. எந்தக் குழந்தைக்கும் அப்பா அல்ல நான். இருந்தும் என் வார்த்தைகள் கனமானவை. பாரமானவை. தடியைப்போல, கற்களைப்போல. வார்த்தைகளும் எலும்பை முறிக்கக்கூடியவை. உருவங்கள் உன்னை அக்கக்காகப் பிரித்துப் பின் தாறுமாறாக இணைத்துவிடும். நீ என்ன சொல்ல வருகிறாய் என்று தெரிகிறது, அம்மா. வாழ்க்கை பூராவுமே ஜனங்கள் என்னிடம் சொல்ல வருவதைக் கேட்டிருக்கிறேன் – கறுப்புத் தோல் கொண்ட வெள்ளைக்காரன் என்று.

ஒரு நீண்ட உருவகத்தைச் சொல், உலகத்தையே புரட்டி விடுகிறேன் – யாரோ அறிஞன் சொல்லியிருக்கிறான். அல்லது கிட்டத்தட்ட இதைப் போல. அறிஞனோ இல்லையோ வார்த்தைகள் குத்தும் என்பது எல்லோருக்கும் தெரியும். வார்த்தைகள் எதையும் மாற்றிவிடும். பள்ளத்தில் குதி, அம்மா முதுகை மிதி.

ஆனால் அம்மா, உருவகங்கள் இரண்டு விஷயங்களைச் சொல்ல வருகின்றன. அவை ஒரே நேரத்தில் இரண்டு இடங் களில் இருக்கின்றன. வருக வருக என்றும் போய் வாருங்கள் என்றும். பல இடங்களில் பல பொருட்கள் ஒரே நேரத்தில். ஜேம்ஸ் கிளிம்லாண்ட் சர்ச்சில் பாடுவாராமே “ஜோர்டன் நதிக்கரையில் நின்றேன்” என்று. தெரியுமல்லவா. உருவகங்களும் சிறிய பாடல்கள்தான். குட்டிக்குட்டிக் கதைதான். ஜோர்டன் நதியில் கப்பல்கள் போய்க்கொண்டிருக்கும்போது கையசைத்து வாங்க – போங்க, போங்க – வாங்க என்பதுபோல்.

வெயிட்லிஃப்டர் ஒரு சாதாரணச் சொல்தான். ஒரு வேடிக்கை. சும்மா சொன்னேன் அம்மா. உன்னை குழப்பு வதற்காக அல்ல. உன்னைக் கஷ்டப்படுத்தவே எண்ணவில்லை அம்மா. உனது மெல்லிய சுருண்ட தலை மயிர் ஒன்றைப் பிடுங்கிக் கொடுத்து நான் நோபல் பரிசு வாங்குவதைவிட வெடிகுண்டை விழுங்கத் தயார் அம்மா.

சிரிக்கிறாயா. நல்லது. இனித் தொடங்கலாம்.

மாசச்சூசெட்ஸில் பனி பொழிகிறது
தரையெல்லாம் வெண்மை ஓஹியோவில்

என் கண்களை மூடிவிடு வானிலை நிலையமே
என் குழந்தை போவதைப் பார்க்க முடியாது.

சென்ற வியாழக்கிழமை உன்னை அழைத்தபோது எந்தப் பதிலும் கிடைக்காதது எனக்குக் கவலையளித்தது. ஏன் என்று தெரியவில்லை. செவ்வாய்க்கிழமை நான் பேசியபோது எல்லாமே நன்றாகத்தான் இருந்தது.

உன் குரல் தெளிவாக இசைப்பதுபோல் இருந்தது. செவ்வாய் அன்று போனைக் கீழே வைத்ததும் அம்மா நன்றாக இருக் கிறாள் என்று சொல்லிக்கொண்டேன். உடம்பு மெலிந்திருந் தாலும் உள்ளம் வலிதாயிருக்கிறது. இந்த வார்த்தைகளை செவ்வாயன்று ஒரு தடவைக்குமேல் சொல்லிக்கொண்டேன். மெலிந்த உடம்பு வலிய உள்ளம். உன்னில் கண்ட மகிழ்ச்சி என் புதன்கிழமையைச் சிறப்பாக்கியது. சீக்கிரம் எழுந்தேன். வேலையைத் தொடங்கினேன். மதியத்திற்கு முன் இரண்டு பக்கங்கள். என்னைத்தான் தெரியுமே அம்மா. இரண்டு பக்கங்களுக்கு ஒரு வாரம் ஒரு மாதம் என்று ஆகியிருக்கிறதே. ஏன், ஒரு வருஷம் கூட. வருடக்கணக்கில் கனவு கண்டிருக் கிறேன். வியாழக்கிழமை காலையில் காகிதத்தை அடுக்கி வைத்திருந்தும் வேலையொன்றும் நடக்கவில்லை. ஆனால், கவலைப்படுவதற்கில்லை என்று நினைத்துக்கொண்டேன். புதன்கிழமை வேலைக்குப் பின் கொஞ்சம் ஓய்வு எடுத்தால் என்ன. மேஜையருகில் அமர்ந்திருந்த பொழுது மிகத் திருப்தி யாயிருந்தது. அப்புறம் கொஞ்சம் போரடிக்கவே, 'தூக்கம் அதன் பெயர்' என்ற ஒரு நாவலை தொடங்னேன். டின்னர் சாப்பிட்டேன். நாப்கினால் முகத்தை திரும்பத் திரும்பத் துடைத்துக்கொண்டேன். வீட்டுக்குச் சென்று உன்னை அழைப்பதற்கு முன் அந்த யூதப் பையனுடனும் அவன் அம்மாவுடனும் நியூயார்க்கில் பட்ட கஷ்டங்களைப் பகிர்ந்து கொண்டேன்.

உன் போனில் மணி அடித்துக் கொண்டேயிருந்தது. ஏதாவது முக்கியக் காரியமில்லாவிட்டால் நீ வீட்டில்தான் இருப்பாய். முக்கியக் காரியம் இருந்தால் என்னிடம் சொல்லி யிருப்பாய். அரைமணிக்குப் பிறகு மீண்டும் போன் செய்தேன். அப்புறம் இருபது நிமிஷம் கழித்து. மணி ஒன்பது. நீ தூங்கப் போகும் நேரம். எனக்குக் கவலை பிறக்க ஆரம்பித்தது. எங்கே யிருக்கிறாய் என்று தெரியவில்லை. ஒன்பதே கால். பதில் இல்லை என்னதான் நடக்கிறது.

தங்கையை அழைத்தேன். சோலே சித்தியை அழைத்தேன். நீ எங்கே என்று இருவருக்கும் தெரியவில்லை. மத்தியான

சாப்பாட்டுக்குப் பிறகு நீ அழைத்ததாக தங்கை சொன்னாள். இருவரும் நீ சாதாரணமாக நன்றாய் இருந்ததாகத்தான் சொன்னார்கள். ஒருவேளை நீ ஈஸிசேரில் கிடந்து உறங்கி யிருக்கலாம் என்று சித்தி கூறினாள். போன் படுக்கை யறையிலோ குளியலறையிலோ இருந்து, டி.வி. ஓடிக்கொண் டிருந்து, போனின் சப்தம் குறைத்து வைக்கப்பட்டிருந்தால், உன்னால் கேட்டிருக்க முடியாது என்றாள். இதற்குமுன் அவள் பலதடவை உன்னை அழைத்து போனை வைத்து மீண்டும் அழைத்து போனை வைத்து நாலைந்து தடவைக்குப் பிறகே உன்னைப் பிடிக்க முடிந்தது என்றாள்.

சித்தி நீ கிடைப்பதுவரை சில நிமிஷங்களுக்கொரு முறை உன்னை அழைக்கப்போவதாகக் கூறினாள். உன் அம்மா வீட்டில் ஒரு பிரார்த்தனை சந்திப்பு நடக்கப்போகிறது. நீ அங்கேதான் இருப்பாய் என்றாள். அவள் நன்றாகத்தான் இருப்பாள் பையா, கவலைப்படாதே. எங்களைப் போன்ற கிழடுகளுக்குப் புத்திதான் சரியில்லை. உடல் பலம் எல்லாம் நன்றாய் இருக்கும். உன் அம்மாவுக்கு ஒன்றுமில்லை குழந்தாய். நம்மையெல்லாம் கடவுள் பார்த்துக்கொண்டுதான் இருக்கிறார்.

சித்தி சோலேயைத்தான் உனக்குத் தெரியுமே. உன் தங்கையல்லவா. ஐநூறு மைல்களுக்கப்பால் இருந்து அவள் தன் குண்டு உடம்பை டெலிபோன் கம்பிக்குள் நுழைத்துத் தலையணை போன்ற கரங்களால் பாரத்தைத் தூக்கி எறிந்து என்னை அணைத்துக்கொள்வது போல் தோன்றுகிறது.

இதையெல்லாம் நீ கேட்டுத் தெரிந்துகொள்ள வேண்டுமா. என்ன நடந்தது என்று உனக்குத் தெரியும். இருந்த இடத் திலிருந்தபடியே எல்லாம் எப்படி முடிந்தது என்பதும் உனக்குத் தெரியும்.

தங்கையோடு பேசியதை நீ கேட்க வேண்டியதில்லை. எங்கள் பேச்சுக்குப் பிறகு அவளை நீ அழைத்திருக்க வேண்டாம். இரவு பத்து மணிக்குப் பின் அவள் என்னோடு பேசியது இதுதான் முதல் தடவை. மின்னல் வெட்டி எங்கள் பேச்சு நடுவில் நின்றதும் இதுதான் முதல் தடவை. யாருடனும் தொடர்பற்றுப் போனதும் இதுதான் முதல்தடவை.

முதன் முதலில் உன் அறைக்கு யார் வந்ததைப் பார்த்தாய் அம்மா. ஈவா வாலஸையா அல்லது பிறர் விஷயத்தில் எப்போதும் மூக்கு நுழைக்கும், உனக்கு எப்பவுமே பிடிக்காத அந்த சூப்பர்வைஸரையா. அவளுடைய பேத்தியுடன் அவள் பேசும் தோரணை உனக்குப் பிடிக்கவில்லை என்று சொல்லி

யிருக்கிறாய். அந்தக் குழந்தையின் அம்மா கொஞ்சம் மோசம். எப்போதும் தெருவில் சுற்றிக்கொண்டிருப்பாள். அக்குழந்தையை அம்மா ஏதோ கண்காணாத ஊரில் இருப்பது போல் எங்குமே அழைத்துச் செல்வதில்லை. ஒன்றிரண்டு தடவை சூப்பர்வைஸர் பிஸியாக இருந்த சமயம் நீதான் அந்தக் குழந்தையைப் பார்த்துக்கொண்டாய். அவள் பிறர் காரியங்களில் தலை யிடுவதையோ ரொம்ப நேரம் அந்தக் குழந்தை தனியே இருப்பதையோ நீ விரும்பவில்லை. அவள் தன் பேத்தியிடம் மிகவும் ஆசை வைத்திருந்தாலும் சில சமயங்களில் அவள் அந்தக் குழந்தையிடம் பேசும் தோரணை உனக்குப் பிடிக்கத் தான் இல்லை.

கதவு திறந்ததும் முதன் முதலில் யாரைப் பார்த்தாய். ஈவா சொன்னாள். நீ அவளை சந்திப்பதாகச் சொல்லியிருந்த தாகவும் ஆனால் வரவில்லையென்றும். ரொம்ப நேரம் காத்திருந்துவிட்டு உனக்குப் போன் பண்ணியதில் எந்தப் பதிலும் கிடைக்கவில்லையாம். அப்புறம் அவளுடைய சினேகிதி ஒருத்தி வந்து நீண்ட நேரம் பேசிக்கொண்டிருந்ததில் உன்னைப் பற்றியே மறந்துவிட்டதாக ஈவா சொன்னாள். அப்புறம்தான் நீ இன்னும் வரவில்லை என்பதும் போனை வைத்ததும் அவளுக்கு நினைவு வந்ததாம். வியாழக்கிழமை பிரார்த்தனைக் கூட்டத்துக்கு நீங்கள் எல்லாம் சேர்ந்து போவதாகத் திட்டமிட்டுவிட்டு திடீரென்று நீ வராதது அவளுக்குப் பயமாக இருந்திருக்கிறது. சாதாரணமாக நீ இப்படிச் செய்வதில்லை என்று அவளுக்குத் தெரியும். ரொம்ப நேரம் ஆகிவிட்டது. நீ உறங்கச் செல்லும் நேரம். இருந்தாலும் அவள் உனக்கு போன் செய்தாள். போன் அடித்துக்கொண்டேயிருந்தது. மணி ஒன்பதுக்கு மேலிருக்கும். உடுத்திருந்த உடையின் மேல் ஒரு கோட்டை மாட்டிக் கொண்டு ஹாலைக் கடந்து உன் அறைக் கதவைத் தட்டினாள். வேறெங்கு நீ போயிருப்பாய். பதிலில்லை. கீழே சூப்பர்வைஸரை அழைத்து இருவரும் கதவை பலமாகத் தட்டியிருக்கின்றனர். அப்புறம் சூப்பர்வைஸர் சொன்னாராம், பூட்டைத் திறந்து உள்ளே செல்லலாம் என்று. இரண்டாவது சாவியால் பூட்டைத் திறந்து கொஞ்சம் தயங்கி நின்றுவிட்டு, கதவை லேசாகத் தள்ளி எட்டிப் பார்த்துவிட்டுப் பின் உள்ளே மெதுவாக அடிவைத்துச் சென்றிருக்கிறார்கள். இவ்வளவு தூரம் கதவை இடித்துத் தட்டினபிறகு இப்படிப் பூனைப்போல் மெதுவாக நடப்பது ஈவாவுக்கு வேடிக்கையாயிருந்தது. அப்போது அது அவளுக்குத் தெரியவில்லையாம். பின்னால், எல்லாம் முடிந்தபிறகு படுக்கையில் படுத்தபடி சிகரெட் பிடிக்கக்கூடாது என்பதற்காக ஒரு வருஷமாக பிடிக்காமல்,

சிகரெட்டை ஒரு பையில் போட்டு ஃபிரிட்ஜில் வைத்திருந்து இப்போது களைப்பு, அதிர்ச்சி, கவலை காரணமாகப் புகைக்காமல் இருக்க முடியாது என்பதற்காக உள்ளேயிருந்து எடுத்துப் பற்ற வைத்துக் குஷனில் சாய்ந்துகொண்டு புகைக் கிறாள் – கதவை உடைப்பதுபோல் தட்டித் திறந்தபோது, சப்தமெழாமல் திருடர்களைப் போல் உள்ளே நுழைந்ததை நினைத்துச் சிரித்துக்கொண்டாளாம்.

அப்படித்தான் நடந்திருக்க வேண்டும். நடந்தது சரியோ தப்போ என்பது முக்கியமல்ல, நடந்தவற்றை நல்ல முறையில் சொல்வதுதான் நல்லது. மக்கள் என்ன கேட்க விரும்பு கிறார்கள். உண்மையை அல்ல அவர்கள் விரும்புவது. அல்லவே அல்ல. நல்ல முறையில் சொல்லப்படுவதைத்தான். தங்களை உற்சாகமூட்டும் பொய்யைத்தான். சந்தேகமே இல்லை. ஜனங்கள் எதை விரும்புகிறார்கள், அவர்கள் கவனத்தை எது ஈர்க்கிறது, எது விலை போகிறது. அதனால்தான் மிகப் பெரிய அப்பட்ட மான பொய்யர்கள் உலகை ஆட்சி செய்கிறார்கள்.

அம்மாவாக இருப்பது சிரமம்தான், இல்லையா அம்மா. நான் உன் அம்மாவாக இருந்தால் – இரண்டு நிமிஷம்தான் – திண்டாடிப் போவேன். தொட்டிலின் உள்ளே நீ கிடக்கிறாய். குட்டிப் பாப்பாவாக. திண்டுத் தலையணை பொம்மை போன்ற உன்னை அணைத்தபடி நீ உறங்குவதைக் கற்பனை செய்கிறேன். கண்களைமூடி, சுருண்டு படுத்து, பெருவிரலைச் சூப்பியபடி. இரவில் திடீரெனக் கத்தி அழுகிறாய். கை வேலையை அப்படியே போட்டுவிட்டு ஓடிவந்து உன்னை வாரி எடுத்து மார்போடு அணைத்துத் தாலாட்டுப் பாடித் தூங்கவைக்கிறேன். நான் கற்பனை செய்யும் இந்தச் சுலபமான வேலையையே என்னால் தாக்குப் பிடிக்க முடியவில்லை. அப்புறம் நீ திமிறி, இருமி. மூக்கு ஒழுகி, கக்கி, வெளிக்குப் போய், வெட்டி எடுத்த இருதயம் துடிப்பதுபோல் ஜுரத்தில் துடிக்கத் தொடங்கினால் . . .

பெரிய பாரம்தான். உருவத்தில்தான் எத்தனை வேறுபாடு. இவ்வளவு பெரியவனாக வளர்ந்த பின்பும் உன்னைத் தூக்க முடியவில்லையே.

ஏமாற்றினால் என்னை மன்னிப்பாயா அம்மா. டார்க் கலர் சூட்டும் மங்கிய டையும் வெள்ளை சட்டையும் அணிந்த பெரிய மனிதர்கள் சர்ச்சிலிருந்து உன்னை வெளியே அழைத்து வந்து மெதுவாகத் தாங்கி காரில் அமர்த்துகிறார்கள். பாரத்தில் எனது பங்கை எடுத்துக்கொள்ளாததற்காக என் சகோதரர்கள் கவலைப்படவில்லை. எவ்வளவு பாரம் இருக்கும். உள்ளிருந்து

திரட்டியது கொஞ்சம், மேல் பட்டைபோல் கொஞ்சம், எல்லாமே குறியீட்டுத்தனமாக இருக்கிறது. பொருள் நிறைந்து கனம் குறைந்து. உனக்குப் புரிகிறதா. உருவகம் போல. கனமற்ற சொற்கள் அல்லது மிகக் கனம் கூடியவை ஒன்றுக்கொன்று இணைந்ததுபோல. தங்கள் சக்திக்குமேல் தாங்கமுடியாத பாரத்தைப் பொறுக்கத் தேவையில்லை என்பதுபோல், நாம் அவற்றைப் போட்டுக் கிளறிக் குலைத்து முடித்தபின் அவை வெறும் சொற்களாகவே இருப்பதுபோல்.

தொந்தரவு என்ற சொல். கவலை என்ற சொல். உடனடி யாக என்ற சொல்.

எப்போதும்போல், நீ சொல்வதுதான் சரி அம்மா. நான் சொல்வது அல்ல. எனவே கொஞ்சம் சிரி. சில சந்தர்ப்பங்கள் உன்னுடையவைதான் என்று வைத்துக்கொள்ளேன். அம்மா வாக இருப்பதால் அம்மாவின் துயரங்களை அனுபவிக்கும் போது, யாராவது அதைப் பார்த்துச் சிரிப்பார்களா. உன் இடத்தில் இருந்துகொண்டு உன் பாரத்தை ஒரு விநாடி சுமந்து கொண்டு அதை வேடிக்கை என்று நினைக்க முடியுமா. ஒரு நல்ல கதை கிடைக்குமானால் பொய் சொல்வதோ கொலை செய்வதோ தவறில்லை என்று யாராவது சொல்லி யிருக்கிறார்களா.

சிரி. இப்படித்தான் முடியும் என்று முதலிலேயே உனக்குத் தெரியும் என்பதை ஒப்புக்கொள். எனக்கு நடுக்கமா யிருக்கிறது. உன்னுடைய பலம் வேண்டும். ப்ளீஸ் அம்மா, திருப்தியோடு கொஞ்சம் சிரி. சிரி அம்மா. வா, ஸ்பினாச் எனக்குப் பிடிக்காது தான். ஆனால், கவனமாக ஒரு டின் எனக்கு ஸ்பூனால் ஊட்டு. பாப்பாயியின் திரண்ட சதைகள் என் கைகளில் வெடிக்கட்டும். வெயிட்லிஃப்டர் அல்ல, தேக அமைப்பு மட்டும்தான். இந்த நிமிஷத்தில் பம்பரம்போல் சுழலும் என் உலகம் எங்கோ, எதன் மேலோ, யார் மீதோ ஓய்வெடுக்க வேண்டும். அதாவது நீதான் என் மகிழ்ச்சி. என் ஒரே மகிழ்ச்சி.

பிரச்சினை வெயிட்லிஃப்டர் என்ற வார்த்தையால் அல்ல. அப்படித் தானே அம்மா. என் உருவகத்தால் உன் மனசு கஷ்டப்பட்டிருந்தால் சொல்லிவிடு. அமைதியால் அல்ல. சிரித்துக்கொண்டே வேடிக்கையாக ஒரு குத்து. அப்புறம் நீ சிரித்தபின் நாம் அடுத்த விஷயத்துக்குப் போகலாம். உன்னைச் சிரமப்படுத்திய விஷயம், அதிர்ச்சி அளித்த விஷயம், நான் இதைப் படிப்பதற்கு முன் போனில் உன்னிடம் கூறியதுதான். அம்மாவின் மரணத்தைத் தாங்க முடியாமல் பீதியடையும் ஒரு மனிதனைப் பற்றிய கதை இது என்று சொன்னேன்.

அதுதான் உன்னைக் குழப்பியது, இல்லையா அம்மா. உன்னிடம் விடை பெறுதல். ஒரு கதையில் உன் மரணத்தைச் சோதித்துப் பார்ப்பது. நீ இல்லாத ஓர் உலகத்தைக் கற்பனை செய்வது. சின்ன வயதில் உன் உருவத்தைப் பற்றிய என் அலட்சியம் போல். சொல்லாதவரை நம்மைப் பாதிக்காத கடுமையான சொற்களை வாய்விட்டுச் சொல்வதுபோல்.

பூனையைப் பையைவிட்டு வெளியே எடு என்று நான் சொன்னதைக் கேட்டதும் உனக்கு அதிர்ச்சியாக இருந்தது அல்லவா. ஒரு வார்த்தையில்லை. சிரிப்பில்லை. உன்னால் என்ன சொல்ல முடியும். நடந்தது நடந்தாயிற்று. பேச ஆரம்பித்ததும் உன் முதல் வார்த்தைகளிலேயே நான் கேட்டேன். பூனைகளிடம் எப்பவும் உனக்குள்ள அதீத பயம் எனக்குத் தெரியுமே. அந்தப் பெரிய ஆரஞ்சு நிற டாம் பூனையைப் பற்றிச் சொல்லியிருக்கிறாயே. கதவுக்கு வெளியே அது சுருண்டு படுத்திருந்ததால் ஒரு பிற்பகல் முழுவதும் வீட்டுக்குள்ளேயே இருந்து தவித்துப் போய்விட்டாய் அல்லவா. அப்போது நான் வயிற்றில் இருந்தேன்.

உன் வாழ்வைப் பாதிக்கும் ஒரு கதையை நான் எழுது கிறேன். நமக்குள் மனஸ்தாபம் வருமா. நான்தான் மூத்த பையன். இப்போது குடும்பத் தலைவனாக இருக்க வேண்டியவன். பரமபிதாவே, ஓ தேவ குமாரனே, ஓ பரிசுத்த ஆவியே என்று நீ கத்தியதில் வியப்பொன்றுமில்லை. ஏன் என்னைக் கைவிட்டீர். நீ அதைச் செய்யவில்லை என்று தெரியும். நாடக நடிகை அல்ல நீ. நான்தான் குழப்பிவிட்டேன், இல்லையா. நான்தான் என் பழைய விஷயங்கள். உன் வயிற்றுக்குள்ளே கிடந்து புரண்டவன். என் பாரத்தால் உன் உடம்பின் உருவமே மாறிவிட்டது.

உன் வீட்டு முன் கதவின் பின்புறம் ஆணியில் தொங்கும் சிவப்புநிற மாலுமித் தொப்பியைப் பற்றி ஒரு தடவை உன்னிடம் கேட்டேன். அது என் தம்பியின் தொப்பி என்று தெரியும். எத்தனையோ நல்ல அழகிய தொப்பிகள் இருக்கும்போது இது மட்டும் ஏன் என்று கேட்டேன். ராப் – ராப். எத்தனையோ தொப்பிகள் அவனுக்கு. இருபது வருஷமாக அந்தப் பழைய வீட்டிலும் இப்போது உன் சிறிய அறையிலும் அந்தத் தொப்பி யாரும் தொடக்கூடாத ஒரு புனித வஸ்துவாக. நீ சொல்ல வில்லைதான். ஆனால், எல்லோருக்கும் தெரியும் – அந்தத் தொப்பி உனக்கு ஒரு மந்திரத் தாயத்து போல. ஊர்சுற்றிகளும் பொறுக்கிகளும் நிறைந்த பகுதியிலிருந்து எப்போதாவது ராப் திரும்பிவந்து கதவைத் திறந்து அந்தத் தொப்பியை எடுத்து அணிந்து கொள்வான். ஏன் அந்த மாலுமித் தொப்பி என்று

நான் கேட்டேன். உனக்கு நினைவிருக்கிறதா. தூண்டித் துருவுவதாக நீ எண்ணியிருக்கலாம். எந்தத் தொப்பியாக இருந்தால் என்ன, இல்லையா. ஆனால், அந்தச் சிவப்புத் தொப்பியைத்தான் நீ தேர்ந்தெடுத்தாய். ஏன் என்பதுதான் உன் ரகசியம். ஏன் என்பதற்காக ஒரு நல்ல கதையைக் கற்பனை செய்து என்னிடம் சொல்லியிருக்கலாம். எப்போதும் போல் அதைக் கவனத்துடன் கேட்டுக்கொண்டிருப்பேன். ஆனால், என்னில் ஒரு பகுதி உன் வார்த்தையினூடே உன் ரகசியத்தைத் தேடிப் பார்க்க முயலும் என்பது உனக்குத் தெரியும். ஏதோ கவனக்குறைவில் வாய்தவறிச் சொல்லிவிடக் கூடாதே. எனவே, அந்தச் சிவப்புத் தொப்பியின் கதையும் இன்னும் பல கதைகளும் சொல்லப்படாமலே இருந்துவிட்டன. உன் ரகசிய ஆசையைப் பிறரிடம் சொல்லிவிட்டால் அதன் சக்தி – உலகில் அடுத்தாற்போல அது செய்யவிருக்கும் மாற்றத்தைச் செய்யவிடாமல் சின்னாபின்னமாக்கி விடும் என்று பெரியவர்கள் உன்னிடம் சொல்லியிருக்கிறார்கள்.

உன் மனதின் இருண்ட மூலையில் ஒளிந்திருக்கும் சொற்களை யாரிடமும் நீ சொன்னதில்லை. ஆயினும், நான் அந்தச் சிவப்புத் தொப்பியின் ரகசியத்தை உன்னிடம் கேட்டேன். உன் ஆசையை, பாரம் சுமக்கும் சக்தியை, ஒரு தொப்பி – என்ன மயிர் தொப்பியானால் என்ன – ஜெயிலில் இருக்கும் என் சின்னத் தம்பியை வீட்டுக்குப் பத்திரமாகக் கொண்டு வந்து சேர்த்துவிடும் என்ற நம்பிக்கையை நான் புரிந்துகொள்ள வேண்டியிருந்தது. உன் வயிற்றிலிருந்து ரகசியமாக ஒற்றுக் கேட்க வேண்டியிருந்தது. செத்தால்கூட யாரிடமும் சொல்ல மாட்டாத வார்த்தைகளைக் கேட்க வேண்டியிருந்தது.

சொல்லப்படாத இந்த வார்த்தைகள் எப்படி ஒலிக்கும். ஒரு புத்தகத்தில் எப்படி இடம் பெறும். அதைச் சொல்லி விட்டால், உன் பொறுப்பை இழந்துவிட்டால், அற்புதம் விளைவிக்கும் அதன் சக்தியைச் சுலபமாக மூச்சுவிட முடியுமா. போகட்டும் அம்மா. பாரத்தைக் கொஞ்சம் குறைத்துக்கொள்.

உன்னால் முடியாதுதான். எனக்குத் தெரியும். அது ஏமாற்றுவதாக இருக்கும். எனக்குத் தெரியும். அசைக்க முடியாத நம்பிக்கை உள்ள ஒருவர் நெஞ்சில் பாறாங்கற்களை அடுக்கியபடி, தன்னை விசாரிக்கும் முகமூடிக்காரர்களிடம் எதுவும் சொல்வதில்லை. மேலும் ஒளி, மேலும் ஒளி என்பார்கள். இல்லை, நான் குழப்பிவிட்டேன். எலும்புகள் முறிந்து மனஉறுதி குலையும்போது அவர் மேலும் கற்கள் என்றுதான் சொல்வார்.

எனக்குப் பயமாக இருக்கிறது அம்மா. உன்னை இழந்து விடுவேனோ என்று. ஒரே மாதிரியான இரைச்சல் காதில்

ஒலித்துக்கொண்டிருக்கிறது. கொஞ்சம் பைத்தியம் பிடித் திருந்தாலும் அதிசயப்படுவதற்கில்லை. தப்பாக நினைத்துக் கொள்ளாதே. உன்னுடைய குற்றம் இல்லை. எனது மோசமான மனநிலைக்கு. மகிழ்ச்சி இழந்தமைக்கு. நீ காரணம் அல்ல. உன்னை இழந்துவிடும் அச்சத்தின் அளவை முன்னாடியே ரொம்ப நாளைக்கு முன்பே நான் ஒப்புக்கொண்டிருக்க வேண்டும். பயம் என்னைத் தூரத்தில் விலக்கி வைத்திருக்கிறது. உன் சிரிப்பை எவ்வளவு நம்பியிருக்கிறேன் என்பதை மறைத்து வைத்திருக்கிறது. உன்னிடம் சொல்லியிராத கதைகளில் உன் சிரிப்பின் மகிழ்ச்சி என்னை மௌனமாக அலறி அறையை விட்டு ஓடச் செய்யும். உனக்குச் சொல்லக்கூடாது என்று எனக்கும் கூறியிருக்கிறாய். நிறைய சொல்வதற்கும் ஒன்று மில்லை. என் வாய் அடைத்துவிட்டது. பயமாயிருக்கிறது.

கதையைச் சொல்ல நமக்குச் சொற்கள் கிடைக்குமென்றால், அதற்குள் நம்மை அடைத்துக் கொள்ள முடியுமென்றால், கதையின் வடிவிலும் அலங்காரத்திலும் நம்மை மறைத்துக் கொள்ள முடியுமென்றால், சந்திரனின் வெள்ளி ஆப்பிள்கள், சூரியனின் தங்க ஆப்பிள்கள், நீல கிட்டார்கள் என்று நல்ல மொழியில் கவிதை ஆக்க முடியுமென்றால் முயற்சி செய்வதில் பயனுண்டா. தோல்வியினால் பயனுண்டா.

விராஸ்டௌன் அவென்யூவின் ஹென்டர்சன் பார்பர் ஷாப் மூலையை யொட்டிய சந்தில் என் தோழர்களுடன் நான் அமைத்த பாடல்களில் வரும் சொற்றொடர்களைப் போல் இணைந்த எங்கள் இருவரையும் – முதலில் நான், பிறகு தம்பி ராப் மற்றும் அவன் கோஷ்டியும், கறுப்பு இளைஞர் களும் அழகிகளும் பாட்டுப் பாடிப் பாடி குரல்கள் மாறி, சந்தில் ஆண்களின் கரங்களில் எலும்பு குலுங்க, மதுக்குப்பிகள் வெடிக்க, தள்ளுவண்டி கல்பாவிய ரோட்டில் சப்தமிட்டு நகர, ஒரு கிழவியின் கடைச்சாமான்களை ஒரு பையன் சுமந்து செல்கிறான் – முன்பு ஐந்து சென்ட், பின் பத்து சென்ட் இப்போது இருபத்தைந்து சென்ட்.

முயற்சி எடுப்பதும் தோற்பதும் சரிதானா.

என்னிடம் பயம் இல்லை என்று தெரிந்தும் முயற்சி செய்ய வேண்டாமா. வேண்டாம் என்கிறாயா. ஆமாம் நிறுத்து. போகலாம். எல்லாம் நல்லபடியாக நடக்கும் என்று சொல் கிறாயா. நீ செய்ய வேண்டியதைச் செய் பையா என்று சொல்கிறாயா, சிரித்துக்கொண்டே.

நான் விரல்களை வளைத்து, பித்தளைக் கைப்பிடியைப் பற்றிக்கொண்டே தூக்குகிறேன்.

பாரம்

ரேமாண்டின் ஓட்டம்

டோனிகேட் பம்பாரா

மற்றப் பெண் குழந்தைகளைப்போல எனக்கு வீட்டில் செய்ய வேண்டிய வேலைகள் அதிகம் ஒன்றும் இல்லை. அம்மா அதையெல்லாம் பார்த்துக் கொள்கிறாள். எனது கைச் செலவுக்காகவும் நான் ஓடித்திரிய வேண்டிய அவசியமில்லை. ஆனால், ஜார்ஜ் மற்ற பெரிய பையன்களுக்காக அவர்கள் சொல்லும் வேலைகளைச் செய்கிறான்; கிறிஸ்துமஸ் கார்டுகள் விற்கிறான். மற்றபடி நடக்கவேண்டிய காரியங்களையெல்லாம் அப்பா பார்த்துக் கொள்கிறார். வாழ்க்கையிலேயே நான் செய்ய வேண்டிய ஒரே காரியம் என் பிரதர் ரேமாண்டைக் கவனித்துக் கொள்வதுதான். அதுவே போதுமானது.

சிலசமயம் தவறிப் போய் அவனை என் தம்பி ரேமாண்ட் என்று சொல்லிவிடுகிறேன். எந்த முட்டாளும் பார்த்தவுடன் தெரிந்து கொள்வான் – அவன் என்னைவிட மிகப் பெரியவன், வயது கூடியவன் என்று. ஆனால் நிறையப்பேர் அவனை என் தம்பி என்றே அழைக்கின்றனர். ஏனென்றால், அவனைக் கவனித்துக்கொள்ள எப்போதும் ஒரு ஆள் வேண்டியிருக்கிறது. அவன் மூளை வளர்ச்சி அப்படி. அதைப் பற்றியும் கொஞ்சம் வாய் நீளமுள்ளவர்கள் நிறையவே சொல்லத்தான் செய்கிறார்கள். அது ஜார்ஜ் அவனைக் கவனித்துக்கொண்டிருக்கும் போது மட்டும்தான். ஆனால், இப்போது யாராவது அவனைப் பற்றியோ அவனுடைய பெரிய தலையைக் குறித்தோ ஏதாவது சொல்ல

வேண்டுமானால் அவர்கள் என்னிடம்தான் வரவேண்டும். அப்படி வரும்போது நான் அவர்களைச் சீண்டிக்கொண்டிருக்க மாட்டேன். சும்மா வளவளவென்று சுற்றி வளைத்துப் பேசிக்கொண்டிருக்கவும் மாட்டேன். ஒரே அடி. அவர்கள் மண்ணைக் கவ்வி விழும்படிச் செய்துவிடுவேன். அவர்கள் திருப்பித் தாக்கினாலும் பரவாயில்லை. தாங்கிக் கொள்வேன். நான் சோனிதான். மெலிந்த கைகள், கீச்சுக் குரல் (என் பட்டப்பெயர் கீச்சி). நிலைமை தலைக்கு மேல் போய்விட்டால், ஒரே ஓட்டம்தான். யாரிடம் வேண்டுமானாலும் கேட்டுப் பாருங்கள். ஓட்டத்தில் என்னை ஜெயிப்பதற்கு இரண்டு கால் பிராணி எதுவும் இல்லை என்றுதான் சொல்வார்கள்.

ஓட்டப் பந்தயத்தில் நான் முதலாவதாக வந்து மெடல் வாங்காமல் இருந்ததே கிடையாது. எல்.கே.ஜி. படிக்கும்போதே அறுபதுஅடி தூர ஓட்டத்தில் நிறைய தடவை ஜெயித்திருக்கிறேன். இப்போது 150 அடி தூர ஓட்டம். பெரிய பையன்கள் என்னை மெர்க்குரி – வாயுவேகமாகச் செல்லும் தேவதூதன் – என்று அழைப்பார்கள். ஏனெனில், அக்கம் பக்கத்தில் இருப்பவர்களில் நான்தான் மிகவும் வேகமாக ஓடுபவள். எல்லோருக்கும் இது தெரியும் – இரண்டு பேர்களுக்கு இன்னும் சற்று அதிகமாகவே தெரியும் – என் அப்பாவுக்கும் எனக்கும். நான் இரண்டு தெருப் பைப்புகளுக்கு முன்னாலிருந்து ஓடத் தொடங்கினாலும் ஆம்ஸ்டர்டாம் அவன்யூ அடைவதற்கு முன்பே அவர் என்னை முந்தி விடுவார். அதுவும் இரண்டு கைகளையும் ஜேப்பிற்குள் நுழைத்தபடி விசிலடித்துக்கொண்டு. ஆனால் இதெல்லாம் எங்கள் சொந்த விஷயம். ஒரு முப்பத்தைந்து வயதுடையவர் குட்டை நிக்கர் அணிந்து கொண்டு ஒரு சிறு பெண்ணுடன் பந்தயம் ஓடுவதை உங்களால் கற்பனை செய்ய முடியுமா? எனவே, மற்றவர்களைப் பொறுத்த வரை நான்தான் மிகமிக வேகமாக ஓடுபவள். கிரெச்சனை விடவும். இந்தத் தடவை ஓட்டப் பந்தயத்தில் அவள்தான் தங்க மெடல் வாங்கப் போவதாகப் பீத்திக் கொண்டிருக்கிறாள். வெறும் சவடால். உள்ளாக்குடி. இரண்டாவதாக அவளுக்குக் குட்டைக் கால்கள். மூன்றாவதாக அவள் முகத்தில் நிறைய புள்ளிகள். நாலாவதாக என்னை யாரும் பீட் பண்ண முடியாது. அவ்வளவுதான்.

தெருமுனையில் நின்றுகொண்டு சுற்றுப்புறத்தை ரசித்து விட்டு பிராட்வேயில் சற்று நடக்கலாம் என்று நினைத்தேன். மூச்சுப் பயிற்சிகளைச் செய்து பார்க்கலாம். என்னுடன் ரேமாண்ட் இருக்கிறான். கட்டிடங்களைத் தொட்டிருக்கும் நடைபாதையில் அவனை நடந்துவரச் சொன்னேன். ஏனெனில், சிலசமயங்களில் அவனுக்கு ஏற்படும் குஷியில் கற்பனைகள்

பறக்கும். தன்னை ஒரு சர்க்கஸ்வீரன் என்று நினைத்துக் கொண்டு நடைபாதையைத் தொட்டு அமைந்திருக்கும் குட்டைச் சுவரை ஆகாயத்தில் கட்டியிருக்கும் கயிறு என்று கற்பனை செய்து கொள்வான். மழை பெய்த சில நாட்களில் தான் நடந்து செல்லும் கயிற்றிலிருந்து கீழே ஓடையில் குதித்துச் சட்டையையும் செருப்புகளையும் நனைத்துக் கொள்வான். வீட்டுக்குப் போனால் எனக்குத்தான் அடி கிடைக்கும். சில சமயங்களில் நீங்கள் அவனைக் கவனிக் காமலிருக்கும் போது அவன் ரோட்டின் குறுக்கே பாய்ந்து இரண்டு ரோடுகளுக்கும் நடுவேயுள்ள தீவுப் பகுதிக்கு ஓடிச்சென்று அங்கிருக்கும் புறாக்களை விரட்டி அடிப்பான். அவை அமர்ந்து படித்துக்கொண்டிருக்கும் கிழவர்களிடையே பறந்து அவர்களின் பத்திரிகைகளையும் மடியில் வைத்திருக்கும் உணவுப் பொட்டலங்களையும் சிதற அடிக்கும். நான் போய் அவர்களிடம் மன்னிப்புக் கேட்பேன். அதனால் நான் அவனை என்னோடு அணைத்தபடியே செல்லவேண்டியிருக்கும். குதிரைவண்டி ஓட்டுபவன் போல் அவன் கற்பனை செய்தபடி வருவான். என்னைக் கீழே தள்ளிவிடாமலும் என் மூச்சுப் பயிற்சியில் அவன் குறுக்கிடாமலும் வருவதுவரை எனக்குக் கவலையில்லை. ஓட்டப் பந்தயத்திற்காகத்தான் அந்த மூச்சுப் பயிற்சி. யாருக்காவது அது தெரிந்துவிட்டாலும் கவலையில்லை.

பொதுவாகச் சிலபேர் எல்லாக் காரியங்களையும் எந்த முயற்சியுமில்லாமலே முடித்துவிடுவதாக நினைத்துக்கொள் கிறார்கள். நான் அப்படியல்ல. 34வது தெருவில் ஒரு பந்தயக் குதிரைபோல் கர்வத்துடன் தலைநிமிர்த்தி நடப்பேன். என் முழங்கால்களுக்கு வலு ஏற்பட வேண்டுமே. ஆனால், இது அம்மாவுக்கு எரிச்சலாயிருக்கும். நான் வேறு ஏதோ ஓர் அசட்டுக் குழந்தை போலவும், நான் அவளுடன் வரவில்லை என்பது போலவும், என்னைத் தெரியாதது போலவும், கடைக்கு தான் தன்னந்தனியாகச் செல்வதுபோலவும் விரைந்து முன்னே நடப்பாள். சிந்தியா ப்ரோக்டரைப் பாருங்கள். அவள் நேர் எதிர். நாளைக்குப் பரிட்சை இருக்கும். அவளோ இன்று மாலை பந்து விளையாட வேண்டும், இரவில் டி.வி. பார்க்க வேண்டும் என்று சொல்வாள். பரிட்சையைப் பற்றி நினைக்கவேயில்லை என்று நீங்கள் நம்பவேண்டுமாம். அதுபோலத்தான் சென்ற வாரம் ஸ்பெல்லிங் போட்டியில் அவள் வழக்கம்போல் ஜெயித்தபோது – நூறு தடவைக்கு மேல் இருக்குமா? – என்னிடம் சொல்கிறாள், “கீச்சி, ‘Deceive’க்கு ஸ்பெல்லிங் உன்னிடம் கேட்டு விட்டார்கள். நல்லவேளை நான் தப்பினேன். என்னிடம் கேட்டிருந்தால் சொல்லியே இருக்கமாட்டேன்” என்று சொல்கிறாள் பிளவுஸின் லேஸ்

துணியைப் பிடித்தபடி அதிர்ஷ்டவசமாகத் தப்ப முடிந்தது போல். ஐயோ, கடவுளே! என் அதிகாலை ஓட்டத்தின்போது அவள் வீட்டைக் கடந்து செல்கையில் பியானோவில் அவள் திரும்பத் திரும்பப் பயிற்சி செய்துகொண்டிருப்பதைக் கவனித் திருக்கிறேன். ஆனால், மியூஸிக் வகுப்பில் தான் கால் இடறி பியானோ ஸ்டூலில் விழுந்துவிட்டது போலவும், அதில் அமர்ந் திருப்பது தனக்கே வியப்பளிப்பதாகவும், தன் கைவிரல்கள் தற்செயலாக பியானோ கட்டைகளில் பட்டுவிட்டதாகவும், எனவே, கொஞ்சம் அழுத்திப் பார்க்கலாமென்று நினைத்த தாகவும் சொல்லிக்கொள்வாள். சோப்பினின் அற்புதமான மெட்டுக்கள் அதிலிருந்து புறப்படும்போது எல்லோரையும் விட தானே அதிக ஆச்சரியப்படுவதாகவும் சொல்வாள். பிறவி மேதைதான். அப்படிப்பட்டவர்களைக் கொன்றுவிட வேண்டும்போல் தோன்றும். இரவு விழித்து கஷ்டப்பட்டு வார்த்தைகளுக்கு ஸ்பெல்லிங் உருப்போட்டுக்கொண்டு இருப்பேன். நாள் முழுதும் பயிற்சிக்காக ஓடுவேன். சந்தர்ப்பம் கிடைக்கும் போதெல்லாம் நடப்பதற்குப் பதில் ஓட்டம்தான். பாவம், ரேமாண்டுக்குத்தான் சிரமம். எனக்குச் சமமாக ஓடமுடியாது. ஆனாலும், அவன் ஓடத்தான் செய்கிறான். அவன் பின்தங்கிவிட்டால் யாராவது அவன் அருகே சென்று அவனைக் கேலி செய்யலாம். அவனிடமிருந்து பைசாக்களைப் பிடுங்கிக் கொள்ளலாம், அல்லது அவ்வளவு பெரிய பூசணிக்காய் தலையை எங்கிருந்து வாங்கினாய் என்று கேட்கலாம். மனிதர்கள் எவ்வளவு முட்டாள்களாக இருக்கிறார்கள் சில சமயங்களில்.

பிராட்வேவழி சென்று கொண்டிருக்கிறேன். மூச்சுப் பயிற்சியில் ஏழுவரை எண்ணியபடி மூச்சை இழுப்பதும் விடுவதுமாக இருக்கிறேன். (ஏழு எனது லக்கி நம்பர்.) அப்போது பாருங்கள், கிரெட்சனும் அவள் தோழிகளும் வருகிறார்கள். மேரி லூயி முதலில் பால்டிமோரிலிருந்து இங்கே கறுப்பர்கள் பகுதிக்கு வந்தபோது என்னுடைய சினேகிதியாகத்தான் இருந்தாள். எல்லோரிடமும் அடிவாங்கிக்கொண்டிருந்த அவளை நான்தான் அப்புறம் கவனித்துக்கொண்டேன் – அவள் அம்மாவும் என் அம்மாவும் சின்ன வயதில் சர்ச்சில் சேர்ந்து பாடியிருக்கிறார்கள் என்ற காரணத்தால். ஆனால், நன்றிகெட்ட ஜென்மம். இப்போது கிரெட்சனுடன் ஒட்டிக் கொண்டு என்னைப்பற்றி மட்டமாகப் பேசுகிறாள். அப்புறம் ரோஸி. நான் எவ்வளவு மெலிந்திருக்கிறேனோ அவ்வளவு குண்டு அவள். ரேமாண்டை எப்போதும் சீண்டிக்கொண்டே யிருப்பாள். அவனுக்கும் தனக்கும் இடையே பெரிய வித்தியாசம் ஒன்றும் இல்லையே, அவனைக் கிண்டல் செய்கிறோமே

என்பதைப் புரிந்துகொள்ளும் அறிவுகூட அவளுக்கு இல்லை. பிராட்வேயில் அவர்கள் மூவரும் எனக்கு எதிரே வந்து கொண்டிருக்கிறார்கள். தெருவோ அகலம் குறைவு. சினிமாவில் வருவது மாதிரி பெரிய சண்டை நடக்குமோ என்று தோன்றியது. என்னைப்போலவே அவர்களும் கட்டிடங்களையொட்டியே நடந்து வருகிறார்கள். முதலில் பக்கத்தில் உள்ள கடைக்குள் ஏறி அவர்கள் கடந்து செல்வதுவரை காமிக்ஸ்களைப் புரட்டிக் கொண்டிருக்கலாமா என்று நினைத்தேன். ஆனால், அது கோழைத்தனம் அல்லவா? என்னுடைய கௌரவம் என்னாவது? அவர்களுக்கு நேரே நடந்து, தேவையானால் இடித்துக்கொண்டு அவர்களைக் கடந்துசென்றால் என்ன என்றும் தோன்றியது. அவர்கள் என்னை நெருங்கியதும் நின்றார்கள். நான் சண்டைக்குத் தயாராயிருந்தேன். சும்மா வாய் வார்த்தைகளில் எனக்கு நம்பிக்கையில்லை. முதலிலேயே ஒரே அடியில் உங்களை கீழே வீழ்த்திவிடுவதுதான் எனக்கு விருப்பம். நேரத்தை வீணாக்கக் கூடாது.

“மே தினப் போட்டியில் நீ சேர்ந்துவிட்டாயா?” என்று சிரித்தபடியே கேட்கிறாள் மேரி லூயி. உண்மையில் அது சிரிப்பு போலவே இல்லை. இந்த மாதிரி அசட்டுக் கேள்விக்கு என்ன பதில் வேண்டிக் கிடக்கிறது. உண்மையில் அங்கு நிற்பது நானும் கிரெட்சனும்தான். நிழல்களிடம் எனக்கென்ன பேச்சு.

“இந்தத் தடவை நீ ஜெயிக்கப் போவதில்லை” என்கிறாள் ரோஸி, கைகளை இடுப்பில் வைத்தபடியே. எத்தனை தடவை என்னிடம் அடி வாங்கியிருக்கிறாள் என்பதை மறந்துவிட்டாள் போலிருக்கிறது.

“எப்போதுமே நான்தான் ஜெயிப்பேன்” என்றேன், கிரெட்சனை நேருக்கு நேர் பார்த்துக்கொண்டே. மற்றவர்கள் சார்பாகவும் அவள்தான் பேசுகிறாள் என்று எனக்குத் தெரியும். கிரெட்சன் புன்னகை செய்கிறாள். ஆனால், அது ஒரு புன்னகை யல்ல. பெண் பிள்ளைகள் ஒருவருக்கொருவர் புன்னகைத்துக் கொள்வதில்லை. எப்படிச் செய்வது என்றும் அவர்களுக்குத் தெரியாது. தெரிந்து கொள்ளவேண்டும் என்றும் விரும்பு வதில்லை, கற்றுத் தருவதற்கும் யாரும் இல்லை. ஏனென்றால், பெரியவர்களுக்கும்கூட அது தெரியாது. அப்புறம் அவர்கள் தங்கள் பார்வையை அப்போதுதான் அங்கு வந்த சேர்ந்திருந்த ரேமாண்டிடம் செலுத்தினார்கள். அவன் மூலம் என்ன விஷமத்தைத் தொடங்கலாம் என்ற ஆர்வம்.

“எந்த வகுப்பில் படிக்கிறாய், ரேமாண்ட்?”

"பால்டிமோர் ரேகட்டி நகரில் வசிக்கும் மேரி லூயி வில்லியம்ஸ் அம்மையார் அவர்களே, என் தம்பியிடம் ஏதாவது கேட்கவேண்டுமென்றால் அதை என்னிடமே நேரில் கேட்கலாம்."

"நீ யார், அவன் அம்மாவா?" என்கிறாள் ரோஸி.

"ஆமாம் குண்டச்சி. இனியும் யாராவது வாயைத் திறந்தால் நான்தான் அவளுக்கும் அம்மா" என்றேன். அவர்கள் அப்படியே நின்றார்கள். பிறகு கிரெட்சன் ஒரு காலை மாற்றி மற்ற காலில் நின்றாள். அவர்களும் அப்படியே செய்தனர். அப்புறம் கிரெட்சன் கைகளை இடுப்பில் வைத்தபடி, புள்ளிகள் நிறைந்த முகத்தோடு ஏதோ சொல்ல வந்தாள். ஆனால் சொல்லவில்லை. என்னை மேலும் கீழும் பார்த்தபடி என்னைச் சுற்றிக் கடந்து பிராட்வேயை நோக்கி நடந்தாள். அவள் தோழிகளும் அவளைப் பின்பற்றினர். நானும் ரேமாண்டும் ஒருவரையொருவர் பார்த்துச் சிரித்துக்கொண்டோம். அவன் "ஹை ஹை" என்று சொல்லி, தன் குதிரையைக் கிளப்பினான். நான் மூச்சுப் பயிற்சியைத் தொடர்ந்து செய்தபடி பிராட்வே பக்கமாக நடந்து, 145வது நம்பரில் உள்ள ஐஸ் விற்பவனைப் பார்க்கச் சென்றேன். உலகத்தில் எனக்கு எந்தக் கவலையும் இல்லை. ராணிபோல் உணர்ந்தேன்.

மே தினத்தன்று மைதானத்துக்குச் சற்று மெதுவாகத்தான் சென்றேன். ஓட்டப் பந்தயம் கடைசி நிகழ்ச்சியாக இருந்தது. மேப்போல் நடனம்தான் அன்றைய முக்கிய நிகழ்ச்சி. ஒரு மாறுதலுக்காகவாவது நான் அதில் பங்கேற்று ஒரு பெண்ணைப் போல் நடந்துகொள்ள வேண்டும் என்று அம்மாவுக்கு ஆசை. ஆனால், எனக்கு ஏனோ அதில் அக்கறையில்லை. வெள்ளை ஆர்கண்டி உடையும் பெரிய ஸாட்டின் ஷாலும், எனக்காக அந்த விசேஷ தினத்திற்கு மட்டுமே பெட்டியிலிருந்து எடுக்கப் படும். ஷூக்கள் வாங்கித் தராமல் இருப்பதற்காக அம்மா சந்தோஷப்பட வேண்டும் என்றுதானே நீங்கள் நினைக்கிறீர்கள். மேப்போல் நடனத்தில் உடம்பை வளைத்துப் புதிய உடையை அழுக்காக்கி வியர்வையில் நனைத்து, ஏதோ ஒரு பூ போலவோ, தேவதை போலவோ அல்லது ஏதோ ஒன்றாகவோ மாறுவதில் எனக்கு விருப்பமில்லை. நான் நானாக – ஒரு ஏழை கறுப்புப் பெண்ணாக இருந்தால் போதும். இதற்காக வாங்கும் புதிய ஷூவும் உடையும் வாழ்வில் ஒருதடவைதான் பயன்படுத்த முடியும். அடுத்த ஆண்டு அவை அளவில் சின்னதாகிவிடும்.

நான் நர்சரி ஸ்கூலில் படித்துக் கொண்டிருக்கும்போது ஹான்ஸல் கிரெட்டல் ஊர்வலத்தில் ஸ்ட்ராபெரியாக நடனமாடினேன். கால் பெருவிரல்களை ஊன்றி, கைகளைத் தலைக்கு மேல் உயர்த்தி வட்டமாகச் சுழற்றி ஆட மட்டுமே தெரிந்திருந்தது. என் அம்மாவும் அப்பாவும் நல்ல உடை

களணிந்து வந்திருந்து கைதட்டி என்னை ஊக்குவித்தார்கள். அப்படிப் பாராட்டத் தேவையில்லை என்பது அவர்களுக்குப் புரிந்துதான் இருந்திருக்கும்.

நான் ஸ்ட்ராபெரி ஒன்றும் அல்ல. கால் பெருவிரல்களை ஊன்றி நடனமாடுபவள் அல்ல. நான் ஓடுவேன். அது ஒன்று தான் எனக்குத் தெரியும். அதனால்தான் மே தின நிகழ்ச்சிக்கு எப்போதும் தாமதித்தே வருவேன். என் நம்பரைச் சட்டையில் குத்திய பிறகு 150அடி ஓட்டம் ஆரம்பிக்கப் போவதாக அறிவிக்கும்வரை புல்தரையில் படுத்துக் கொண்டிருப்பேன்.

ரோமாண்டை ஒரு சிறு ஊஞ்சலில் அமர்த்தினேன். அதில் சற்றுச் சிரமப்பட்டுத்தான் இருந்தான். அடுத்த ஆண்டு அதில் அவனால் உட்கார முடியாது. அப்புறம் சட்டையில் நம்பர் குத்திக் கொள்வதற்காக மாஸ்டர் பீயர்ஸன் எங்கே என்று தேடினேன். உண்மையைச் சொல்லவேண்டுமென்றால் கிரெட்சனைத்தான் தேடினேன். அவளைக் காணோம். பார்க்கில் ஒரே கூட்டம். தொப்பியும் மலர் செண்டுமாக பெற்றோர்கள் உற்றுப் பார்த்துக்கொண்டிருந்தனர். வெள்ளைச் சட்டையும் நீல நிக்கருமாகக் குழந்தைகள். பார்க் ஊழியர்கள் செயர்களை வரிசையாக அமைத்து, லெனாக்ஸிலிருந்து வந்திருந்த போக்கிரிப் பையன்களை அவர்களுக்கு அங்கிருக்க உரிமையில்லை என்று விரட்டிக்கொண்டிருந்தனர். பெரிய பையன்கள் தொப்பிகளை பின்பக்கமாகத் தள்ளிக்கொண்டு, வேலியில் சாய்ந்து நின்றபடி கையில் பாஸ்கெட் பந்தை சுழற்றிக்கொண்டு இந்தக் கிறுக்கு ஜனக்கூட்டம் பார்க்கிலிருந்து எப்போது வெளியேறி தாங்கள் எப்போது விளையாடுவது என்று காத்திருந்தனர். என் வகுப்புப் பையன்கள் கையில் இசைக்கருவிகளை வைத்திருந்தனர்.

இதோ மாஸ்டர் பியர்ஸன் வருகிறார். கையில் பெயர்கள் குறித்த அட்டை, பென்சில்கள், ஊதல்கள், ஊக்குகள் என்று ஆயிரம் சாமான்கள். எதையெல்லாம் எங்கெங்கே கீழே அசட்டுத்தனமாக தொலைத்தாரோ தெரியாது. கால்களில் கட்டை கட்டியிருந்ததால் எந்தக் கூட்டத்திலும் அவரைப் பார்க்க முடியும். அவரை எரிச்சல் மூட்டுவதற்காக பொய்க்கால் குதிரை என்று அழைப்போம். என்னைப் பிடிக்க வந்தால் ஒரே ஓட்டமாக ஓடிவிடுவேன். இப்போ பெரியவளாகி விட்டதால் அந்த மாதிரி அசட்டுத்தனங்கள் செய்வதில்லை.

“இந்தா கீச்சி” என்று சொல்லிக்கொண்டே லிஸ்டில் என் பெயரை அடித்துவிட்டு ஏழாம் நம்பரையும் இரண்டு குண்டூசிகளையும் தந்தார். அவரைப் பொய்க்கால் குதிரை என்று நான் அழைக்காதபோது என்னை மட்டும் கீச்சி என்று எப்படிச் சொல்லலாம்?

"ஹேஸல் எலிசபெத் டெபொரா பார்க்கர்" என்று என் பெயரைச் சொன்னேன். லிஸ்டில் அப்படியே எழுத வேண்டும் என்றேன்.

"நல்லது ஹேஸல் எலிசபெத் டெபொரா பார்க்கர், இந்த வருஷம் யாருக்காவது விட்டுக்கொடுக்கப் போகிறாயா?"

கண்களைக் சுருக்கி அவரைக் கடுமையாகப் பார்த்தேன். இந்தப் போட்டியில் நான் வேண்டுமென்றே தோற்று இன்னொரு பெண்ணுக்கு பரிசு கிடைக்கச் செய்யவேண்டும் என்று நினைக்கிறாரா?

"மொத்தமே ஆறு பேர்தான் ஓடுகிறீர்கள் இந்தத் தடவை" என்று தொடர்ந்தார் அவர். ஏதோ நியூயார்க் முழுவதும் நிக்கர் அணிந்து வந்து கலந்துகொள்ளாதது என் தவறு என்பது போல. "அந்தப் புதிய பெண்ணும் நன்றாகத்தான் ஓடுகிறாள்." அவர் தம் கழுத்தை பெரிஸ்கோப் போல் நீட்டி, கிரெட்சன் எங்காவது நிற்கிறாளா என்று சுற்றிப் பார்த்தார். "நீ மட்டும் கொஞ்சம் விட்டுக்கொடுத்தால்... ஆ..."

நான் பார்த்த பார்வையில் அவர் வாக்கியத்தை முடிக்க வில்லை. வயதானவர்களுக்குத்தான் எவ்வளவு கொழுப்பு! ஏழாம் நம்பரை என் சட்டையில குத்திக் கொண்டு காலை தொப் தொப் என்று அழுத்தி வைத்தபடி நடந்தேன். உள்ளே கொதித்துக்கொண்டிருந்தேன். ஓடும் பாதையருகே புல் தரையில் படுத்துக்கொண்டேன். பான்ட் இசைப்பாளர்கள் 'ஓ! குரங்கு தன் வாலைக் கொடிக்கம்பத்தில் சுற்றிக் கொண்டது' என்ற பாடலை முடித்துக்கொண்டிருந்தனர். (என் ஆசிரியர் அந்தப் பாட்டின் அடி வேறு என்பார்.) ஒலிப்பெருக்கியில் ஒருவன் எல்லோரையும் பந்தயம் ஆரம்பிக்கும் இடத்துக்கு வரும்படி அழைத்துக்கொண்டிருந்தான். கிராமத்தில் இருப்பதாகக் கற்பனை செய்ய முயன்றேன். முடியவில்லை. நகரத்தின் புல்தரை கூடப் பிளாட்பாரம் போல் கடினமாக இருக்கிறது. என் தாத்தா சொல்வார் 'காங்க்ரீட் வனம்' என்று. அது சரியாகத் தான் இருக்கிறது.

அறுபது அடி ஓட்டம் இரண்டே நிமிஷத்தில் முடிந்து விட்டது. பிள்ளைகளுக்குச் சரியாக ஓடத் தெரியவில்லை. டிராக்கிலிருந்து விலகி ஓடினர். தவறான பாதையில் சென்றனர். வேலியில் மோதிக்கொண்டனர். சிலர் கீழே விழுந்து அழத் தொடங்கினர். ஒரு சிறுவன் மட்டும் நேராக வெள்ளை ரிப்பனை நோக்கி ஓடி ஜெயித்துவிட்டான். அப்புறம் 90 அடி ஓட்டத்துக் காக அடுத்த வகுப்புக் குழந்தைகள் அணிவகுத்தனர். நான் தலையைத் திருப்பிக்கூடப் பார்க்கவில்லை. எப்போதும் போல் ராபேல் பெரஸ்தான் ஜெயிக்கப்போகிறான். ஓடுவதற்கு முன்பே மற்ற சிறுவர்களிடம் பூட்ஸ் கயிறு தட்டி விழுந்து

ரேமாண்டின் ஓட்டம்

விடுவீர்கள் என்றும் நிக்கர் பாதிவழியில் அவிழ்ந்து விடுமென்றும் சொல்லி அவர்கள் மனதைக் கலங்க வைத்துவிடுவான். இதற்கெல்லாம் அவசியமேயில்லை. அவன் நன்றாக ஓடக் கூடியவன், என்னைப்போல. அப்புறம் 120 அடி ஓட்டம். நான் முதல் வகுப்புப் படிக்கும்போது ஓடியிருக்கிறேன். ஊஞ்சலி லிருந்து ரேமாண்ட் கத்துகிறான். ஒலிப்பெருக்கியில் 150 அடி ஓட்டம் ஆரம்பிக்கப்போவதாக அறிவிப்பு வந்ததும் என் முறை வந்துவிட்டது என்று அவனுக்குப் புரிந்துவிட்டது. ஆனால், ஒலிப்பெருக்கியில் கூறுவது யாருக்கும் தெளிவாகப் புரியாது. நான் எழுந்திருந்து வேர்வை படிந்திருந்த பான்டைக் கழற்றிவிட்டுப் பார்க்கையில் கிரெட்சன் ஓட்டம் துவங்கும் இடத்தில் பெரிய வீராங்கனையைப் போல் காலை உதைத்துக் கொண்டிருக்கிறாள். நான் எனது இடத்துக்கு வந்ததும் ரேமாண்டைப் பார்த்தேன். எனக்கு நேர் வரிசையில் வேலிக்கு அந்தப் பக்கம் குனிந்து விரல்கள் தரையைத் தொட நிற்கிறான். எதற்காக என்று அவனுக்குத் தெரியும். சத்தமிட்டு அவனை அழைக்கவேண்டும் என்று நினைத்தேன். வேண்டாம். கத்துவதால் சக்திதான் வீணாகும்.

பந்தய ஓட்டத்தைத் தொடங்குமுன் ஒவ்வொரு தடவையும் நான் ஏதோ கனவில் இருப்பதாக உணர்வேன். நீங்கள் காய்ச்சலில் உடம்பெல்லாம் நெருப்பாய்க் கொதிக்க, கனமில்லாமல் இருக்கும்போது காண்பீர்களே, அந்த மாதிரிக் கனவு. கடற்கரையில் காலை சூரியன் உதிக்கையில் வானில் பறப்பது போல. பறக்கும்போது மரக்கிளைகளை முத்தமிடுவது போல. அதில் அப்போது ஆப்பிளின் மணம் இருக்கும். கிராமத்தில் நான் சிறுமியாக இருந்தபோது என்னை ஒரு சிக்குபுக்கு ரயிலைப் போல் பாவித்து வயல்களைச் சுற்றி ஓடி, மலையில் ஏறி, தோட்டத்தை அடைவதுபோல. இப்படிக் கனவு காண்கையில் நான் மிகமிக லேசாக மாறி கடற்கரையில் ஓர் இறகு போலக் காற்றில் அலைவதை உணர்கிறேன். ஆனால், தரையில் கைவிரல்களை அழுத்திக் குனிந்திருக்கும்போது ரெடி என்ற குரல் கேட்கையில் கனவு கலைந்து கனமாகி விடுகிறேன். எனக்குள்ளே சொல்லிக் கொள்வேன்: “கீச்சி, நீ ஜெயிக்க வேண்டும். நீ ஜெயிக்க வேண்டும். உலகத்திலேயே நீதான் வேகமாக ஓடக்கூடியவள். நீ முயன்றால் ஆம்ஸ்டர்டாம் வரை ஓடி உன் அப்பாவையே தோற்கடிக்க முடியும்.” இப்போது என் கனமெல்லாம் கீழே நகர்ந்து முழங்கால்வழி பாதத்தில் இறங்கி பூமிக்குள் செல்லும்போது பிஸ்டலின் ஓசை என் இரத்தத்தில் வெடிக்கும். மீண்டும் கனமின்றிப் பாய்வேன். மற்றவர்களைப் பறந்து கடந்து செல்வேன். கைகள் மேலும் கீழும் பாயும். உலகம் முழுவதும் அமைதியாயிருக்க, ஓடும் பாதையில் கல்லில் கால் உரசும் ஒலி மட்டுமே கேட்கும்.

இடது பக்கம் திரும்பிப் பார்க்கிறேன். ஒருவருமில்லை. வலது பக்கம் கிரெட்சனின் மங்கல் உருவம். தாடையை முன்னால் நீட்டிக்கொண்டு, அதுவே ஜெயித்து விடும் என்பது போல். வேலிக்கு அப்பால் ரேமாண்ட் கைவிரல்களைத் தனக்குப் பின்னால் இணைத்தபடி அவனுக்கே உரிய பாணியில் ஓடிக்கொண்டிருக்கிறான். முதன் முறையாக நான் அவனை இப்படி இப்போதுதான் பார்க்கிறேன். ஒரு வினாடி நின்று பார்க்கலாம் என்று தோன்றியது. ஆனால் வெள்ளை ரிப்பன் என்னை நோக்கி விரைந்து வந்து கொண்டிருக்கிறது. அதைக் கிழித்துக் கொண்டு பாய்ந்து மேலும் ஓடி, கால்கள் தாமாகவே தூசியைக் கிளப்ப, ஓட்டம் சட்டென்று நின்றது. அந்தப் பக்கம் நின்றிருந்த குழந்தைகள் என்மேல் குவிந்து, மேதின நிகழ்ச்சி நிரலால் முதுகைத் தட்டி, தலையைத் தடவினர். நான் மீண்டும் ஜெயித்து விட்டேன். 151வது தெருவில் உள்ளவர்கள் இன்னும் ஒரு வருஷம் தலையை நிமிர்த்தி நடக்கலாம்.

ஒலிப்பெருக்கியில் குரல் மணியோசைபோல் ஒலித்தது. "முதலாவதாக வந்தது..." சற்று நிறுத்திய பிறகு ஒலிப் பெருக்கியின் இரைச்சல். அப்புறம் அமைதி. கீழே குனிந்து சுவாசம் ஒழுங்கானபோது கிரெட்சன் திரும்பி வருகிறாள். அவளும் வெற்றிக் கோட்டை எட்டிவிட்டாள். கைகளை இடுப்பில் வைத்துக்கொண்டு ஆடி அசைந்து மெதுவாக மூச்சு விட்டபடி ஒரு வீராங்கனை போல் வருவதைப் பார்த்ததும் முதன் முதலாக அவளை எனக்குப் பிடித்திருந்தது. "முதலாவ தாக வந்தது..." இப்போது மூன்று நான்கு குரல்கள் ஒலிப் பெருக்கியில் கலந்து ஒலிக்க, நான் என் கான்வஸ் ஷூவை புல்லில் எறிந்துவிட்டுக் கிரெட்சனைப் பார்த்தேன். அவளும் என்னைப் பார்த்தாள். உண்மையில் வெற்றி பெற்றது யார் என்று இருவருக்கும் தெரியவில்லை. ஒலிப்பெருக்கிக்காரனிடம் பொய்க்கால் குதிரை வாக்குவாதம் செய்வதும், வேறு சிலர் தங்கள் ஸ்டாப் வாச் என்ன சொல்கிறது என்பதைக் கத்துவதும் கேட்டது. ரேமாண்ட் வேலியை அசைத்து என்னை அழைப்பது கேட்கிறது. "உஷ்" என்று அவனை அடக்குகிறேன். ஆனால், அவனோ சினிமாவில் வரும் கொரில்லாவைப்போல் வேலியை அசைத்து, ஒரு டான்சரைப் போல் ஆடி வேலியில் ஏறத் தொடங்குகிறான். ஒழுங்காக சுலபமாக, ஆனால் வேகமாக ஏறுகிறான். அவன் லாவகமாக ஏறுவதைக் கவனித்தபோதும், கைகளைப் பக்கவாட்டில் இணைத்து, மேல் மூச்சு வாங்க, பற்கள் தெரிய ஓடியதை நினைத்தபோதும் எனக்கு ரேமாண்ட் ஒரு நல்ல ஓட்டப் பந்தய வீரன் ஆவான் என்றே தோன்றியது. நான் வேகமாக நடை பயிலும்போது அவன் என்னுடன் சேர்ந்து வரவில்லையா? ஏழு எண்ணிக்கையில் எப்படி

ரேமாண்டின் ஓட்டம்

மூச்சு விடுவது என்பது அவனுக்கும் தெரியும். சாப்பாட்டு மேஜையில் அவன் அதைப் பழகும்போது ஜார்ஜுக்கு என்ன கோபம் வரும் தெரியுமா! பாண்ட் இசையில் நான் புன்னகை புரிகிறேன். இந்தப் போட்டியில் நான் தோற்றாலும், அல்லது நானும் கிரெட்சனும் ஒரே வினாடியில் வெற்றிக் கோட்டை எட்டியிருந்தாலும், அல்லது நான்தான் ஜெயித்தாலும் நான் பந்தயத்திலிருந்து ஓய்வு பெற்றுவிட்டு ரேமாண்டை ஒரு சாம்பியன் ஆக்க அவனுக்குப் பயிற்சி அளிக்கப் போகிறேன். இன்னும் கொஞ்சம் ஒழுங்காகப் படித்தால் ஸ்பெல்லிங் போட்டியில் சிந்தியாவைத் தோற்கடிக்க முடியும். அம்மாவைக் கொஞ்சம் தாஜா செய்தால் பியானோ பாடங்கள் கற்று ஒரு ஸ்டார் ஆகலாம். நான் ஒரு முரட்டு ஆள் என்ற பெயர் இருக்கிறது. வீடு முழுவதும் மெடல்களும் ரிப்பன்களும் பரிசுகளும் இறைந்திருக்கின்றன. ஆனால் ரேமாண்டுக்கென்று என்ன இருக்கிறது?

எனது புதிய திட்டங்களோடு உரக்கச் சிரித்தபடி அங்கே நிற்கும்போது ரேமாண்ட் வேலியிலிருந்து குதித்து, பற்கள் தெரியச் சிரித்தபடிக் கைகளை உடலோடு சேர்த்துப் பிடித்துக் கொண்டு என்னை நோக்கி ஓடிவருகிறான். இப்படி ஓடி வருவதை வேறு யாராலும் செய்ய முடிந்திருக்காது. அவனைப் பார்த்த மகிழ்ச்சியில் நான் துள்ளிக் குதிக்கத் தொடங்கினேன். என் தம்பி ரேமாண்ட். ஓட்டப் பந்தயக் குடும்பத்தின் வாரிசு! மற்றவர்கள் என் மகிழ்ச்சிக்குக் காரணம், ஒலிப் பெருக்கியில் "முதலாவதாக வந்தது மிஸ் ஹேஸல் எலிசபெத் டெபொரா பார்க்கர்" என்று அறிவித்ததுதான் என்று நினைத்திருப்பார்கள். "இரண்டாவதாக வந்தது மிஸ் கிரெட்சன் பி. லூயிஸ்." நான் கிரெட்சனைப் பார்க்கிறேன். இதில் பி எங்கிருந்து வந்தது என்கிற பாவனையில் புன்னகை புரிகிறேன். அவள் நல்ல பெண். சந்தேகமேயில்லை. ஒருவேளை ரேமாண்டுக்குப் பயிற்சி அளிப்பதில் எனக்கு அவள் உதவலாம். ஓடுவது பற்றி அவள் எவ்வளவு சீரியஸாக இருக்கிறாள் என்பது எல்லோருக்கும் தெரியும். என்னைப் பாராட்டும் விதத்தில் தலையை ஆட்டுகிறாள். புன்னகை செய்கிறாள். நானும் புன்னகைக்கிறேன். எங்கள் இடையே மரியாதை கலந்த இந்த புன்னகை விகசிக்கிறது. இரண்டு சிறு பெண்கள் தங்களுக்கு இடையே காட்டிக்கொள்ளும் நிஜமான புன்னகை. நிஜப் புன்னகையை நாம்தான் தினசரி பிராக்டிஸ் செய்வதில்லையே. மலர்களாகவோ தேவதைகளாகவோ ஸ்ட்ராபெரியாகவோ நம்மை நினைத்துக் கொள்கிறோமே தவிர, உண்மையானவராக, மதிப்புக்குரியவராக, அதாவது . . . மனிதர்களாக நினைத்துக் கொள்வதில்லை.

மகிழ்ச்சியான மனிதன்

அன்டன் செக்கோவ்

பீட்டர்ஸ்பர்க்கிலிருந்து மாஸ்கோ செல்லும் பயணிகள் ரயில் போலோ ஜங்ஷனிலிருந்து புறப் படத் தொடங்கியது. இரண்டாம் வகுப்புப் பெட்டி ஒன்றில் ஐந்து பயணிகள் நன்றாகப் போர்த்திக் கொண்டு அமர்ந்திருந்தனர். அப்போதுதான் சாப்பிட்டு முடித்திருந்தனர். தூக்க மயக்கம். எங்கும் அமைதி நிலவியது.

கதவு திறக்கிறது. ஓர் உயர்ந்த மெலிந்த மனிதன் உள்ளே வருகிறான். கரு மஞ்சள் நிறத் தொப்பி. ஸ்டைலான கோட். ஜுல்ஸ் வெர்ன் கதையில் வரும் பத்திரிகையாளன் போல் தோற்றமளிக் கிறான். பெட்டியின் நடுவில் நின்றபடி ஒவ்வொரு வரையும் தீர்க்கமாகப் பார்க்கிறான்.

"திரும்பவும் மாறிவிட்டதே, என்ன கஷ்டம்! ஒரே குழப்பம்தான். மாறித்தான் போச்சு" என்று முணுமுணுக்கிறான்.

பயணிகளில் ஒருவன் அவனையே முறைத்துப் பார்த்துவிட்டு, மகிழ்ச்சியுடன் கத்துகிறான்:

"இவான் அலெக்ஸியவிச்! இங்கே எப்படி? நிஜமாக நீதானா?"

மெலிந்த மனிதன் விழித்தபடி அந்தப் பயணி யைத் தீர்க்கமாகப் பார்க்கிறான். திடீரென அடையாளம் தெரிந்துகொண்டு அவன் கைகளைப் பற்றி மகிழ்ச்சியுடன் பலமாகக் குலுக்குகிறான்.

"ஹை! பியோடர் பெட்ரோவிச்!" என்கிறான். "எவ்வளவு காலமாச்சு, எத்தனை வருஷம்! நீ இந்த வண்டியில் வருகிறாய் என்று எனக்குத் தெரியாது."

"எப்படி இருக்கிறாய்?"

"நன்றாக இருக்கிறேன்... ஒரு விஷயம், நான் பெட்டி மாறி வந்துவிட்டேன். என் பெட்டி எது என்று கண்டுபிடிக்க முடியவில்லை. முட்டாள்தான் நான். விளாசணும் என்னை!"

மெலிந்த மனிதன் உடலை வளைத்தபடி தனக்குள்ளே சிரித்துக்கொள்கிறான்.

"வேடிக்கையான சம்பவங்கள் நடக்கத்தான் செய்கின்றன" என்று தொடர்கிறான். "இரண்டாவது மணி அடித்ததும் ஒரு கிளாஸ் பிராந்தி வாங்கலாமென்று இறங்கினேன். வாங்கி விட்டேன். அடுத்த ஸ்டேஷன் வர நேரம் ஆகுமே, இன்னொரு கிளாஸ் வாங்கலாமா என்று நினைத்தபடி அதைக் குடித்துக் கொண்டிருக்கும்போது மூன்றாவது மணியும் அடித்துவிட்டது... ஒரே ஓட்டமாக வந்து முதல் பெட்டிக்குள் தாவி ஏறிவிட்டேன். முட்டாள்தான் நான். கோழிக்குஞ்சுக்குள்ள புத்திகூட இல்லை எனக்கு."

"நன்றாக மகிழ்ச்சியுடன்தானே இருக்கிறாய்?" என்றான் பியோடர் பெட்ராவிச். "வா, இங்கே உட்கார். நிறைய இடம் இருக்கிறது."

'வேண்டாம்... நான் என் பெட்டிக்குப் போகவேண்டும். வரட்டுமா?"

"நல்ல இருட்டு. பெட்டிகளுக்கிடையில் அகப்பட்டுக் கொள்வாய். உட்கார். அடுத்த ஸ்டேஷன் வந்ததும் உன் பெட்டிக்குப் போகலாம்... உட்கார்."

இவான் அலெக்ஸியெவிச் பெருமூச்சு விட்டபடி பியோடர் பெட்ரோவிச்சின் எதிரே அமர்கிறான். அவன் பரபரப்புடன் இருப்பது தெளிவாகத் தெரிகிறது. ஏதோ முள்ளின்மேல் இருப்பதைப்போல் நெளிகிறான்.

"எங்கே போய்க்கொண்டிருக்கிறாய்?" என்று பியோடர் பெட்ரோவிச் கேட்கிறான்.

"நானா? விண்ணில் பறந்துகொண்டிருக்கிறேன். தலைக்குள் ஒரே குழப்பமாக இருக்கிறது. எங்கே போகிறேன் என்று என்னால் சொல்லமுடியாது. விதிதான் என்னை இட்டுச் செல்கிறது. ஹா ஹா, ஒரு மகிழ்ச்சியான முட்டாளை நீ

எப்போவாவது பார்த்திருக்கிறாயா?...இல்லை? நல்லது. இப்போ பார். என்னைப் பார். உலகத்திலேயே மிகவும் மகிழ்ச்சியுடையவனைப் பார்...ம். என் முகத்திலிருந்து உனக்கு ஏதாவது கண்டுபிடிக்க முடிகிறதா?"

"ம், நீ ஒரு விதத்தில்...கொஞ்சம்..."

"ஆமாம், ஒரு முட்டாள் மாதிரிதான் இப்போ காட்சி அளிக்கிறேன். சே, ஒரு கண்ணாடி இருந்தால் பார்த்துக் கொள்ளலாம். ஒரு மகிழ்ச்சியான முட்டாள். ஹா ஹா! உனக்குத் தெரியுமா? நான் இப்போது ஹனிமூன் போய்க் கொண்டிருக்கிறேன்."

"என்ன... உனக்குக் கல்யாணம் ஆகிவிட்டதா?"

"இன்றைக்குத்தான். நாங்கள் நேரே கல்யாண மண்டபத் திலிருந்துதான் வருகிறோம்."

வாழ்த்துக்களும் வழக்கமான விசாரிப்புகளும் தொடர் கின்றன. "அதிர்ஷ்டக்காரன் நீ" என்று பியோடர் பெட்ரோவிச் சிரிக்கிறான். "அதுதான் உன் ஆடம்பரமான வேஷம், படபடப்பு எல்லாம்."

"ஆமாம். போதாததற்கு உடம்பு முழுதும் செண்ட்டை அள்ளித் தெளித்திருக்கிறேன். எவ்வளவு பெருமையாயிருக்கிறது. ஒரு கவலையில்லை. ஒரு சிந்தனை இல்லை. ஏதோ ஒருவித பரபரப்பு மட்டும்... அதை எப்படிச் சொல்வது? வாழ்க்கை யில் நான் ஒருபோதும் இவ்வளவு சந்தோஷமாக இருந்ததில்லை."

இவான் அலெக்ஸியெவிச் கண்களை மூடிக்கொண்டு தலையை ஆட்டுகிறான்.

"எவ்வளவோ மகிழ்ச்சியாயிருக்கிறது. நினைத்துப்பார். இன்னும் ஒரு நிமிஷத்தில் நான் எனது பெட்டிக்குள் போய் விடுவேன். அங்கே, ஜன்னலுக்குப் பக்கத்தில் அவள் இருப்பாள். தன்னை முற்றாக என்னிடம் ஒப்படைத்தவள். சின்ன தலை மயிர், சின்ன மூக்கு, சின்ன விரல்கள்... என் சின்ன கண்மணி, என் தேவதை, என் ஆத்மாவின் ஒளி. அவள் சின்ன பாதங்கள்! கடவுளே, குட்டை அல்ல, மினியேச்சர் ஓவியம், வனதேவதை போல... சும்மா ஒரு உவமைக்குத்தான்... அதை அப்படியே எடுத்துக் கடித்துத் தின்றுவிடலாம் போலிருக்கும். அவ்வளவு சின்னது. ஓ! உனக்கு இதெல்லாம் புரியாது. மெட்டீரியலிஸ்ட்கள். பொருள்தான் முதலில். அதையும் இதையும் எல்லாம் ஆராய்ச்சி பண்ணுகிறவர்கள். கட்டைப் பிரம்மச்சாரிகள். ஆமாம், கல்யாணம் ஆனபிறகு என்னை நினைத்துப் பார்ப்பீர்கள்.

‘இவான் அலெக்ஸியெவிச் எங்கே இருக்கிறான்’ என்று கேட்பீர்கள்... இதோ, இன்னும் ஒரு நிமிஷத்தில் என் பெட்டிக்குப் போய்விடுவேன். அங்கே பொறுமையின்றி அவள் எனக்காகக் காத்திருப்பாள். என்னை ஆவலுடன் எதிர்பார்த்துக் கொண்டிருப்பாள். என்னை அவளது சிறு புன்னகை வரவேற்கும். நான் அவள் அருகே அமர்ந்து என் இரண்டு விரல்களால் அவள் முகத்தைத் தாங்கி...”

இவான் அலெக்ஸியெவிச் தலையை அசைத்துக்கொண்டு மகிழ்ச்சியில் திளைக்கிறான்.

“பிறகு என் முகத்தை அவள் தோளில் வைத்தபடி கையால் அவள் இடுப்பை அணைத்துக் கொள்வேன். எங்களைச் சுற்றிலும் ஒரே அமைதி. வைகறையின் கவிதை. அந்த நிமிஷத்தில் உலகத்தையே தழுவிக்கொள்ளலாம் என்று தோன்றும். பியோடர் பெட்ரோவிச், உன்னை நான் கொஞ்சம் தழுவிக் கொள்ளட்டுமா?”

“சந்தோஷமாக.”

இரண்டு நண்பர்களும் தழுவிக் கொள்கின்றனர். பயணிகள் கோரஸாகச் சிரிக்கின்றனர். புதிய மணமகன் தொடர்கிறான்:

“அப்புறம், நாவல் எழுதுபவர்கள் சொல்வார்களே, காட்சியை முழுமைப்படுத்துவதென்று. ரயிலில் மதுபானப் பகுதிக்குச் சென்று இரண்டு மூன்று கோப்பைகளைக் காலி செய்கிறேன். தலையிலும் இதயத்திலும் ஏதோ நடக்கிறது. ஆனால், எல்லையற்றவனாக உணர்கிறேன். இந்த உலகத்தையே கட்டித் தழுவுகிறேன்.”

பயணிகளுக்கு இந்த மகிழ்ச்சி நிரம்பிய, மகிழ்ச்சியில் திளைக்கும் மணமகனைப் பார்த்து உறக்கம் கலைந்துவிடுகிறது. இப்போது பியோடர் பெட்ரோவிச் இவான் அலெக்ஸியெவிச் சின் பேச்சைக் கேட்க ஒருவர் அல்ல, ஐந்து பேர் கிடைத்து விடுகிறார்கள். அவன் உடம்பை நெளிக்கிறான். குழறுகிறான். கைகளை அசைக்கிறான். தொடர்ந்து பேசிக்கொண்டே யிருக்கிறான். அவன் சிரிக்கும்போது அவர்களும் அவனுடன் சேர்ந்து சிரிக்கிறார்கள்.

“நண்பர்களே, நிறைய சிந்திக்க வேண்டாம். சீர் தூக்கிப் பார்க்க வேண்டாம். உங்களுக்குக் குடிக்கவேண்டும் என்று தோன்றினால் குடியுங்கள். அது உங்களுக்கு நல்லதா கெட்டதா என்று ஆராய்ச்சி செய்து கொண்டிருக்க வேண்டாம். இந்த வேதாந்தம், மனோதத்துவம் எல்லாவற்றையும் தூக்கிக் குப்பைக் கூடையில் போடுங்கள்.”

ரயில்வே கார்டு பெட்டிக்குள் வருகிறார்.

மணமகன் அவரைப் பார்த்து, "ஸார், நீங்கள் 209ஆம் நம்பர் பெட்டியைக் கடந்து போகும்போது, அங்கே ஒரு வெள்ளைப் பறவையுடன் கூடிய தொப்பி அணிந்த ஒரு பெண் இருப்பாள். அவளிடம் நான் இங்கே இருக்கிறேன் என்று சொல்லுங்கள்" என்றான்.

"ஆகட்டும் ஸார், ஆனால் இந்த வண்டியில் 209ஆம் நம்பர் கம்பார்ட்மென்ட் கிடையாது. 219தான் இருக்கிறது."

"சரி, 219. எல்லாம் ஒன்றுதான். அவளிடம் அவள் கணவர் சௌக்கியமாக இருக்கிறார் என்று சொல்லுங்கள்."

இவான் அலெக்ஸியெவிச் திடீரென தன் தலையைப் பிடித்துக்கொண்டு முனகுகிறான்:

"கணவன்... மனைவி... எல்லாம் ஒரு நிமிடத்தில்! கணவன்... ஹா ஹா! நான் ஒரு நாய்க்குட்டி... அடிபட வேண்டிய நாய்க்குட்டி. இப்போ ஒரு கணவன்! உச், ஒரு மடையன்! ஆனால் அவளைப் பற்றி நினைக்கும்போது... நேற்று ஒரு சின்னப் பெண்... நம்பவே முடியவில்லை."

"இப்போதெல்லாம் மகிழ்ச்சியான ஒரு ஆளைப் பார்க்கவே முடிவதில்லை" என்கிறார் ஒரு பயணி. "வெள்ளை யானை மாதிரி."

"ஆனால், இது யாருடைய குற்றம்?" என்கிறான் இவான் அலெக்ஸியெவிச், கால்களை நீட்டிக்கொண்டும், பாதங்களை உயர்த்திக் கொண்டும். "நீங்கள் மகிழ்ச்சியாக இல்லாவிட்டால் அது உங்கள் குற்றமே. ஆம், வேறென்னவென்று நினைக்கிறீர்கள்? மனிதன்தான் தன் மகிழ்ச்சியை உருவாக்குபவன். மகிழ்ச்சியாக இருக்கவேண்டும் என்று விரும்பினால் மகிழ்ச்சியாக இருக்க முடியும். ஆனால், நீங்கள் பிடிவாதமாக மகிழ்ச்சிக்கு எதிராக முகத்தைத் திருப்பிக்கொள்கிறீர்கள்."

"ஏன் அப்படி?"

"ரொம்பச் சின்ன விஷயம். வாழ்க்கையில் ஒரு குறிப்பிட்ட சமயத்தில் மனிதன் காதலிக்க வேண்டும் என்று இயற்கை தீர்மானிக்கிறது. அந்த நேரம் வரும்போது நீங்கள் காதலித்தே தீரவேண்டும், வீடு பற்றி எரிவதுபோல. ஆனால், நீங்கள் இயற்கையின் விதியைப் பொருட்படுத்துவதில்லை. வேறெதற்காகவோ காத்திருக்கிறீர்கள். மேலும், சாதாரண மனிதன் திருமணம் செய்துகொள்ளவேண்டும் என்றும் விதி இருக்கிறது. திருமணம் இல்லாமல் மகிழ்ச்சி இல்லை. சரியான

மகிழ்ச்சியான மனிதன்

நேரம் கூடிவந்ததும் திருமணம் செய்துகொள்ளுங்கள். தட்டிக் கழிப்பதில் பயன் இல்லை... திருமணம் செய்துகொள்ளவில்லை என்றால் நீங்கள் வேறு எதற்கோ காத்திருக்கிறீர்கள் என்று பொருள். வேத நூற்கள் சொல்கின்றன: மது மனிதனின் மனதை மகிழ்விக்கிறது என்று. அதிபுத்திசாலியாக இருப்பது அல்ல பெரிய விஷயம், பழகிய பாதையில் செல்வதுதான். பழகிய பாதைதான் சிறந்த விஷயம்."

"ஒரு மனிதனே தனது மகிழ்ச்சியைச் சிருஷ்டித்துக் கொள்கிறான் என்று சொல்கிறீர்கள். அப்படிப்பட்டவனுக்குப் பல்வலி வந்தாலோ, மோசமான மாமியார் கிடைத்து விட்டாலோ, அவன் மகிழ்ச்சியெல்லாம் எங்கோ காற்றில் பறந்து போய்விடுகிறதே! எல்லாமே சந்தர்ப்பத்தைப் பொறுத்துத் தான். இந்த நொடியில் நமக்கு ஒரு விபத்து ஏற்பட்டுவிட்டால் நீங்கள் வேறுவிதமாகப் பாடத் தொடங்கி விடுவீர்கள்."

"நான்சென்ஸ்" என்றான் மணமகன். "ரயில் விபத்துக்கள் வருடத்தில் ஒன்றிரண்டு தடவைதான் நிகழ்கின்றன. நான் ஒரு விபத்தைப் பற்றிப் பயப்படவில்லை. அதற்கான காரணம் ஏதும் இல்லை. விபத்துக்கள் எப்போதாவதுதான் ஏற்படுகின்றன. அவை நாசமாய்ப் போகட்டும். அதைப்பற்றி நான் பேச விரும்பவில்லை... ஆ, இதோ ஸ்டேஷன் வந்துவிட்டது."

"நீங்கள் எங்கே போகவேண்டும்?" என்று கேட்கிறார் பியோடர் பெட்ரோவிச். "மாஸ்கோவிற்கா அல்லது அதற்கும் தெற்கா?"

"என்னது? நான் எப்படித் தெற்கு நோக்கிப் போகமுடியும்? வடக்கு நோக்கியல்லவா போய்க்கொண்டிருக்கிறேன்."

"ஆனால் மாஸ்கோ தெற்கிலல்லவா இருக்கிறது?"

"எனக்குத் தெரியும். ஆனால் நாங்கள் பீட்டர்ஸ்பர்குக்கு அல்லவா போகிறோம்!" என்றான் இவான் அலெக்ஸியெவிச்.

"அடக் கடவுளே! நாம் மாஸ்கோ நோக்கிப் போய்க் கொண்டிருக்கிறோம்."

"மாஸ்கோவிற்கா? என்ன சொல்கிறீர்கள்?" என்கிறான் மணமகன், வியப்புடன்.

"வேடிக்கைதான்... நீங்கள் எந்த ஸ்டேஷனுக்கு டிக்கெட் வாங்கினீர்கள்."

"பீட்டர்ஸ்பர்குக்கு..."

“அப்படியா . . . வாழ்த்துக்கள்! நீங்கள் தவறான ரயிலைப் பிடித்திருக்கிறீர்கள்.”

ஒரு நிமிஷம் மௌனம் நிலவியது. மணமகன் எழுந்து சுற்றியுள்ளவர்களைத் திகைப்புடன் பார்க்கிறான்.

பியோடர் பெட்ரோவிச் விளக்குகிறார். “போலோவில் நீங்கள் தவறான ரயிலில் ஏறிவிட்டீர்கள். பிராந்தியைக் குடித்ததும் தெற்கே போகிற ரயிலில் நுழைந்துவிட்டீர்கள்.”

இவான் அலெக்ஸியெவிச்சின் முகம் வெளுக்கிறது. தலையைப் பிடித்துக்கொள்கிறான். பெட்டியின் உள்ளே அங்கு மிங்கும் நடக்கிறான்.

“முட்டாள். . . முட்டாள்” என்கிறான் வெறுப்புடன். “மடையன். நான் நாசமாய்ப் போக. என்ன செய்வேன் இப்போ? ஐயோ, என் மனைவி அந்த ரயிலில் இருக்கிறாள். தனியாக இருக்கிறாள். என்னை எதிர்பார்த்துக் கவலையுடன். . . சே, என்ன வடிகட்டின முட்டான் நான்.”

மணமகன் இருக்கையில் உட்கார்கிறான். யாரோ காலை மிதித்து விட்டதுபோல் நெளிகிறான்.

“என்ன செய்வது இப்போ? என்ன செய்வது?”

“கவலைப்படாதீர்கள்” என்கிறார் ஒரு பயணி. “ஒன்று மில்லை, உங்கள் மனைவிக்கு ஒரு தந்தி கொடுத்துவிடுங்கள். பீட்டர்ஸ்பர்க் ரயிலுக்கு மாறிவிடுங்கள். உங்கள் மனைவியை முந்திவிட முடியும்.”

“பீட்டர்ஸ்பர்க் எக்ஸ்பிரஸா?” என்கிறான் மணமகன். அவனுக்கு அழுகை வருகிறது. “பீட்டர்ஸ்பர்குக்கு நான் எப்படி டிக்கெட் வாங்க முடியும்? என் பணமெல்லாம் என் மனைவி யிடம் அல்லவா இருக்கிறது.”

பயணிகள் சிரித்துக்கொண்டே, தங்களுக்குள் மெதுவாகப் பேசியபடி பணத்தைத் திரட்டி, மகிழ்ச்சியான மனிதனிடம் கொடுக்கிறார்கள்.

ஆட்டுக்குட்டிகள் அளிக்கும் தண்டனை

ஃபெர்னான்டோ ஸோரன்டினோ

பல்வேறு இடங்களிலிருந்து கிடைத்த பலதரப்பட்ட செய்திகளின் படி – அவை நம்பத் தகுந்தவைதான் – 'ஆட்டுக்குட்டிகள் அளிக்கும் தண்டனை' போனஸ்அய்ரஸ் நகரின் பல பாகங் களிலும் அதன் சுற்றுப்புறங்களிலும் பரவலாக நிறைவேற்றப்பட்டுக் கொண்டிருக்கிறது.

தண்டனை பற்றிய விவரங்களைப் பொறுத்த அளவில் செய்திகள் எல்லாம் ஒரே மாதிரியாக இருந்தன. திடீரென்று – 'அடக் கடவுளே!' என்று நீங்கள் சொல்லி முடிப்பதற்குள் – ஐம்பது வெள்ளை நிற ஆட்டுக்குட்டிகள் எங்கிருந்தோ வருகின்றன. அவை தேடிவந்த நபரின்மேல் பாய்கின்றன. முன்னமேயே அவன்தான் பலி ஆள் என்று தீர்மானித்திருக்க வேண்டும். ஒரு சில வினாடிகளில் அவனைக் கடித்துக் குதறித் தின்றுவிடுகின்றன. எலும்புக்கூடுதான் மிச்சம். பின், வந்த வேகத் திலேயே கலைந்து சென்று மறைந்து விடுகின்றன. அவற்றை யாராவது தடுத்து நிறுத்தமுயன் றால் அவர் பாடும் அதோகதிதான். ஏற்கெனவே பலருக்கு ஏற்பட்ட கதியை அறிந்த பிறகு புதிய வீரர்கள் யாரும் அவற்றைத் தடுக்க முன்வரவில்லை. இப்போது ஆட்டுக்குட்டிகள் அளிக்கும் தண்டனை யில் யாருமே குறுக்கிடுவதில்லை.

இதைப் பற்றி விரிவாகச் சொல்லவேண்டிய அவசிய மில்லை. பத்திரிகைகளும் புகைப்படங்களும் வீடியோ பதிவுகளும் பரவலாகக் கிடைக்கின்றன. இது பெரும்பாலும் எல்லோருக்கும் தெரிந்த செய்தியாகிவிட்டது. பெருவாரியான மக்கள் தண்டனையையும் அதன் பின்விளைவையும் பற்றிக் கவலை கொண்டுள்ளனர். அவர்கள் எளிமையானவர்கள். படிப்பறி வற்றவர்கள், சிந்திக்கத் தெரியாதவர்கள். இப்படி ஒன்று நேர்ந் திருக்கவேண்டாம் என்பதைத் தவிர வேறு ஒன்றும் அவர் களால் நினைக்க முடியவில்லை. ஆனால், இந்த எண்ணம் தண்டனையை நிறுத்தப் போதுமானதாகவோ அதன் காரணத்தை நிர்ணயிக்க உதவுவதாகவோ இல்லை.

இந்த மக்களிடம் காணப்படும் அடிப்படைத் தவறு என்னவென்றால், தண்டனையைப் பற்றித் தீவிரமாகப் பேசிக் கொண்டாலும் பலியானவர்களை மறந்துவிடுகிறார்கள் என்பதுதான். சுமார் நூறு பேர் பலியான பின்னர் அந்த ஆடுகள் மாமிசப் பட்சிணிகள் என்பது மட்டுமல்ல, வேட்டை யாடுபவை, அதிலும் மனித இறைச்சியைத்தான் தின்பவை என்ற நினைப்பு என் தூக்கத்தைக் கெடுத்துக் கொண்டிருந்தது. அப்புறம் விவரங்களைப் பார்த்தபோது ஒரு முக்கியமான விஷயத்தை – கொல்லப்பட்டவர்களின் ஆளுமையை – கவனிக்கத் தவறிவிட்டேன் என்பது புரிந்தது.

எனவே, இறந்தவர்களின் வாழ்க்கை பற்றித் துப்பறியத் தொடங்கினேன். சமூக ஆராய்ச்சியாளர்களின் முறையைப் பின்பற்றி அடிப்படையிலிருந்து – அவர்களின் சமூகப் பொருளாதார நிலையிலிருந்து – தொடங்கினேன். ஆனால், கிடைத்த விபரங்கள் பயனற்றவை. இறந்தவர்கள் பல்வேறு சமூக, பொருளாதார நிலையைச் சேர்ந்தவர்கள்.

என் ஆராய்ச்சியின் திசையை மாற்றினேன். இறந்தவர் களின் நண்பர்கள், உறவினர்கள் யாரென விசாரித்தேன். கடைசியில் அவர்களிடமிருந்து சில முக்கியமான தகவல்கள் கிடைத்தன. அவை வேறுபட்டவையாக, முரண்பட்டவையாக இருந்தாலும் ஒரு விஷயம் மட்டும் எல்லோரிடமிருந்தும் ஒரே மாதிரி வந்துகொண்டிருப்பதாகத் தோன்றியது. "என்னவோ போனவன் போய்விட்டான். ஆனால் உண்மையில்..."

2

என்னுள் முளைவிட்டுக்கொண்டிருந்த அனுமானம் ஓரளவு உறுதிப்பட ஒரு சம்பவம் நிகழ்ந்தது. என் பக்கத்து வீட்டுக்காரர் –

பெரிய பணக்காரர் – டாக்டர் பி. ஆர். வியை அந்த ஆட்டுக் குட்டிகள் கொன்று தின்றபோது எனக்கு ஓரளவு நிலைமை பற்றிய பிரக்ஞை ஏற்பட்டது. அவருடைய ஆபீஸில் வைத்துத் தான் . . . அது அப்புறம். என்னவோ, பி. ஆர். வியின் கேஸ் மூலம் எனக்கு இந்த மர்மத்தைப் புரிந்துகொள்ள இயற்கை யாகவே வழி கிடைத்தது. உண்மையில் நான் நெபேரியோவை வெறுத்தேன். எனினும், என் வெறுப்பின் தீவிரம் இந்த அறிக்கை யின் முக்கிய நோக்கத்தைப் பாதித்துவிடக் கூடாது என்பதற் காகவும் நிகழ்ச்சியின் முழு விளக்கத்தைத் தர வேண்டி யிருப்பதாலும் என் சொந்த விஷயம் ஒன்றுக்கு நான் செல்ல வேண்டியிருக்கிறது. ஒருவருக்கும் அந்த விஷயத்தில் ஆர்வம் இருக்கப் போவதில்லை. எனினும், இது என்னைப் பொறுத்த வரை முக்கியமானது. ஆட்டுக்குட்டிகள் வழங்கும் தண்டனைக் கான காரணங்கள் என்ற என் கருத்தின் உண்மையை நீங்கள் தீர்மானிக்கவே இது தேவைப்படுகிறது.

இதுதான் அந்த விஷயம்.

ஆட்டுக்குட்டிகள் தண்டனைகளை நிறைவேற்றும் போது நான் என் வாழ்வின் மிக சிரமமான கட்டத்தில் இருந்தேன். வறுமை என்னைப் பிடுங்கித் தின்றது . . . இருண்ட ஆழமான கிணற்றுக்குள் வீழ்ந்து கிடந்தேன். வெளியேறும் வழியும் தென்படவில்லை. நான் அப்படித்தான் உணர்ந்தேன்.

இயற்கையாகவே, நெபேரியோவைப் பொறுத்தவரை அவர் உயிர் வாழ்வதன் நோக்கம் பணம்தான். அதுதான் அவரது ஒரே கவலை – பணம் சேர்த்தல். இந்தப் புனித நோக்கத்துக்காக அவர் மற்றவர்களைப் பற்றிய எந்தக் கவலையும் இன்றி தன் முழு சக்தியையும் செலவிட்டார். பெருமளவில் வெற்றியும் பெற்றார் என்பதைச் சொல்லத் தேவையில்லை. உண்மையில் அவரை ஒரு ‘வெற்றி நட்சத்திரம்’ என்றுதான் நீங்கள் சொல்வீர்கள்.

இந்த சமயத்தில்தான் நான் – ஏற்கெனவே சொல்லி விட்டேனோ? – ஒரு சிரமமான நிலையில் இருந்தேன். இந்த மாதிரி நிலையில் உள்ளவர்களை சுலபமாக வளைத்து விடலாமே. ஆனால், நெபேரியோ – ஒரு புத்தகத்தைக்கூடப் படித்திராத அந்தப் பேராசைக் கழுகு – ஒரு பதிப்பாசிரியர். வேறு வேலை ஒன்றும் கிடைக்காததால் நான் அவருக்காகக் கொஞ்சம் மொழிபெயர்ப்பு, கொஞ்சம் மெய்ப்புப் பார்த்தல் என்று உதவிக்கொண்டிருந்தேன். அதற்காகத் தருவது என்னமோ

பிச்சைக் காசுதான் என்றாலும் அதையும் அப்புறம், நாளை என்று கடத்தி என்னை அலைக் கழிப்பதில் அவருக்கு ஒரு திருப்தி. (அதெல்லாம் எனக்கும் பழகிப்போனவை. ஆகவே நான் பொருட்படுத்துவதில்லை.) கடைசியாக அவர் தந்த வேலையை முடித்துக்கொண்டு – ஒரு அபத்தமான கண்றாவி மொழிபெயர்ப்பு – அவரிடம் கொடுத்தபோது, வழக்கம்போலவே சொன்னார். "அடடா, இன்றைக்குப் பணம் இல்லையே." இது நடந்தது அவருடைய படாடோபமான ஆபீசில் வைத்து. நன்றாக டிரஸ் செய்திருந்தார். சென்ட் போட்டிருந்தார். முகத்தில் புன்னகை. வெற்றி பெற்றவர். என்னுடையதோ கீறல் விழுந்த ஷூக்கள், கிழிந்த உடை, குடும்பத்தின் அவசர தேவைகள். சுமையின் வலி. சற்று சிரமத்துடன் கேட்டேன். "எப்போ கிடைக்கும்...?"

"இப்படிச் செய்வோம்" என்றார். குரலில் நம்பிக்கையும் ஆதரவும் எனக்கு உதவி அளிக்கும் தொனியும் வெளிப்பட்டன. "இந்த சனிக்கிழமை முடியாது. ரயோ கடற்கரைக்குப் போக வேண்டும். அடுத்த சனிக்கிழமை வாருங்களேன். காலையில் சரியாகப் பதினொரு மணிக்கு வந்துவிடுங்கள். இந்தக் குட்டிக் கணக்கை முடித்து விடலாம்."

என் கையை அன்போடு பற்றிக் குலுக்கினார். நட்புடன் தோளைத் தட்டிக்கொடுத்தார்.

இரண்டு வாரங்கள் சென்றன. நான் காத்திருந்த சனிக் கிழமை வந்தது. அழகிய செப்டம்பர் மாதத்தில் அவருடைய அழகிய பதினொன்றாம் நம்பர் வீட்டின் முன் நானும் நின்றேன். மரங்களின் பசுமை, செடிகளின் மணம், வானத்தின் பளபளப்பு. அந்த இடத்தின் கவர்ச்சி எல்லாமே என் மனதைச் சிதைத்தன.

பதினொன்று ஐந்துக்கு நான் அழைப்பு மணியை அழுத்தினேன்.

சீருடை அணிந்த வேலைக்காரி வந்தாள். "எஜமானர் ஓய்வு எடுத்துக்கொண்டிருக்கிறார்" என்றாள்.

ஒரு வினாடி தயங்கிவிட்டுக் கேட்டேன். "எஜமானி அம்மா இருக்காங்களா?"

"யார் அங்கே ரோஸா?" – உள்ளேயிருந்து யாரோ கேட்பது கேட்டது.

“நான்தான் மேடம்” என்றேன், குரலைச் சற்று உயர்த்தி, சிறிது நம்பிக்கையுடன். “மிஸ்டர் நெபேரியா இருக்கிறாரா?”

ரோஸா உள்ளே சென்றதும் ஒப்பனை செய்த முகம் ஒன்று வெளிப்பட்டது. நெபேரியோவின் மனைவி. சுருட்டுப் புகைத்தபடியே பேசும் முதலாளி ரகத்தின் குரலில், “எஜமான் ஓய்வு எடுத்துக்கொண்டிருக்கிறார் என்று சொன்னது கேட்கவில்லையா?” என்றாள்.

“ஆமாம் மேடம், ஆனால் பதினொரு மணிக்கு என்னைச் சந்திப்பதாக . . .”

“இருக்கலாம். ஆனால் அவர் இப்போது ஓய்வெடுத்துக் கொண்டிருக்கிறார்” – மேற்கொண்டு நான் எதுவும் கேட்க முடியாத தொனியில்.

“எனக்கு ஏதாவது கொடுக்கும்படி சொல்லியிருக்கிறாரா?” என்றேன் மடத்தனமாக. நெபேரியோவை எனக்குத் தெரியாதா என்ன?

“இல்லை.”

“ஆனால் நாங்கள் சந்திப்பதாக . . .”

“சொன்னது கேட்கவில்லையா? அவர் ஒன்றும் சொல்லவில்லை. தொந்தரவு செய்யாதீர்கள்.”

அந்த நொடியில் பிளிறலும் கத்தலும் கனைப்பும் கலந்த சப்தம் கேட்டது. ஆட்டுக்குட்டிகள் அளிக்கும் தண்டனையை நேரில் பார்த்தேன். ஒரு பக்கமாக ஒதுங்கி, சற்று பாதுகாப்புக்காக வேலியில் ஏறி நின்றுகொண்டேன். ஆட்டுக்குட்டிகள் என்னைத் தேடி வரவில்லை என்று எனக்குத் தெரிந்தது. ஒரு சூறாவளி போல அவை முன்பக்கத்துத் தோட்டத்துக்குள் பாய்ந்து வந்தன. கடைசிக் குட்டிஆடு வரும்போது முதல் வரிசைக் குட்டிகள் ஏற்கெனவே வீட்டுக்குள் நுழைந்துவிட்டன.

3

சில நொடிகளில் தொட்டியிலுள்ள நீரைக் குழாய் விழுங்கிக் கொள்வதைப் போல் நெபேரியோவின் வீட்டுக் கதவு அத்தனை ஆட்டுக் குட்டிகளையும் உள்வாங்கிக்கொண்டது. தோட்டம் உருக் குலைந்திருந்தது. செடி கொடிகள் மிதிபட்டுச் சாய்ந்திருந்தன.

அற்புதமான வேலைப்பாடு கொண்ட ஒரு ஜன்னல் வழியாக மிஸஸ் நெபேரியோவின் முகம் தெரிந்தது. "ஐயோ உள்ளே வாருங்கள் ஸார்" என்றாள் கண்ணீர் மல்க. அவள் முகம் விகாரமாயிருந்தது. "எங்களைக் காப்பாற்றுங்கள்."

ஏதோ ஒரு ஆர்வம் உந்த, உள்ளே சென்றேன். நாற்காலிகள் சிதறிக் கிடந்தன. கண்ணாடிகள் உடைந்திருந்தன. ஆட்டுக் குட்டிகளைக் காணவில்லை.

"மாடியில்" என்றாள் மிஸஸ் நெபேரியோ, என்னை அந்தப் பக்கமாக இழுத்துக்கொண்டு. "அவை எங்கள் அறையில் தான் இருக்கின்றன. ஏதாவது செய்யுங்கள்... ஏன் பயப்படு கிறீர்கள்? கோழையா? ஆண்பிள்ளை மாதிரி நடந்து கொள்ளுங்கள்."

அவள் பிடியிலிருந்து திமிறினேன். நானாவது, அந்த ஆட்டுக்குட்டிகளை எதிர்ப்பதாவது! குழப்பமான குழம்போசை கள் மாடியிலிருந்து வந்தன. உருண்ட கம்பளி முதுகுகள் மகிழ்ச்சியில் அசைவதும் அவைகளுக்கிடையில் ஓர் உருவம் அவற்றை எதிர்க்க முயன்று உருண்டு விழுவதும் தெரிந்தது. ஒரே ஒரு வினாடி நெபேரியோவின் முகத்தைப் பார்த்தேன். ஒரு வினாடிதான். கலைந்த முடியும் பயங்கர தோற்றமுமாக, அலறிக்கொண்டு ஆட்டுக்குட்டிகளை ஒரு நாற்காலியால் தாக்க முயல்கிறார். ஆனால், விரைவில் அந்த வெள்ளைக் கம்பளிச் சுருள்முடிகளின் நடுவே புதைமண்ணில் மூழ்கும் ஒருவனைப் போல் அவர் மறைவதைப் பார்த்தேன். கூட்டத்தின் மத்தியில் மேலும் பரபரப்புத் தென்பட்டது. அவ்வப்போது பற்களால் கிழிக்கும் ஒலியும், எலும்புகள் நொறுங்கும் சப்தமும் கேட்டன. அவற்றின் திரும்பிவரும் ஸ்டைலில் அவை தங்கள் பணியைச் சரிவர முடித்துவிட்டன என்று தோன்றியது. பின் அவை மாடிப்படிகளில் விரைவாக இறங்கின. அவற்றின் வெள்ளை மயிர்களில் ஆங்காங்கே சிவப்புக் கறைகள் தென் பட்டன. அந்த ரத்தம் – நீதியை நிலைநாட்டியதன் அடையாளம் – மிஸஸ் நெபேரியோவை நிலைகுலையச் செய்தது. என்னை ஒரு கோழை என்று திட்டியபடியே ஒரு பெரிய கத்தியுடன் அறைக்குள் ஓடினாள். ஆட்டுக்குட்டிகள் நிறைவேற்றும் தண்டனையில் குறுக்கிடுபவர்களின் கதி என்னவென்று தெரிந்திருந்த நான் மரியாதையுடன் அசையாமல் நின்றபடியே மிஸஸ் நெபேரியோவின் அங்கங்கள் சிதறி எறியப்பட்டுத் தின்னப்படும் அற்புதக் காட்சியைக் கவனித்தேன். பின்னர் அந்த ஐம்பது ஆட்டுக்குட்டிகளும் பதினோராவது தெருவை அடைந்து முன்போலவே கலைந்து பிரிந்து மறைந்துவிட்டன.

ரோஸா – ஏனோ தெரியவில்லை – இதைப்பற்றிக் கவலைப் பட்டதாகவே தோன்றவில்லை. அவளிடம் ஒன்றிரண்டு அனுதாப வார்த்தைகளைச் சொல்லிவிட்டு, புன்னகையுடன் விடைபெற்றுக் கொண்டேன்.

உண்மைதான். நெபேரியோவிடமிருந்து அந்த மோசமான மொழிபெயர்ப்புக்காக எனக்கு வரவேண்டிய பணம் கிடைக்கவில்லை. ஆனாலும் என்ன, மரங்களின் பசுமை, செடிகளின் மணம், வானத்தின் பளபளப்பு, அந்த இடத்தின் அழகு எல்லாம் என் மனதை மகிழ்ச்சியில் நிறைத்தன. பாட ஆரம்பித்தேன். அப்போது நான் மூழ்கியிருந்த இருட்டுக் கிணற்றில் மெதுவாக வெளிச்சம் பரவியது. முதல் நம்பிக்கை ஒளி தெரிந்தது.

தண்டனை அளிக்கும் ஆட்டுக்குட்டிகளே, உங்களுக்கு நன்றி.

டோபர்மோரி

சகி

ஆகஸ்ட் மாதக் கடைசியில் மழையில் நனைந்த ஒரு பிற்பகல், குளிரில் விறைத்திருந்தது. காட்டுப்பறவைகள் சுதந்திரமாகவோ குளிர்சாதனப் பெட்டியிலோ இருக்கும் காலம். வேட்டைக்குரிய சமயமல்ல அது. பிரிஸ்டல் சானலின் வடக்குக் கரையோரம் குதிரையில் ஏறிச்சென்றால் கொழுத்த சிவப்பு நிற மான்களை வேட்டை யாடலாம். லேடி பிளெம்லி விருந்துக்கு ஏற்பாடு செய்திருந்த இடம் பிரிஸ்டல் சானலின் வடக்குப் பகுதியில் அமைந்திருக்கவில்லை. எனவே, அந்தக் குளிர்ந்த பிற்பகலில் அவளது வீட்டில் சாப்பாட்டு மேஜையைச் சுற்றி விருந்தினர் நிறைந்திருந்தனர். காலநிலை சிறப்பாக இல்லை. சூழ்நிலையும் சாதாரணமாகவே இருந்தது. எனினும், பொதுவாக இந்த மாதிரி சமயங்களில் ஏற்படும் அமைதி யின்மை அங்கே காணப்படவில்லை. பியானோ இசைக்கவோ, சீட்டாடவோ அவர்கள் விரும்பவும் இல்லை. விருந்தினர் அனைவரின் வியப்பு கலந்த கவனம் முழுவதும் எளிய தோற்றத்துடன் அங்கு வந்திருந்த கார்னலியஸ் ஆப்பின் மேலேயே இருந்தது. லேடி பிளெம்லியின் விருந்துக்கு வந்திருந்தவர்களில் இந்த ஆப்பின் மட்டுமே எவ்வித சாதனையும் படைத்தவராகத் தோன்றவில்லை. ஆனால், அவர் பெரிய நிபுணர் என்று யாரோ சொன்னார்கள். அவருடைய அறிவின் ஒரு பகுதி அன்றைய பொழுதுபோக்குக்குப் பயன்படும் என்ற எண்ணத்திலேயே அவர் அழைக்கப்

பட்டிருக்கலாம் என்று சிலர் எண்ணினர். தேநீர் அருந்தும் நேரம்வரை அவரது விசேஷத் திறமை என்னவென்றே லேடி பிளெம்லிக்குத் தெரியவில்லை. அவர் வேடிக்கையாகப் பேசுபவராகத் தோன்றவில்லை. விளையாட்டு வீரர் அல்லர். பார்த்த மாத்திரத்திலேயே எவரையும் கவரும் தோற்றம் படைத்தவரவல்லர். அமெச்சூர் நாடக நடிகராகவும் தெரிய வில்லை. மூளை கொஞ்சம் கம்மியாக இருந்தாலும் பரவாயில்லை, பெண்களைக் கவரும் கவர்ச்சி இருந்தால் போதுமே, அதுகூட இல்லை. அவருடைய பெயரும் ரொம்ப சாதாரணமாகத்தான் இருந்தது. கார்னெலியஸ் என்றால் ஏதோ பாதிரியாரின் பெயர்போல இருக்கிறது. அவர் புதிதாக எதையோ கண்டுபிடித்திருக்கிறாராம். வெடி மருந்து, அச்சு இயந்திரம், நீராவி ரயில்வண்டி போன்றவையெல்லாம் அவருடைய இப்போதைய கண்டுபிடிப்புகளுக்கு முன் மிக அற்பமாகத் தோன்றுமாம். அண்மைக் காலத்தில் அறிவியல் பல திசைகளிலும் வேகமாக அடியெடுத்து வைத்திருக்கிறது. ஆனால், அவருடைய புதிய கண்டுபிடிப்பை ஒரு விஞ்ஞான சாதனை என்பதைவிட தெய்வீக அற்புதம் என்றுதான் சொல்லத் தோன்றுமாம்.

சர் வில்பிரிட் கேட்டார்: "மனிதர்களின் பேச்சுத் திறனை மிருகங்களுக்குக் கற்றுக் கொடுக்கும் வித்தையை நீங்கள் கண்டுபிடித்திருக்கிறீர்களாமே? உங்கள் முயற்சியால் டோபர்மோரி என்ற பூனை மனிதர்கள்போல் பேசுமாம். இதையெல்லாம் நாங்கள் நம்பவேண்டும் என்கிறீர்களா?"

"இந்த ஆராய்ச்சியில் நான் பதினேழு வருடங்கள் முயன்று வந்திருக்கிறேன்" என்றார் கார்னெலியஸ் ஆப்பின். "சென்ற ஆறு மாதமாகத்தான் இதில் கணிசமான அளவில் வெற்றி கண்டிருப்பதாக நினைக்கிறேன். ஆயிரக்கணக்கான மிருகங்களில் சோதனை மேற்கொண்டேன். கடைசியில் பூனைதான் என் சோதனைக்கு உகந்த பிராணி என்பதை அறிந்தேன். எத்தனை அற்புதமான பிராணி இந்த பூனை! நம்முடனே வாழ்ந்து நம்முடைய நாகரிகத்துடன் ஒன்றிக்கொண்டு, அதே சமயம் தனது அபூர்வத் திறமைகளையும் தக்கவைத்துக் கொண்டிருக் கிறது. நம்மிடையே லட்சக்கணக்கான மனிதர் கூட்டத்தில் அற்புதத் திறன்படைத்த ஒன்றிரண்டு மேதைகளைப் பார்க்கிறோம் அல்லவா? அதுபோல் பூனைகளிடையேயும் அங்கொன்றும் இங்கொன்றுமாக சில அறிவுஜீவிகள் இருக் கின்றன. சில நாட்களுக்குமுன் டோபர்மோரியைப் பார்த்த போது அது ஓர் அபூர்வ பூனை என்பதை உணர்ந்துகொண்டேன். அதன் வியக்கத்தக்க தீட்சண்யமான அறிவு என்னை வெற்றிப்

பாதைக்கு இட்டுச் செல்வதை உணர்ந்தேன். டோபர்மோரி யிடம் எனது சமீபத்திய சோதனை முயற்சிகளில் நான் வெற்றி பெற்றுவிட்டேன்." தன் வெற்றியின் முக்கியத்துவத்தை உணர்த்தும் வகையில் குரலை உயர்த்தினார் மிஸ்டர் ஆப்பின்.

சற்றுநேரம் மௌனம் நிலவியது. மிஸ்டர் குளோவிஸின் உதடுகள் லேசாக அசைந்தன. கூர்ந்து கவனித்திருந்தால் 'ஏமாற்று வேலை' என்று அவை கூறுவதைப் புரிந்திருக்கலாம்.

மிஸ் ரெஸ்கர்தான் வாயைத் திறந்தாள். "அப்போ டோபர்மோரி சின்னச் சின்ன வார்த்தைகளைப் புரிந்து கொள்ளும் என்கிறீர்கள், அப்படித்தானே?"

ஆப்பின் பொறுமையாகப் பதில் கூறினார். "மிஸ் ரெஸ்கர், நீங்கள் சொல்கிற முறை சிறுகுழந்தைகள், அறிவு முதிராத பெரியவர்கள் போன்றோருக்குக் கற்பிக்கப் பயன்படும். ஆனால், கூர்மையான அறிவுபெற்ற பிராணிகளுக்கு ஒரு மொழியைக் கற்பிக்க அத்தகைய சாதாரண வழியைக் கடைபிடிக்கத் தேவை யில்லை. டோபர்மோரி நம்மைப் போலவே சரளமாகப் பேசும்."

இப்போது குளோவிஸின் வாயிலிருந்து 'வெறுங் கப்ஸா' என்ற வார்த்தை வெளிப்பட்டது. சர் வில்பிரிடும் அதே கருத்தைக் கொண்டிருந்தாலும் அதை வெளிப்படையாகத் தெரிவிக்கவில்லை.

"அந்தப் பூனையை இங்கே கொண்டுவந்து சோதித்துப் பார்த்துவிட்டால் எல்லாம் தெரிந்துவிடும்" என்ற கருத்தை வெளியிட்டாள் லேடி பிளெம்லி.

சர் வில்பிரிட் பூனையைத் தேடிச் சென்றார். மற்றவர்கள் ஏதோ செப்படி வித்தைக்காரனால் தாங்கள் ஏமாற்றப்படப் போகிறோம் என்ற சுவாரஸ்யமற்ற பாவனையில் ஆங்காங்கே அமர்ந்தனர்.

ஒரு நிமிடத்தில் சர் வில்பிரிட் அறைக்குத் திரும்பிவிட்டார். அவர் முகம் வெளுத்திருந்தது. வியப்பில் கண்கள் விரிந்திருந்தன.

"ஆமாம். அந்தப் பூனை பேசுகிறது!"

அவர் சொன்னது உண்மை என்பதை அவரது பரபரப்பில் உணர்ந்த அனைவரும் எழுந்து முன்னால் வந்தனர். ஆர்வமும் நம்பமுடியாத திகைப்பும் அவர்களிடம் வெளிப்பட்டன.

சர் வில்பிரிட் ஒரு ஈஸிசெயரில் தொப்பென்று விழுந்து, அதைக் கெட்டியாகப் பிடித்துக்கொண்டே, மூச்சுவிடாதபடி

பேசினார். “சாப்பாட்டு அறையில் அந்தப் பூனை தூங்கிக் கொண்டிருந்தது. ‘டீ குடிக்க வருகிறாயா’ என்று கேட்டேன். கண்களை விழித்து மௌனமாக என்னைப் பார்த்தது. ‘வா டோபி, உனக்காக அங்கே எல்லோரும் காத்துக்கொண் டிருக்கிறார்கள்’ என்றேன். உடனே அது வாயைத் திறந்து மிகத் தெளிவாக, ‘இப்பொழுது எனக்கு டீ வேண்டாம். எப்போ தேவையோ அப்போது வருகிறேன்’ என்றது. அட கடவுளே, நான் அங்கேயே மயக்கம் போட்டு விழவிருந்தேன்.”

மிஸ்டர் ஆப்பின் முதலில் விரிவாகக் கூறியதை நம்ப மறுத்தவர்களுக்கு வில்பிரிடின் பேச்சு முழு நம்பிக்கை அளித்தது. அடுக்கடுக்காக வியப்பொலிகள் எழுந்தன. இவற்றின் நடுவே ஆப்பின் அமைதியாக அமர்ந்தபடி தமது அதிசயக் கண்டு பிடிப்பின் முதல் வெற்றிக் கனியைச் சுவைத்துக்கொண்டிருந்தார்.

இந்த பரபரப்பான நேரத்தில்தான் டோபர்மோரி அறைக்குள் நுழைந்தது. மேஜையைச் சுற்றியிருந்தவர்களை நோட்டமிட்டபடியே வெல்வெட் பாதங்களால் சப்தமின்றி நடந்து வந்தது.

ஓர் அசட்டுத்தனமான அமைதியும் தடுமாற்றமும் அங்கே நிலவின. நமது மொழியை நன்றாகப் பேசும் என்று நிரூபிக்கப் பட்ட ஒரு வீட்டுப் பூனையிடம் எப்படிப் பேச்சை ஆரம்பிப்பது என்ற தயக்கம் அவர்களிடையே வெளிப்படையாகத் தெரிந்தது.

“கொஞ்சம் பால் சாப்பிடுகிறாயா, டோபர்மோரி” என்று கேட்டாள் லேடி பிளெம்லி, சற்றுத் தடுமாறிய குரலில்.

“அதற்கென்ன, சாப்பிட்டால் போச்சு” என்றது டோபர்மோரி, சிறிது அலுப்புற்ற குரலில். கூட்டத்தினர் தங்கள் வியப்பைச் சிரமப்பட்டு அடக்கிக்கொண்டனர். தட்டில் பாலை ஊற்றிய லேடி பிளெம்லியின் கை நடுங்கியது. “அடடா, பால் நிறையக் கொட்டிவிட்டதே” என்றாள், மன்னிப்புக் கோரும் பாவனையில்.

“பரவாயில்லை” என்றது பூனை.

மீண்டும் கூட்டத்தில் அமைதி சூழ்ந்தது. மிஸ் ரெஸ்கர், ஒரு ஸ்கூல் இன்ஸ்பெக்டரின் தோரணையில், “மனித மொழி யைக் கற்பதில் உனக்கு சிரமம் ஏதாவது இருந்ததா?” என்று கேட்டாள். டோபர்மோரி அவளை ஒரு நிமிஷம் கூர்ந்து நோக்கிற்று. பிறகு கூட்டத்தின் மத்தியில் வெறுமையை வெறித்த படி நின்றது. அலுப்பூட்டும் அபத்தான கேள்விகளுக்குப் பதில்சொல்லத் தேவையில்லை என்று அது கருதுவதாகத் தோன்றியது.

"மனிதர்களின் அறிவைப் பற்றி என்ன நினைக்கிறாய்?" என்று கேட்டாள் மேவிஸ் பெல்லிங்டன், சற்று தயக்கத்துடன்.

"குறிப்பாக யாருடைய அறிவு?"

"ம்... வந்து... என்னுடையதுதான் என்று வைத்துக் கொள்ளேன்" என்றாள் மேவிஸ், ஓர் அசட்டுச் சிரிப்புடன்.

"என்னை ஓர் இக்கட்டான நிலையில் மாட்டிவிட்டீர்களே" என்றது பூனை. ஆனால், அதன் குரலில் அப்படி ஒரு நிலையில் அகப்பட்டுக் கொண்டதற்கான எந்தவித பாவமும் தென்பட வில்லை. "இந்தப் பார்ட்டிக்கு உங்களை அழைக்க வேண்டுமா என்ற கேள்வி வந்தபோது சர் வில்பிரிட் தான் சந்தித்த பெண்களில் மூளையே இல்லாதவள் என்று உங்களைச் சொன்னார். பார்ட்டி என்ற பெயரில் புத்திகெட்ட ஜென்மங் களையெல்லாம் அழைக்க வேண்டுமா என்றார். அதற்கு லேடி பிளெம்லி 'அவளைத் தவிர நம் பழைய காரை எந்த அசடு விலைக்கு வாங்கும்? அந்த அசட்டுத் தனத்துக்காகவாவது அவளுக்கு அழைப்பு அனுப்ப வேண்டுமே' என்றாள். அந்தக் காரைத் தள்ளுவண்டி என்றுதான் அவர்கள் சொல்வார்கள். பின்னாலிருந்து தள்ளினால் மேட்டில் கூட நேராகச் செல்லுமாம்."

லேடி பிளெம்லி அவசர அவசரமாக மறுக்க முயன்றும் பயனில்லை. அன்று காலையில்தான் மேவிஸிடம் அந்தக் கார் அவளுடைய டேவன்ஷைர் வீட்டுக்குப் பொருத்தமாக இருக்கும் என்றிருக்கிறாள்.

மேஜர் பார்பீல்ட் பேச்சைத் திருப்புவதற்காகக் களத்தில் குதித்தார்.

"குதிரை லாயத்தில் இருக்கிறதே அந்தக் கறுப்புப் பூனைக்கும் உனக்கும் என்ன தொடர்பு?"

கேட்ட பிறகுதான் எல்லோரும் அந்தக் கேள்வியின் அபத்தத்தைப் புரிந்துகொண்டனர்.

"இந்த மாதிரி செய்திகளைப் பலர் முன்னிலையில் யாரும் பேசுவதில்லை" என்றது டோபர்மோரி கடுப்புடன். "இந்த வீட்டில் நீங்கள் ஒவ்வொரு சமயம் நடத்திய லீலைகளை நான் அவ்வப்போது கவனித்திருக்கிறேன். அதைப்பற்றிப் பேசினால் உங்களுக்கு எப்படியிருக்கும்?"

மேஜரை மட்டும்தான் பயம் தொற்றிக்கொண்டது என்று சொல்வதற்கில்லை.

லேடி பிளெம்லி சற்று அவசரத்துடன், “போய் சமயலறை யில் உன் உணவு தயாராகிவிட்டதா என்று பாரேன்” என்றாள். பூனையின் சாப்பாட்டுக்கு இன்னும் இரண்டு மணி நேரம் இருக்கிறது என்பதை அவள் வசதியாக மறந்துவிட்டது மாதிரி தோன்றியது.

“தாங்க்ஸ். இப்போதுதான் டீ குடித்தேன்” என்றது பூனை. “அஜீர்ணத்தினால் சாவதற்கு எனக்கு விருப்பமில்லை.”

“பூனைகளுக்குத்தான் ஒன்பது உயிர் உண்டுமே” என்றார் சர் வில்பிரிட்.

“இருக்கலாம். ஆனால் லிவர் ஒன்றுதானே இருக்கிறது.”

“நம்மைப் பற்றி எல்லோரிடமும் இது சொல்லிவைக்கப் போகிறது” என்றாள் மிஸஸ் கார்லெட்.

அந்தப் பயம் பொதுவாகவே இருந்தது. படுக்கை அறை ஜன்னலுக்கு வெளியே உள்ள திட்டியில் இந்தப் பூனை அடிக்கடி உட்கார்ந்திருக்கும். புறாக்களைத்தான் வேடிக்கை பார்த்துக்கொண்டிருக்கிறது என்றுதான் நினைத்திருந்தார்கள். வேறு எதையெல்லாம் பார்த்துத் தொலைத்திருக்கிறதோ? தன் நினைவலைகளை அது வெளியே கொட்டத் தொடங்கி விட்டால் அதன் விளைவு என்னவாக இருக்கும்! கண்ணாடி யின் முன் நீண்டநேரம் செலவிட்ட மிஸஸ் கார்லெட்டின் முகம் இப்போது பேயறைந்தது மாதிரி இருந்தது. மேஜரின் நிலையும் அதுதான். காதல் கவிதைகள் எழுதும் மிஸ் ஸ்கார்வன் சற்று எரிச்சல் அடைந்தாள். அவள் வாழ்க்கை அப்பழுக் கற்றது. நேர்மையான வாழ்வும் ஒழுக்கமும் எல்லோரிடமும் பறைசாற்ற வேண்டிய விஷயம் அல்ல என்பது அவள் கொள்கை. பதினேழு வயதிலேயே எல்லா விளையாட்டுக்களையும் தெரிந்துகொண்ட பெர்ட்டி வான் டானின் முகம் மல்லிகை போல் வெளுத்துவிட்டது. ஆனால், அவள் ஓடோ பின்ஸ்பெரியைப் போல அறையைவிட்டு வெளியே ஓடிப் போகும் தவறைச் செய்யவில்லை. ஓடோ சர்ச் வழிபாட்டின் போது பியானோ வாசிப்பாள். பிறரைப் பற்றிய அவதூறுகளைக் கேட்கவே விரும்பாதவள் என்று பெயரெடுத்தவள். குளோவிஸ் தன் பதட்டத்தை வெளிக்காட்டிக் கொள்ளவில்லை. ஒரு டஜன் சுண்டெலிகளைக் கையூட்டாக டோபர்மோரிக்குக் கொடுத்தால் என்ன என்று மனதுக்குள் திட்டமிட்டாள்.

இந்த மாதிரி இக்கட்டான நிலையிலும் ஆக்னஸ் ரெஸ்கர் வாயை மூடிக்கொண்டு சும்மா இருக்க விரும்பவில்லை. “ஏன்தான் நான் இங்கே வந்தேனோ” என்றாள் நாடக ரீதியில்.

டோபர்மோரி சட்டென்று பதிலளித்தது. “மிஸஸ் கார்லெட்டை நேற்று தோட்டத்தில் சந்தித்துப் பேசியபோது நீங்கள் கூறியது உண்மையானால், வயிறுமுட்ட சாப்பிடத்தான் இங்கு வந்திருக்கிறீர்கள். ‘மிஸஸ் பிளெம்லிக்கு மற்ற விஷயங்களில் திறமை இருக்கிறதோ இல்லையோ, ஒரு முதல்தர சமையல் காரியைத் தேடிப்பிடித்திருக்கிறாள். இல்லாவிட்டால் அவள் விருந்துக்கு இரண்டாம் தடவை யார் வருவார்கள்’ என்று சொன்னீர்கள் அல்லவா?”

“அவ்வளவும் பொய். நான் மிஸஸ் கார்ஸெட்டிடம்...” என்று மறுக்கத் தொடங்கினாள் ஆக்னஸ்.

“நீங்கள் சொன்னதையெல்லாம் மிஸஸ் கார்னெட் பெர்ட்டி வானிடம் அப்படியே சொல்லிவிட்டாள்” என்று தொடர்ந்தது டோபர்மோரி. “ஓசிச் சாப்பாடு என்றால் ஆக்னஸ் எங்கு வேண்டுமானாலும் போய் நன்றாக வெட்டுவாள் என்றாள். அதற்கு பெர்ட்டிவான்...”

இந்தச் சமயம் நல்லவேளையாக நிகழ்ச்சிகள் சட்டென ஒரு முடிவுக்கு வந்தன. மாதா கோவிலின் டாம் என்ற கொழுத்த மஞ்சள் நிற பூனை செடிகளின் இடையே குதிரை லாயத்தை நோக்கிச் செல்வது டோபர்மோரியின் கண்ணில் பட்டது. அடுத்த வினாடி அது ஜன்னல்வழி வெளியே தாவி மறைந்தது.

தமது அதிமேதாவி சீடன் டோபர்மோரி வெளியேறியதும் கார்னலியஸ் ஆப்பின் பலவித அனுபவத்திற்கு ஆளானார். சிலருடைய நிந்தனைகள் புயலாக அவரைத் தாக்கின. சிலர் ஆர்வத்துடன் கேள்விகள் கேட்டனர். பயத்தில் சிலர் கெஞ்சினர்.

இந்த ஆபத்தான நிலைக்கு அவர்தான் பொறுப்பு. நிலைமை மேலும் மோசமாகாதபடி அவர்தான் பார்த்துக்கொள்ள வேண்டும். டோபர்மோரி தன்னுடைய இந்த அபூர்வ சக்தியை மற்ற பூனைகளுக்கும் வழங்கக் கூடுமோ? இதுதான் அவர் விடையளிக்கவேண்டிய முக்கியக் கேள்வி. அது சாத்தியம் தான் என்றார் ஆப்பின். டோபர்மோரி தனது காதலியான குதிரை லாய பூனைக்கு இந்தத் திறமையை ஓரளவு அளித் திருக்கலாம். மற்ற பூனைகளுக்குக் கிடைத்திருக்க வாய்ப்பில்லை.

“டோபர்மோரி ஓர் அற்புத பூனைதான், அபூர்வ பிராணி தான். ஆனால் அதையும் அதன் காதலியையும் உடனே தீர்த்துக் கட்டிவிட வேண்டும். நான் சொல்வது சரிதானே, அடலெய்ட்?” என்றாள் மிஸ் கார்லெட்.

"சென்ற கால் மணி நேரமும் நான் மகிழ்ச்சியில் பூரித்துப் போய் இருக்கிறேன் என்றா நினைத்தாய்?" என்று கேட்டாள் லேடி பிளெம்லி கடுமையாக. "என் கணவருக்கும் எனக்கும் டோபர்மோரியிடம் ரொம்பவும் பிரியம்தான் – அதாவது அதனுடைய இந்தத் திறமை வெளியாகும் வரை. இப்போது வேறு வழியில்லை. அதை தீர்த்துக்கட்டிவிட வேண்டியதுதான். எவ்வளவு சீக்கிரம் முடிக்கிறோமோ அவ்வளவுக்கு நல்லது."

சர் வில்பிரிட் ஆமோதித்தார். "அது வழக்கமாக விரும்பிச் சாப்பிடும் மீன் சிப்ஸில் விஷத்தைக் கலந்து வைத்துவிடுவோம். லாயத்துப் பூனையை நானே நீரில் அமிழ்த்திக் கொன்று விடுகிறேன். வண்டியோட்டிக்கு அதன்மேல் உயிர். வருத்தப் படுவான். ஒரு அபாயகரமான தொற்றுநோய் அந்த இரண்டு பூனைகளையும் தாக்கியிருக்கிறது என்றும், அது மற்ற இடங் களுக்கும் பரவிவிடும் என்றும் சொல்லி நான் சமாளித்து விடுகிறேன்."

"ஐயோ, என் அதிசயக் கண்டுபிடிப்பு என்ன ஆகும்?" என்று அரற்றினார் ஆப்பின். "எத்தனை ஆண்டு ஆராய்ச்சி, பயிற்சி . . ."

"பண்ணையிலுள்ள எருமை அல்லது ஆட்டிடம் இந்த விளையாட்டை வைத்துக்கொள்ளுங்கள்" என்றார் கார்னெட். "இல்லாவிட்டால் ஜுவில் உள்ள யானையைப் பழக்கலாமே. நல்ல அறிவுள்ள மிருகம். முக்கியமாக நமது படுக்கையறை ஜன்னல் பக்கம் நின்றோ, கட்டிலின் கீழே இருந்தோ ஒட்டுக்கேட்காது."

ஏதோ மகுடம் சூட்டப்போவதாக நினைத்து மகிழ்ந்து கொண்டிருந்த ஆப்பின் தலைகுப்புற வீழ்த்தப்பட்டதை உணர்ந்தார். வெகுஜனக் கருத்து தனக்கு எதிராக இருக்கிறது. ஓட்டெடுத்தால் ஒரு சிலர் பூனைக்குக் கொடுக்கும் விஷத்தைத் தனக்கும் கொடுக்க மகிழ்ச்சியாக வாக்களிக்கக் கூடும் என்று தோன்றியது.

விருந்தினர் ஒருவரும் தம் வீடுகளுக்குக் கிளம்பவில்லை. சாப்பாட்டுக்குப் பின் கிளம்பலாம் என்று தீர்மானமாயிற்று. சாப்பாடும் மகிழ்ச்சியான, கலகலப்பான சூழலில் நடைபெற வில்லை. லாயத்துப் பூனையைக் கையாள்வதிலும் வண்டிக் காரனைச் சமாதானப்படுத்துவதிலும் சர் வில்பிரிட் மிகவும் சிரமப்பட வேண்டியதாயிற்று. ஆக்னஸ் ரெஸ்கருக்கு ஒரு சிறு ரொட்டி மட்டுமே போதுமாயிருந்தது. அதையே ஒரு விரோதியாகப் பாவித்துக் கடித்தபடியிருந்தாள். மேவி பெல்லிங்டன் மௌன விரதம் பூண்டவள்போல் காட்சி

யளித்தாள். அவள் மௌனத்தில் குரோதம் கொந்தளித்தது. லேடி பிளெம்லி வளவளவென்று பேசிக்கொண்டுதான் இருந்தாள். ஆனால், அவள் கவனம் முழுதும் வாசல் படியிலேயே இருந்தது. ஒரு தட்டு நிறைய கவனமாகத் தயாரிக்கப்பட்ட மீன் சிப்ஸ் அலமாரியில் வைக்கப்பட்டிருந்தது. இனிப்பும் காரமும் அனைவருக்கும் வழங்கப்பட்டன. டோபர்மோரி மட்டும் சமையல் அறையிலோ சாப்பாட்டு அறையிலோ எங்கும் தென்படவில்லை.

சாப்பிடும்போது இருந்த இறுக்கத்தைவிட ஓய்வறையின் சூழ்நிலை மிகவும் மோசமாக இருந்தது. அப்போது நிலவிய பரபரப்பில் சீட்டாடுவதை நினைத்துக்கூடப் பார்க்கமுடியவில்லை. ஓடோபின்ஸ்பரி நாடோடிப் பாடல் ஒன்றைப் பாட முயன்றாள். விறைப்பில் இருந்தவர்களுக்கு அதைத் தாங்கிக்கொள்ள முடியவில்லை. இன்னொருவர் பாட எழுந்த போதே வேண்டாமென்று அமர்த்தப்பட்டார். இரவு பதினொரு மணிக்கு வேலையாட்கள் செல்லுமுன் வழக்கம்போல் ஸ்டோர் ரூமுக்குப் பக்கத்திலுள்ள சிறிய ஜன்னலைத் திறந்து வைத்தனர் – டோபர்மோரியின் சொந்த உபயோகத்திற்காக. பொழுதைப் போக்குவதற்காக விருந்தினர்கள் அந்த வாரம் வந்த பத்திரிகைகளையும், பைன்ட் செய்த பழைய வால்யும்களையும் புரட்டிக் கொண்டிருந்தனர். லேடி பிளெம்லி அடிக்கடி ஸ்டோர் ரூம் பக்கம் சென்று பார்த்துவிட்டு வந்தாள். அவள் முகத்தைப் பார்த்த ஒருவருக்கும் கேள்வி எழுப்பும் அவசியம் நேரவில்லை.

இரண்டு மணிக்கு குளோவிஸ் அங்கு நிலவிய அமைதியை உடைத்தார். “இன்றைக்கு அது வரும் என்று தோன்றவில்லை. ஒருவேளை பத்திரிகை ஆபீசுக்குப் போயிருக்கிறதோ என்னமோ, நான் அறிந்த ரகசியங்கள் என்ற தொடரின் முதல் அத்தியாயத்தை உதவி ஆசிரியரிடம் சொல்லிக்கொண்டிருக்கும்.”

விருந்தினர்களுக்குத் தன்னால் முடிந்த நல்ல செய்தியைச் சொல்லிவிட்டுப் படுக்கச் சென்றுவிட்டார் குளோவிஸ். வெகு நேரத்திற்குப் பின் விருந்தினர் ஒவ்வொருவராக அவரைப் பின்பற்றத் தொடங்கினர்.

காலையில் முதல் டீயைக் கொண்டுவந்த வேலையாளிடம் அனைவரும் கேட்ட ஒரே கேள்விக்கு ஒரே பதில்தான் இருந்தது – டோபர்மோரி இரவில் வரவில்லை.

காலை உணவுநேரம் முந்தைய இரவைவிட மோசமாக இருந்தது. ஆனால், இந்த நிலை வெகுநேரம் நீடிக்கவில்லை. அனைவருக்கும் மகிழ்ச்சியளிக்கும் இனிய செய்தி கிடைத்துவிட்டது. டோபர்மோரியின் உடல் புதர்களிடையே கண்டு

பிடிக்கப்பட்டது. தோட்டக்காரன்தான் முதலில் பார்த்தவன். பூனையின் கழுத்தில் காணப்பட்ட காயமும், விரல் நகங்களில் இருந்த மஞ்சள் மயிர்களும் விஷயத்தைத் தெளிவுபடுத்தின. காதல் போட்டி காரணமாக டாம் பூனையுடன் ஏற்பட்ட கடும் சண்டையில் டோபர்மோரி வீரமரணம் எய்திவிட்டது.

மதியத்திற்குள் அனேகமாக எல்லா விருந்தினர்களும் விடைபெற்றுச் சென்றுவிட்டனர். உணவுக்குப் பின் லேடி பிளெம்லி தன்னுடைய உயிருக்குயிரான டோபர்மோரியின் இழப்பைக் குறித்து சர்ச் அதிகாரிகளுக்கு ஒரு கண்டனக் கடிதம் எழுதினாள்.

டோபர்மோரியைப் போன்ற இன்னொரு திறமையான சீடன் ஆப்பினுக்குக் கிடைக்கவில்லை. சில வாரங்களுக்குப் பிறகு டிரஸ்டன் மிருகக்காட்சிசாலையில் ஒரு யானைக்குத் திடீரென்று மதம்பிடித்து ஒருவரை மிதித்துக் கொன்றுவிட்டதாகச் செய்தி வந்தது. அந்த நபர் யானையின் அருகே நின்று அதற்கு ஏதோ சொல்லிக் கொடுத்துக் கொண்டிருந்தாராம். அவருடைய பெயர்கூட கார்னெலியஸ் ஒப்பின் என்றோ கார்னெலியஸ் எய்ப்பின் என்றோ கூறப்பட்டது.

“பாவம், அந்த யானைக்கு ஜெர்மன் மொழியின் கடினமான வினைச் சொற்களைக் கற்பிக்க அந்த ஆள் முயன்றிருப்பார். அவருக்கு வேண்டியதுதான்” என்றார் குளோவிஸ்.

கடமை

சாதத் ஹசன் மண்டோ

அங்கொன்றும் இங்கொன்றுமாக ஒரு சில கத்திக்குத்துச் சம்பவங்களில் ஆரம்பித்து இப்போது முழு அளவில் கட்டுக்கடங்காத இனக் கலவரமாக மாறிவிட்டது. நாட்டு வெடிகுண்டுகள் கூடப் பயன்படுத்தப்பட்டன.

இந்தக் கலவரம் அதிகநாள் நீடிக்காது என்று தான் அமிர்தசரஸில் பொதுவாகக் கருதப்பட்டது. அரசியல் ஆதாயத்திற்காகத் தூண்டிவிடப்பட்டு உருவான இந்தத் தற்காலிகக் கலவரம் விரைவிலேயே அடங்கிவிடும் என்றுதான் நினைத்தார்கள். இது போன்ற கலவரங்கள் இந்த நகரத்திற்குப் புதிதல்ல. அவை எல்லாமே ஒரே மாதிரிதான். இரண்டு வாரம் அமைதியின்மை; அதன் பின் எல்லாம் வழக்கம்போல் நடைபெறத் தொடங்கிவிடும். இந்த அனுபவங்களின் காரணமாக மக்கள், இக்கலவர மும் விரைவில் ஓய்ந்துவிடும் என்று நம்பியதில் நியாயமிருந்தது. ஆனால், அப்படி நடக்கவில்லை. கலவரம் தொடர்ந்தது மட்டுமல்ல, வலுத்தது.

இந்துப் பகுதியில் வசிக்கும் முஸ்லீம்கள் பாதுகாப்பான இடங்களுக்குச் செல்லத் தொடங் கினர். அதுபோலவே முஸ்லீம்கள் அதிகம் வாழும் பகுதியிலுள்ள இந்துக்களும். ஆனால் இதெல்லாம் ஒரு தற்காலிக ஏற்பாடுதான் என்று அவர்கள் நினைத்தனர். இந்த வகுப்பு வெறி அடங்கி நிலைமை விரைவில் முன்னைப் போல மாறிவிடும் என்று சொல்லிக்கொண்டனர்.

ஓய்வுபெற்ற நீதிபதி மியான் அப்துல் ஹை விரைவிலேயே அமைதி திரும்பிவிடும் என்று உறுதியாக நம்பினார். ஆதலால், அவர் கவலைப்படவேயில்லை. அவருக்கு இரண்டு குழந்தைகள் – பதினோரு வயது பையன், பதினேழு வயது பெண். எழுபது வயதில் ஒருவேலைக்காரனும் இருந்தான். சிறிய குடும்பம் அது. கலவரம் தொடங்கிய உடனேயே மியான் சாகிப் முன் ஜாக்கிரதையாக நிறைய உணவுப் பொருட்களைச் சேமித்து வைத்துக்கொண்டார். தேவைப்பட்டால் இருக்கட்டுமே! ஆக, அந்த ஒரு விஷயத்தைப் பொருத்தமட்டில் கவலையில்லை.

அவர் மகள் சுக்ராவுக்கு நம்பிக்கையில்லை. அவர்கள் வசித்தது ஒரு மூன்று மாடிக் கட்டடம் உயரேயிருந்து பார்த்தால் நகரம் முழுவதும் நன்றாகத் தெரியும். அவள் மாடிக்குச் செல்லும்போதெல்லாம் நகரில் பல இடங்களில் தீ பரவிக் கொண்டிருப்பதைப் பார்த்தாள்.

இரவுகள்தான் அதிகம் பயமூட்டுவனவாக இருந்தன. அசுரர்கள் கக்கும் நெருப்புபோல வானம் ஒளிமயமாகிறது. இடைக்கிடையே காற்றில் மனதைக் கலக்கும் கோஷங்கள் – அல்லாஹோ அக்பர், ஹரஹர மகாதேவ்.

தன் அச்சத்தைப் பற்றி சுக்ரா தந்தையிடம் சொல்ல வில்லை. கவலைப்பட காரணமேயில்லை என்று அவர் உறுதியாகச் சொல்லியிருந்தார். எல்லாம் சரியாகிவிடும். பொதுவாக அவர் சொல்வது சரியாகத்தான் இருக்கும். எனவே, ஆரம்பத்தில் அவள் சற்றுத் தைரியமாகவே இருந்தாள்.

திடீரென ஒருநாள் மின்சாரமும் தண்ணீரும் தடைபட்ட போதுதான் அவள் தன் பயத்தைத் தந்தையிடம் தெரிவித்தாள். கொஞ்ச நாளைக்காவது முஸ்லிம் பகுதியான ஷாரிப்புரா சென்று இருக்கலாம் என்று மன்னிப்பு கோரும் தொனியில் சொன்னாள். அக்கம் பக்கத்திலிருந்தவர் பலர் அங்கே போய் விட்டார்கள். மியான் சாகிப் பிடிவாதமாகச் சொன்னார்: ‘நீ கற்பனை செய்துகொண்டிருக்கிறாய். எல்லாம் சீக்கிரமே பழைய நிலைக்கு வந்து விடும்.’

ஆனால், அவர் நினைத்தபடி நடக்கவில்லை. நிலைமை வரவர மோசமாகிக்கொண்டிருந்தது. அந்தப் பகுதியிலிருந்த முஸ்லிம்கள் அனைவருமே வெளியேறிவிட்டனர். ஒருநாள் மியான் சாகிப் பக்கவாத நோயால் பாதிக்கப்பட்டு படுக்கையில் விழுந்தார். எப்போதும் தன்னந்தனியாய் விளையாடிக் கொண்டிருந்த அவர் பையன் பஷரத் அப்பாவின் படுக்கையில் ஒட்டிக்கொண்டான்.

அந்தப் பகுதியில் உள்ள கடைகள் எல்லாம் இழுத்து மூடப்பட்டுவிட்டன. டாக்டர் குலாம் ஹுசேனின் ஆஸ்பத்திரி மூடப்பட்டு வாரங்களாகின்றன. மாடியிலிருந்து பார்த்தபோது டாக்டர் கோரன்தித்தா மாலின் கிளினிக்கும் மூடியிருந்ததை அவள் கவனித்தாள். மியான் சாகிபின் உடல்நிலை நாளுக்கு நாள் மோசமாகிக் கொண்டிருந்தது. சுக்ரா என்ன செய்வதென்று புரியாமல் திணறிக்கொண்டிருந்தாள். ஒருநாள் அவள் பஷரத்தை தனியே அழைத்து, "நீதான் ஏதாவது செய்ய வேண்டும். வெளியே போவது ஆபத்து என்று எனக்குத் தெரியும். ஆனால் நமக்கு உதவி தேவை. அப்பாவின் உடல்நிலை மிக மோசமாகிவிட்டது" என்றாள்.

பையன் வெளியே சென்றான். உடனேயே திரும்பிவிட்டான். அவன் முகம் பயத்தால் வெளுத்திருந்தது. இரத்தத்தில் குளிப்பாட்டியதுபோல் ஒரு உடல் தெருவில் கிடந்ததையும், பயங்கரமான ஒரு கும்பல் கடைகளைக் கொள்ளையடித்துக் கொண்டிருந்ததையும் அவன் பார்த்திருக்கிறான். சுக்ரா நடுங்கிக் கொண்டிருந்த தம்பியை அணைத்துக் கொண்டு, அவன் பத்திரமாகத் திரும்பி வந்ததற்காக மௌனமாகப் பிரார்த்தித்தாள். ஆனாலும், தந்தையின் கஷ்டத்தை அவளால் தாங்கிக் கொள்ள முடியவில்லை. அவருடைய இடதுபக்கம் முற்றிலும் செயலிழந்து விட்டது. பேச்சுக் குழறியது. ஏதாவது சொல்ல வேண்டுமென்றால் சைகை மூலம்தான் –'சுக்ரா, பயப்பட வேண்டாம், நிலைமை சரியாகிவிடும்.'

அது ரம்ஜான் மாதம். நோன்புக்கு இரண்டு நாட்களே இருந்தன. அதற்குள் எல்லாம் சரியாகிவிடும் என்று மியான் சாகிபிற்கு நம்பிக்கை இருந்தது. ஆனால், இப்போதும் அவர் நினைத்தபடி நடக்கவில்லை. நகரத்தின்மேல் கரும்புகைப் படலம் தொங்கியது. எங்கும் தீ பரவிக்கொண்டிருந்தது. காதைப் பிளக்கும் வெடியோசைகள் இரவின் அமைதியைக் குலைத்தன. சுக்ராவும் பஷரத்தும் பல நாட்கள் தூங்கவேயில்லை.

தந்தையின் உடல்நிலை இப்படி மோசமாகிக் கொண் டிருக்கும்போது அவளுக்குத் தூக்கம் எப்படி வரும்? எதுவும் செய்ய வழியின்றி அவருடைய முகத்தையே பார்த்துக் கொண்டிருப்பாள். பின் பயத்தால் நடுங்கும் தன் தம்பியின் முகத்தையும், எழுபது வயதான ஒன்றுக்கும் உதவாத அக்பரின் முகத்தையும் பார்ப்பாள். அக்பர் எப்போதும் படுக்கையில் படுத்தபடி மூச்சுத் திணறலுடன் இருமிக் கொண்டிருப்பான். ஒருநாள் சுக்ரா அவனிடம் கோபத்துடன், 'உன்னால் என்ன பிரயோஜனம்? மியான் சாகிப் உடல்நிலை எவ்வளவு மோசமாக

இருக்கிறது தெரியுமா? நீ ஒரு சோம்பேறி. கடுமையான ஆஸ்துமா என்று பாசாங்கு செய்கிறாய். ஒரு காலத்தில் வேலையாட்கள் தங்கள் எஜமானருக்காக உயிரையே கொடுக்கத் தயாராக இருந்தார்கள்' என்றாள்.

பின்னர் அதற்காக மனம் வருந்தினாள் சுக்ரா. இந்தக் கிழவனிடம் இவ்வளவு கடுமையாக நடந்திருக்க வேண்டாம். அன்று மாலை அவள் அக்பருக்காக உணவு எடுத்துக்கொண்டு அவனுடைய சிறிய அறைக்குச் சென்றபோது அங்கே அக்பர் இல்லை. பஷரத் வீடு முழுவதும் தேடிப் பார்த்தான், அக்பரை எங்குமே காணவில்லை. வாசல் கதவு தாழ்ப்பாள் திறக்கப் பட்டிருந்தது. அவன் வெளியே போயிருக்கிறான். ஒருவேளை மியான் சாகிபின் உதவிக்காக யாரையாவது தேடிப் போயிருக்கலாம். சுக்ரா அவன் பத்திரமாகத் திரும்பி வர வேண்டுமே என்று பிரார்த்தனை செய்தாள். இரண்டு நாட்கள் கடந்தன. அக்பர் திரும்பி வரவேயில்லை.

மாலை நேரம். மறுநாள் நோன்பு தினம். முன்பெல்லாம் இந்த நாளில் வீடு எவ்வளவு கலகலப்பாக இருக்கும் என்று அவள் எண்ணிப் பார்த்தாள். மொட்டைமாடியில் நின்று, வானத்தை உற்றுப் பார்த்தபடி, பிறைச் சந்திரனைக் காண மேகங்கள் விலக பிரார்த்தனை செய்ததை நினைத்துக்கொண் டாள். ஆனால் இன்று எல்லாம் எப்படி மாறிவிட்டது! நகரத்தைப் புகை சூழ்ந்திருக்கிறது. தூரத்து வீட்டு மாடிகளில் சிலர் வானத்தைப் பார்த்துக்கொண்டிருக்கிறார்கள். அவர்கள் பிறையைப் பார்க்கிறார்களா அல்லது பரவிக்கொண்டிருக்கும் நெருப்பைக் கவனிக்கிறார்களா என்று அவளுக்குத் தெரிய வில்லை. அவள் வானை நோக்கினாள். சிறிய வெள்ளி நிலா ஒரு சின்ன இடைவெளி வழியே தென்பட்டது. கைகளை உயர்த்தித் தன் தந்தையைக் குணப்படுத்தும்படி வேண்டிக் கொண்டாள். பஷரத்துக்கோ, இந்த வருஷம் ரம்ஜான் பண்டிகை இல்லையே என்ற கவலை.

திடீரெனக் கதவு தட்டப்படும் ஓசை கேட்டது. சுக்ராவின் இதயம் வேகமாக அடிக்கத் தொடங்கியது. அவள் பஷரத்தைப் பார்த்தாள். அவன் முகமும் வெள்ளைக் காகிதம் போல் வெளிறியிருந்தது. மியான் சாகிப் சுக்ராவிடம் கதவைத் திறக்கும் படி சைகை செய்தார். கிழட்டு அக்பர்தான் திரும்பி வந்திருக் கிறான் என்று அவள் நினைத்தாள். பஷரத்திடம் 'கதவைத் திற. அக்பராயிருக்கலாம்' என்றாள். மியான் சாகிப் அவனில்லை என்பதுபோல் தலையசைத்தார்.

'அப்போ வேறு யாராயிருக்கும்?' என்று கேட்டாள் சுக்ரா.

மியான் அப்துல் ஹை ஏதோ கூற முயன்றார். அதற்குள் பஷரத் ஓட்டமாக ஓடிவந்தான். அவனுக்கு மூச்சு இரைத்தது. சுக்ராவைத் தனியே இழுத்து, 'ஒரு சீக்கியன்' என்றான், மெதுவான குரலில்.

'சீக்கியனா?' என்று கத்தினாள் சுக்ரா. 'அவனுக்கு என்ன வேண்டுமாம்?'

'கதவைத் திறக்கச் சொல்கிறான்.'

சுக்ரா தம்பியைக் கையோடு அணைத்துக்கொண்டு தந்தையின் படுக்கையில் சென்று அமர்ந்து, அவரைக் கவலை யுடன் பார்த்தாள்.

மியான் அப்துல் ஹையின் மெல்லிய உயிரற்ற உதடுகளில் ஒரு சிறிய புன்னகை தோன்றியது. 'போய் கதவைத் திற. அது குர்முக் சிங்தான்' என்றார் குழறிய குரலில்.

'இல்லை, இது வேறு யாரோ ஒருவன்' என்றான் பஷரத்.

மியான் சாகிப் சுக்ராவைப் பார்த்து, 'இது அவன்தான். கதவைத் திற' என்றார்.

சுக்ரா எழுந்தாள். அவளுக்கு குர்முக் சிங்கைத் தெரியும். அப்பா அவனுக்கு ஒரு சமயம் பெரிய உதவி செய்திருக்கிறார். பொய் வழக்கு ஒன்றில் சிக்கிக்கொண்ட அவனை விடுதலை செய்துவிட்டார். அது நடந்தது பல வருடங்கள் முன்பு. இருந்தாலும் ஒவ்வொரு ரம்ஜான் நோன்பின்போதும் தூரத்தில் இருக்கும் தன் கிராமத்திலிருந்து ஒரு பை நிறைய வீட்டில் தயாரித்த பணியாரங்களைக் கொண்டு வருவான். மியான்சாகிப் பலதடவை அவனிடம் சொல்லியிருக்கிறார். 'சர்தார் சாகிப். நீங்கள் மிகவும் நல்லவர். ஒவ்வொரு வருஷமும் இப்படிக் கஷ்டப்பட வேண்டுமா?' ஆனால் குர்முக் சிங்கின் ஒரே பதில், 'கடவுள் உங்களுக்கு சகலமும் அளித்திருக்கிறார் மியான் சாகிப். நீங்கள் எனக்குக் காட்டிய இரக்கத்திற்காக என்னுடைய இந்த எளிய காணிக்கையை வருஷந்தோறும் கொண்டு வருகிறேன். என் நூறு தலைமுறை கூட உங்கள் கடனைத் தீர்க்க முடியாது. கடவுள் உங்களை எப்போதும் சந்தோஷமாக வைத்திருக்கட்டும்.'

சுக்ராவுக்கு நம்பிக்கை பிறந்தது. ஏன் முதலிலேயே இது தனக்குத் தோன்றவில்லை? ஆனால் பஷரத் அது வேறு யாரோ என்று ஏன் சொன்னான்? குர்முக் சிங்கைத்தான் அவனுக்கு நன்றாகத் தெரியுமே..!

கடமை

சுக்ரா வாசல் கதவு பக்கம் சென்றாள். மீண்டும் கதவு தட்டப்படும் சப்தம். அவள் இதயம் ஒரு வினாடி துடிக்க மறந்தது. தணிந்த குரலில், 'யாரது?' என்று கேட்டாள்.

கதவிலுள்ள சிறிய துவாரத்தின் வழியாகப் பார்க்கும்படி பஷரத் அவளிடம் சொன்னான்.

அது குர்முக் சிங் அல்ல. ஒரு வாலிபன். அவன் மீண்டும் கதவைத் தட்டினான். அவன் கையில் ஒரு பை வைத்திருந்தான். குர்முக் சிங் வழக்கமாகக் கொண்டு வருவது போன்ற பை.

'நீங்க யாரு?' என்று கேட்டாள் சுக்ரா, சற்று நம்பிக்கையோடு.

'நான் சர்தார் குர்முக் சிங்கின் மகன், சந்தோக்.'

சுக்ராவின் பயம் சட்டென விலகியது. 'என்ன வேண்டும் உங்களுக்கு?' என்று கேட்டாள் அமைதியான குரலில்.

'ஜட்ஜ் சாகிப் இருக்கிறாரா?'

'அவருக்கு உடல் நலமில்லை.'

'ஓ! அப்படியா' என்றான் சந்தோக் சிங். பையை ஒரு கையிலிருந்து மறு கைக்கு மாற்றிக் கொண்டே, 'இதில் வீட்டில் தயாரித்த பலகாரங்கள் இருக்கின்றன' என்றான். பிறகு சற்று தயங்கியபடி, 'என் அப்பா இறந்துவிட்டார்' என்றான்.

'இறந்து விட்டாரா?'

'ஆமாம். ஒரு மாசம் ஆச்சு. ஆனால், இறப்பதற்குமுன் என்னிடம், பத்து வருஷமாக பண்டிகையின்போது ஜட்ஜ் சாகிபிற்குச் சிறிய பரிசு கொண்டு கொடுத்துக்கிட்டிருக்கேன். நான் இறந்தபிறகு அது உன் கடமை என்று சொன்னார். நான் அவ்விதமே செய்வதாக வாக்குக் கொடுத்தேன். என் தந்தையின் மரணப் படுக்கையில் நான் அளித்த வாக்கை நிறைவேற்ற இப்போ இங்கே வந்திருக்கிறேன்.'

சுக்ரா மிகவும் நெகிழ்ந்து போய்விட்டாள். அவள் கண்கள் நிறைந்தன. கதவைச் சிறிது திறந்தாள். அந்த இளைஞன் பையை அவளிடம் நீட்டினான்.

'அவர் ஆத்மா சாந்தி அடையட்டும்' என்றாள் அவள்.

'ஜட்ஜ் சாகிப்புக்கு என்ன செய்கிறது?'

'பக்கவாதம். உடம்பில் ஒரு பக்கம் செயல்படவில்லை.'

'அப்பா உயிரோடிருந்தால் மிகவும் வருத்தப்பட்டிருப்பார். கடைசி மூச்சுவரை ஜட்ஜ் சாகிப் செய்த உதவியை அப்பா

மறக்கவே இல்லை. அவர் மனிதர் இல்லை, தெய்வம் என்று சொல்லிக் கொண்டே இருப்பார். கடவுள் அவரைக் காப்பாற்றுவார். என்னுடைய வணக்கத்தை அவரிடம் சொல்லுங்கள்.'

அவனிடம் ஒரு டாக்டரை அழைத்துவரச் சொல்லலாமா என்று அவள் தீர்மானிக்குமுன் அவன் போய் விட்டான்.

சந்தோக் சிங் தெரு முனை திரும்பியதும் நான்குபேர் அவன் அருகே வந்தனர். அவர்கள் தங்கள் முகங்களைத் துணியால் மறைத்திருந்தனர். இருவர் கைகளில் தீப்பந்தங்கள் இருந்தன. மற்ற இருவர் மண்ணெண்ணெய் டின்னும் வெடி குண்டுகளும் வைத்திருந்தனர். அவர்களில் ஒருவன் சந்தோக்கைப் பார்த்து, 'சர்தார்ஜி, உன்னிடம் ஒப்படைத்த கடமையை செய்து முடித்து விட்டாயா?' என்று கேட்டான்.

இளைஞன் தலையை ஆட்டினான்.

'இனி நாங்கள் எங்களுடைய கடமையைத் தொடங்கலாமா?'

'உங்கள் விருப்பம்' என்று சொல்லிவிட்டு அங்கிருந்து விரைந்து நடந்தான் சந்தோக் சிங்.

ஹிக்விட்டா

என்.எஸ். மாதவன்

‘பெனல்டி கிக்குக்காகக் காத்து நிற்கும் கோல்கீப்பரின் தனிமை’ என்ற ஜெர்மன் நாவலைப் பற்றி இத்தாலியிலிருந்து வந்த இலக்கிய நண்பரான ஃபாதர் கப்ரயற்றி ஒன்று அல்லது இரண்டு தடவை ஃபாதர் கீவர்கீஸோடு பேசியிருப்பார். நாவலின் பெயரைக் கேட்ட வுடனேயே கீவர்கீஸுக்கு அதைப் படித்துவிட்டது போலத் தோன்றியது – ஒரு தடவையல்ல, பல தடவை. மற்றவர்களால் காட்டிக்கொடுக்கப்பட்டு, இரண்டு கைகளையும் விரித்து, கோல்கீப்பர் பெனல்டி கிக்கிற்காகக் காத்திருக்கிறான். காலரியில் ஐம்பதினாயிரம் எச்சில் நிரம்பிய தொண்டைகள் அப்போது நிசப்தமாயிருக்கும். ஒரு பார்வையாளன் மட்டும் இடையிடையே மூன்று தரம் கூவுவான்.

இதுபோன்ற பல கதைகள் மூலம் கோல்கீப்பரின் தொடர்ந்த பரம்பரைகளை கீவர்கீஸ் மனதில் உருவாக்கிக்கொண்டிருந்தார். அந்த ஜெர்மன் நாவலைப் படிக்கவேண்டும் என்று அவருக்குத் தோன்றவே இல்லை. அதோடு கோல்கீப்பரின் ஜாதகக் கதைகள் முடிந்துவிடும். பிறகு நாவலில் எழுதியவை மட்டுமேயாக அவனுடைய கதை சுருங்கிவிடும்.

முதல் சில நாட்கள் கோல்கீப்பர் மாற்ற மில்லாமல் ஏசு கிருஸ்துவாயிருந்தான். ஒண்ணாம் நம்பர் ஜெர்ஸி அணிந்த கர்த்தா பல பந்துகளை அடித்து மாற்றினான். சில தினங்களுக்குப் பிறகு

திடீரென்று கோல்கீப்பர் கோலியாத்தாக மாறினான். எதையாவது முணுமுணுக்கக்கூட அருகே ஆளின்றி, ஆகாயத்தை முட்டும் தனிமையில், கவணில் இருந்து பறந்து வரும் பெனல்டி கிக்கிற்காகக் காத்திருந்தான் கோல்கீப்பர். அவனுடைய பல்வேறு சாத்யதைகள் தினந்தோறும் வளர்ந்துகொண்டே இருந்தன.

ஃபாதர் கீவர்கீஸின் அதிகார எல்லை தெற்கு தில்லி. சில மலையாளிகள். பீகாரில் இருந்து வந்து வீட்டு வேலைக் காரிகளான பல ஆதிவாசிச் சிறுமிகள். தெய்வ விசுவாசிகளாக இத்தனை பேர்கள்தான். வாரத்தில் ஒருநாள் அவர் பிஷப்பைப் பார்க்கச் செல்வார். எப்போதாவது இலக்கியச் சர்ச்சைக்காக ஃபாதர் கப்ரியற்றியும் வந்து கலந்துகொள்வார். அண்மையில் சில வாரங்களாக, திருப்பலி முடிந்து வெளியே வரும்போது ஆதிவாசிப் பெண் லூஸி மிரண்டி ஃபாதர் கீவர்கீஸுக்காகக் காத்து நிற்கிறாள்.

'ஃபாதர், அவன் திரும்பவும் வந்தான்.' சென்ற தடவை பார்த்தபோது லூஸி கூறினாள்.

'யார் லூஸி?'

'போன ஞாயிற்றுக்கிழமை நான் சொன்னேனே, அவன்தான்.'

'ம். அவனுடைய பெயர் என்னவென்று சொன்னாய்?'

'ஜப்பார்.'

'அதுதான். ஜப்பார். எனக்கு ஞாபகம் இருக்கு. அவன் எதற்காக வந்தான்?'

'போனவாரம் சொன்னேனே, அதற்குத்தான்.' கீவர்கீஸ் லேசாக 'ம்' என்றார். 'திரும்பவும் என்னை அவன்கூட வரச் சொல்கிறான்.'

நினைவுகள் சட்டென்று ஃபாதரின் மனதில் எரிநட்சத் திரங்களாகப் பாய்ந்து வந்தன. ஆதிவாசிகளிடமிருந்து கோழியும், இலுப்பையும், முரட்டுத் துணியும் வாங்கி விற்கும் ஓர் இடைத்தரகனாயிருந்தான் ஜப்பார். பின்னர், குறிப்பாக வறட்சி மாதங்களில், ஆதிவாசிச் சிறுமிகளை வேலை வாங்கித் தருவதாகச் சொல்லி வெளியே கொண்டு செல்ல ஆரம்பித்தான்.

அப்படித்தான் ராஞ்சியில் இருந்து ரயிலேறி, கடுகு எண்ணெய் மணக்கும் ஸ்டேஷன்களைக் கடந்து, லூஸி தில்லி அடைந்தது.

வாக்கு மாறாமல் ஜப்பார் லூஸியை ஒரு வீட்டில் வேலைக்கு அமர்த்தினான். மாதாமாதம் அவளைப் பார்க்கச்

செல்வான். ஆரம்பத்தில் அவன் பணம் கேட்பானோ என்று லூஸிக்குப் பயம். ஆனால், ஜப்பார் ஒவ்வொரு தடவையும் அவளுக்கு ஏதாவது பரிசுப் பொருட்கள் கொண்டு வருவான். நெற்றியில் வைக்கிற பொட்டு, சந்தனம் மணக்கும் பௌடர், லூஸியின் முதல் பிரேசியர் – அதுவும் கறுப்பு நிறத்தில்!

ஒருநாள் ஜப்பார் லூஸியிடம், 'வேலையை விட்டு விட்டு என்னுடன் வா' என்றான்.

சற்றும் சந்தேகமின்றி லூஸி அவனுடன் சென்றாள். அன்று மாலை ஜப்பார் அவளுக்கு மஞ்சளில் சிவப்பு புள்ளிகள் வைத்த ரெடிமேட் ஸல்வாரும் கமீஸூம் வாங்கி வந்தான். சிவப்பு நைலக்ஸ் துப்பட்டாவினால் அவள் தலையை மூடினான். தடித்த உதுடுகளில் பளபளக்கும் கறுப்பு லிப்ஸ்டிக் பூசி, சற்று வற்புறுத்தி, தன்னுடன் வெளியே அழைத்துச் சென்றான்.

அழகி லூஸியும் ஜப்பாரும் சென்றடைந்தது ஒரு ஹோட்டல் அறையின் முன்னால். அறைக்கு உள்ளே செல்வதற்குமுன் ஜப்பார் சொன்னான்:

'நான் வரவில்லை. உள்ளே சேட் நல்ல மனுஷன். அவன் படும் அவஸ்தையைப் பார்த்தால் இதுதான் முதல் தடவை என்று தோன்றுகிறது. உன் அதிர்ஷ்டம். அறைக்குள் போனதும் எழுநூற்றி அம்பது ரூபாய் தருவான். அதை என்னிடம் கொண்டு தந்துவிடு. பிறகு, காரியம் முடிந்தபின் உன் சாமர்த்தியத்துக்குத் தக்கபடி இனாம் கிடைக்கும். அது உனக்கேதான்.'

லூஸி திரும்பி ஒரே ஓட்டமாக ஹோட்டலின் லாபி வழியே வெளியே ஓடினாள். அவள் பின்னே ஜப்பார். ஓட்ட முடிவில் லூஸி ஜப்பாரின் வீட்டில் தாழிட்ட அறைக்குள் இருந்தாள்.

'நான் உன்னைக் கல்யாணம் பண்ணிக்கப் போறேன்' – ஜப்பார் லூஸியின் தலைமயிர் வகுத்த இடத்தில் எரியும் சிகரெட் கொண்டு குங்குமப் பொட்டு வைத்தான். பின்னர், அவளுக்குத் திருமண வயது ஆகவில்லையென்றும், அவள் சின்னஞ் சிறுமியென்றும் சொல்லி அதே சிகரெட் கொண்டு அவளுடைய உள்ளங்கால் வெளுப்பில் கிச்சுகிச்சு மூட்டினான்.

அப்போதெல்லாம் ஏதோ ஹிந்தி சினிமாவில் வரும் வில்லனைப்போல் ஜப்பார் பேசினான் என்றாள் லூஸி.

அங்கிருந்து லூஸி எப்படித் தப்பினாள் என்று ஃபாதருக்கு நினைவில்லை. காரணம் கதை அந்த இடத்தில் வரும்போதே மனதின் காலரிகள் நிரம்பி முடிந்திருந்தன. கவனக்குறைவான

கோல்கீப்பர் பெனல்டி கிக் எல்லாம் பிடித்துவிட்டான் என்றாலும் ஒன்றன்பின் ஒன்றாகப் பந்துகள் அனைத்தும் அவனுடைய கையிலிருந்து நழுவி விழுந்தன. விதைகளை மண்ணில் இறைத்துப் பாழாக்கிய யூதாவின் மகன் ஓனானா யிருந்தான் அன்றைய கோல்கீப்பர்.

லூஸிக்குத் தெற்கு தில்லியில் ஒரு வீட்டில் மீண்டும் வேலை கிடைத்தது – ஜப்பாருக்குத் தெரியாமல். ஆனால், அவளைத் தேடிக் கண்டுப்பிடிக்க பத்து நாட்கள்கூடத் தேவைப் படவில்லை அவனுக்கு.

‘அப்போ ஜப்பாரிடம் நீ என்ன சொன்னாய்?’

‘வரமுடியாது என்று.’

‘ரொம்ப சரி.’

‘ஆனால் ஜப்பார் . . .’

‘நீ போலீஸில் கம்ப்ளெய்ன்ட் கொடு’ – ஃபாதர் யோசனை கூறினார்.

‘ஜப்பாரைவிட போலீஸிடம் எனக்கு அதிக பயம்.’

‘அப்படிச் சொன்னால் வேற வழி?’

‘ஃபாதர் என்கூட . . .’

‘நீ பயப்படாதே. நான் போகிறேன்.’

ஃபாதர் அறைக்குள் வந்தார். மைதானம் காலியாக இருந்தது. பாப்கார்ன் கவர்களும் ஐஸ்க்ரீம் கப்களும் நினைவுக் குறிப்புகள் போல் சிதறிக் கிடந்தன. கோல் கீப்பர்கள் ஓய்வெடுத்துக் கொண்டிருக்கலாம்.

இரவு உணவு முடித்து படுக்கச் சென்றபோது ஃபாதருக்குத் தூக்கம் வரவில்லை. இத்தாலியில் நடக்கிற உலகக் கோப்பைக் கால்பந்து குறித்துச் சட்டென்று நினைவு வந்தது. சிறிய கறுப்பு – வெள்ளை டி.வி.யைத் திறந்து அதன் முன்னே அமர்ந்தார்.

பி.டி. மாஸ்டரின் மகன் என்பதால்தான் கீவர்கீஸ் புட்பால் டீமில் சேர்த்துக் கொள்ளப்பட்டான் என்று தலைமுறைகளாக மூத்திரம் கட்டிக் கிடக்கும் ஸ்கூலின் வடக்குச் சுவரில் யாரோ கரியினால் எழுதியிருந்தார்கள். என்றாலும், ஒல்லூர் உயர்நிலைப் பள்ளி கோல் போஸ்டில் மழை வில்போல் வளைந்து வந்து வீழ்ந்த கார்னர் கிக்கின் மூலம் கீவர்கீஸை ஸ்கூலில் எல்லோரும் அறிந்துகொண்டனர். ஆங்காங்கு புல் முளைத்திருக்கும் செங்கல் பாவிய தரையில் மூங்கில் கம்பாலமைத்த கோல் போஸ்ட்கள்

நாட்டப்பட்ட மைதானத்தில் வெறும் காலோடுதான் அவர்கள் ஃபுட்பால் விளையாடினார்கள்.

மாவட்ட சாம்பியன்ஷிப்பில் முதல் விளையாட்டில் ஒல்லூர் உயர் நிலைப்பள்ளியைத் தோற்கடித்தபின் அவர்கள் குன்னங்குளத்துக்குச் சென்றனர். பஸ்ஸில் பையன்கள் அமைதியாயிருந்தனர். மாநில டீமுக்குத் தேர்ந்தெடுக்கப்பட்ட 'யமன்' ரப்பாயிதான் குன்னங்குளம் ஸ்கூல் காப்டன். அப்பா மட்டும் பேசிக்கொண்டிருந்தார். 'பந்து காலில் பட்டதும் உடன் கண்கள் சுழல வேண்டும். நம்முடைய டீமில் யாராவது மார்க் செய்யாமல் நிற்கிறார்களா என்று பார்க்க...'

அப்பா ஸ்கூல் பண்டில் இருந்து வாங்கித்தந்த நேந்திரம் பழமும் பருப்பு வடையும் தின்று, குன்னங்குளத்தாரின் கூவலும் கேட்டு, ஆட்டம் ஜெயித்து, ஆளற்ற இரவில் பஸ்ஸில் திரும்பி வரும்போது தாளமிட்டுப் பாடினார்கள்.

'ஐயோ போச்சே குன்னங்குளம் போச்சே
ஐயையோ போச்சே ரப்பாயி போச்சே'

'நீயும் பாடு' – அமைதியாயிருந்த கீவர்கீஸிடம் கண்களை உயர்த்தி அப்பா பரிவுடன் சொன்னார். 'பயப்படாதே. நான் இப்போ உன் அப்பா இல்லை; பி.டி. மாஸ்டர்.'

அடுத்த ஆட்டம் சொந்த ஸ்கூல் மைதானத்தில் நடந்தது. காப்டன் கோபிநாத் உதைத்துவிட்ட பந்தை நெஞ்சில் வாங்கி, பின்புறமாகக் கத்திரிவெட்டாகக் கோல் அடித்ததுடன் கீவர்கீஸைத் தேடி மலபாரில் இருந்து ஆட்கள் வரத்தொடங்கினார்கள். ஒரு ஆட்டத்துக்குப் பத்து பதினைந்து ரூபாய் பேசப்பட்டது. அவனுக்கு ஸெவன்ஸ் டூர்ணமென்டில் விளையாட அழைப்பு வந்தது.

அறுவடை முடிந்த வயல்களில் பந்தயம் கட்டுபவர்களின் ஆர்ப்பரிப்பில் கீவர்கீஸ் ஸெவன்ஸ் விளையாடியது அப்பா வுக்குப் பிடிக்கவில்லை. ஒரு தடவை அது பற்றிப் பேசினார்.

'மகனே, ஃபுட்பால் எனது தெய்வ விசுவாசம். ஸெவன்ஸோ கிருஸ்துவுக்கு எதிரானது.'

ஆனால், கீவர்கீஸுக்கு ஸெவன்ஸ் விளையாடாமல் இருக்க முடியவில்லை. அப்பா அவனிடம் ஃபுட்பால் குறித்துப் பேசுவதை நிறுத்திக் கொண்டார்.

அப்பா இறந்த வருடம்தான் கீவர்கீஸ் பி.ஏ.யில் தோற்றது. தந்தையிடம் காட்டிய தவறுகளுக்குப் பிராயச்சித்தமாக விளையாடுவதை நிறுத்தியதும், பிறகு சில நாட்கள் சென்றபின்

கடவுளின் ஊழியத்திற்கான அழைப்புக் கிடைத்ததும் அந்த வருடம்தான்.

டி.வி.யில் உலகக் கோப்பை விளையாட்டைப் பார்த்துக் கொண்டிருக்கும்போதும் பெனல்டி கிக்குக்காகக் காத்து நிற்கும் பலவிதக் கோல்கீப்பர்கள் ஃபாதரின் மனதைவிட்டு அகலவில்லை. ஃபாதர் விளையாட்டைப் பார்க்கவில்லை. கோல்கீப்பர்களை மட்டுமே கவனித்துக்கொண்டிருந்தார்.

இன்னொரு நாள் திருப்பலி முடிந்து வெளியே வரும்போது லூஸி மீண்டும் ஃபாதரின் அருகே வந்தாள்.

‘ஃபாதர்!’

‘ம்?’

‘ஐப்பார் . . .’

‘ஐப்பார்?’

‘ஐப்பார் என்னை அவன் கூட வரச் சொல்கிறான்.’

‘நீ போக வேண்டாம்.’

‘நான் இருக்கும் வீட்டில் ஆட்கள் எப்போ வெளியே போவார்கள் என்று அவனுக்குத் தெரியும். இல்லாவிட்டால் எப்படி கரெக்டா அந்த சமயம் பார்த்து அவன் என்னைப் போனில் கூப்பிடுகிறான்? எனக்குப் பயமாயிருக்கு.’

‘எல்லாம் சரியாகும், லூஸி.’ ஃபாதர் திரும்பி நடந்தார்.

பெனல்டி கிக் மூலம்தான் கோல்கீப்பர்களைப் பற்றி நன்கு அறிந்து கொள்ளமுடியும் என்று கீவர்கீஸ் அறைக்குள் செல்லும்போது தனக்குள் சொல்லிக்கொண்டார். இன்னொரு விஷயமும் அவருக்குத் தெரிந்திருந்தது. பெனல்டி கிக்குக்காகக் காத்திருக்கும் கோல்கீப்பர் தனியன் அல்ல. மாறாக, ஆட்கள் கூட்டம்கூடி அவனது தனிமையைக் கெடுப்பதுதான் ஒரு கோல்கீப்பரை அதிகம் கஷ்டப்படுத்துகிறது.

ஃபாதர் கீவர்கீஸ் அதன்பின் லூஸியைப் பார்த்தது ஸ்கூட்டரில் போகும்போது. ஐ.என்.ஏ. மார்க்கெட்டின் சமீபம் ஆட்டோ ரிக்ஷாவில் போய்க்கொண்டிருந்த லூஸி அவரைப் பார்த்ததும் டிரைவரின் முதுகைத் தொட்டு வண்டியை நிறுத்தச் சொன்னாள். அதற்குள் ஃபாதர் ஸ்கூட்டரின் கீயரை மாற்றி வேகமாகச் சென்றுவிட்டார்.

கோல்கீப்பர்களைப் பற்றிய கீவர்கீஸின் பாடத்தில் ஒரு சிறு அடிக்குறிப்பாக டி.வி.யில் கொலம்பியாவின்

கோல்கீப்பரான ஹிக்விட்டா தோன்றினான். தாண்டவத் திற்குமுன் கவனத்தோடு சடையை அவிழ்த்துவிட்ட சிவனைப் போல நீண்ட சுருள் முடியும் கறுத்த கருங்கல் முகமும் மெலிந்த மீசையுமாக ஹிக்விட்டா மற்ற கோல்கீப்பர்களுக்கு முற்றிலும் மாறாக இருந்தான்.

கோல்கீப்பரின் முதல் கடமை சாட்சியாயிருத்தல். பெனல்டி கிக் ஏற்படும்போது அதை அவன் இழந்து விடுகிறான். பதிலாகக் கிடைப்பதோ பார்வையாளர்களின் சிறிய ஆமோதிப்புதான். ஆனால், ஹிக்விட்டா எந்தவிதக் கூச்சமும் இல்லாமல் நிகழ்ச்சிகளில் பிரவேசிக்கிறான். புதிய அட்சரேகை களைக் கண்டுபிடிக்கும் மாலுமியைப் போலக் கோல்கீப்பர்கள் இதுவரை பார்த்திராத மைதானத்தின் மத்திய பாகத்துக்கு பந்தை இட வலமாக உருட்டி அவன் முன்னேறுகிறான்.

ஃபாதர் கீவர்கீஸ் மற்ற கோல்கீப்பர்களை ஒதுக்கி விட்டு ஹிக்விட்டாவை மட்டும் கவனிக்கத் தொடங்கியது அவன் பெனல்டி கிக்கை எதிர்கொள்வதை முதன் முதலில் பார்த்த போதுதான். இரண்டு கைகளையும் காற்றில் வீசி, ஒரு ஆர்க்கெஸ்ட்ரா கண்டக்டர் மாதிரி, பிறைபோல வளைந்து கிடக்கும் ஸ்டேடியத்தில் பார்வையாளருக்காகக் கேட்கமுடியாத சங்கீதத்தின் உச்சஸ்தாயிகளை ஹிக்விட்டா சிருஷ்டித்தான். பந்தை உதைக்க நிற்கும் வீரர்களுக்கு அவனுடைய வாத்ய கோஷ்டியில் முதல் வயலின்காரனின் முக்கியத்துவம் மட்டுமே இருந்தது. கடைசியில் ஒருநாள் அது நிகழ்ந்துவிட்டது. முன்னேறிக்கொண்டிருந்த ஹிக்விட்டாவின் காலிலிருந்த பந்தை எதிராளி தட்டியெடுத்து ஆளற்ற போஸ்டில் கோல் அடித்துக் கொலம்பியாவை உலகக் கோப்பையிலிருந்து வெளியேற்றினான். ஆனால், ஹிக்விட்டா இந்த நிகழ்ச்சியின் உருவாக்கலிலும் தன்னுடைய பங்கை உணர்ந்தவனாய் மெதுவாகச் சிரித்துக் கொள்வதை கீவர்கீஸ் மட்டுமே கவனித்தார்.

திருப்பலி முடிந்து ஃபாதர் வெளியே வந்தபோது அன்றும் லூஸி அவருக்காகக் காத்து நிற்பதைக் கண்டார். அவளைப் பார்த்து தலையசைத்துவிட்டு, பேசுவதற்கு நிற்காமல் தனது அறைக்குத் திரும்பினார்.

மைதானத்தின் நடுவில் தன் அணி ஆளிடம் பந்தை பாஸ் செய்தபின் திரும்பி வருகிற ஹிக்விட்டாவைப் பார்ப்பது தான் ஃபாதருக்கு மிகவும் விருப்பம். கோல் போஸ்டின் அரவணைக்கும் சூட்டை அனுபவிக்க நிலைகுலைந்து ஓடி வருகிற மற்ற கோல்கீப்பர்களிலிருந்து மாறுபட்டு, அமைதியாக,

எந்தவித பரபரப்பும் இல்லாமல் கோல் போஸ்டுக்குத் திரும்புகிறான் ஹிக்விட்டா.

'ஃபாதர்' – லூஸி அழைத்தாள்.

கீவர்கீஸ் நின்றார்.

'ஃபாதர், நான் ஜப்பார்கூடப் போகிறேன்.' அவளுடைய எதிர்ப்பு தகர்ந்து விழத் தொடங்கியிருக்கிறது.

'போக உனக்கு சம்மதமா?'

'சம்மதமா என்று கேட்டால் . . .'

'பிறகு?'

'இன்று சாயங்காலத்துக்குள் அவனுடைய வீட்டுக்குப் போகாவிட்டால் என் முகத்தில் ஆஸிட் பல்பை வீசுவானாம், அவன் சொல்கிறான்.'

'உனக்குப் போக விருப்பமா?'

'நான் போனால் ஒருவேளை அவன் என்னைக் கல்யாணம் செய்து கொள்ளலாம்' என்றாள் லூஸி, நம்பிக்கையற்ற குரலில்.

'உனக்குப் போவதற்கு முழுச் சம்மதமா?'

'அவன் என் முகத்தில் ஆஸிட் வீசுவான் . . .'

'நீ வா' – ஃபாதர் அவளைத் தன்னுடன் நடந்துவரச் சொன்னார். அறைக்கு வெளியே அவளை நிறுத்திவிட்டு, உள்ளே சென்று, சட்டையின் மேல் அணிந்திருந்த அங்கியையும் ஜெபமாலையையும் கழற்றினார். பிறகு லூஸியை ஸ்கூட்டரின் அருகே அழைத்துச் சென்றார்.

'நீ ஏறிக்கொள்' – ஸ்கூட்டரை ஸ்டார்ட் செய்து கொண்டே ஃபாதர் கூறினார்.

'ஜப்பாரின் வீடு எங்கே?'

'ஷக்கூர்புர் பஸ்தியின் அருகே.'

ஃபாதர் ஸ்கூட்டரை கார்களுக்கும் ஸ்கூட்டர்களுக்கும் இடையே இட வலமாகத் திருப்பி வேகமாக ஓட்டினார்.

தட்டியதும் ஜப்பார் கதவைத் திறந்தான். சுருண்ட முடியும் இணைந்த புருவமும் ஐந்தரை அடி உயரமும் உள்ள ஜப்பாரின் முகத்தில் மீசை இன்னும் கறுக்கவில்லை. இருந்தும் அவன் தலைமயிர் சற்றே நரைக்கத் தொடங்கியிருந்தது. நிர்ணயிக்க முடியாத வயது.

‘நீ வந்துவிட்டாயா?’ – ஜப்பார் கேட்டான்.

அவனுடைய மிருதுவான குரல் ஃபாதரை வியப்பில் ஆழ்த்தியது. குறிப்பாக அந்த சப்தம் பிறந்த சதைப்பற்றிய கனத்த தடித்த காளைக் கழுத்தை கண்டபோது.

‘நீ உள்ளே போ.’ ஜப்பாரின் குரல் இன்னும் மெதுவாக ஒலித்தது.

‘போகமாட்டாள்’ – கீவர்கீஸ் கூறினார். அப்போதும் ஜப்பார் லூஸியை மட்டுமே பார்த்துக்கொண்டிருந்தான். அவனுடைய கண்கள் ஃபாதரைப் பொருட்படுத்தியதாகவே தெரியவில்லை.

‘நீ உள்ளே போ.’

‘போகமாட்டாள்’ – ஃபாதர் மீண்டும் கூறினார். ஜப்பார் அப்போதும் அவர் பக்கம் திரும்பவில்லை. உணர்ச்சியற்ற குரலில் அவன் லூஸியிடம் ஏதோ அந்தரங்க விஷயம் சொல்கிற மட்டில், ‘லூஸி இந்த ஆள் இங்கிருந்து போவதல்லவா நமக்கு நல்லது?’ என்றான்.

‘இல்லை’ என்றாள் லூஸி.

அப்போது ஜப்பாரின் கை உயர்ந்ததும், லூஸி ஓர் அடி பின்னால் நகர்ந்ததும், தலைச்சேரியின் சமீபம் ஒரு வயலில் ஸெவன்ஸ் காணவந்தவர்கள் ‘கீவரிதே . . . கீவரிதே’ என்று ஆர்ப்பரித்ததும் ஒரே சமயத்தில் நிகழ்ந்தது.

பழைய புகைப்படங்களின் மஞ்சள் நிற நினைவில் பி.டி. மாஸ்டர் தூரத்தில் ஒரு கமுகு மரத்தில் சாய்ந்து நிற்கும் காட்சி கண்களின் ஓரத்தில் ஆடைபடிந்து கிடக்கும்போதே கீவர்கீஸ் காலை உயர்த்தி உதைத்தார். அகன்ற மார்பில் பந்தை ஏந்தி தலையினால் முட்டினார். கால் உயர்ந்து அடுத்த அடி விழுந்தது. மீண்டும் மீண்டும். திரும்பவும் ஸ்லோமோஷனில் அடி தொடர்ந்தது. தரையில் விழுந்த ஜப்பாரின் மூக்கிலிருந்து ரத்தம் வழிந்தது. பெரிய எழுத்துக்களில் ஓக்லஹாமா என்று எழுதிய பனியனைச் சுருட்டிப் பிடித்துத் தூக்கி ஃபாதர் கீவர்கீஸ் கூறினார்:

‘நாளை சூரியன் உதிக்கும் என்று உண்டென்றால் உன்னை தில்லியில் காணக்கூடாது.’

ஃபாதர் கையைவிட்டதும் ஜப்பார் நிற்கமுடியாமல் தள்ளாடித் தரையில் விழுந்தான்.

லூஸியை அவள் தங்கியிருந்த வீட்டின்முன் இறக்கி விட்டுவிட்டு ஃபாதர் தம் அறைக்குத் திரும்பினார் – அமைதியாக, எந்தவிதப் பரபரப்பும் இல்லாமல்.

யாருக்குத் தெரியும்

ஸக்காரியா

ஏரோது ராஜாவின் நாட்களில் யூதோயாவிலுள்ள பெத்லகேமிலே இயேசு பிறந்தபொழுது, கிழக்கிலிருந்து சாஸ்திரிகள் எருசேலமுக்கு வந்து, யூதருக்கு ராஜாவாகப் பிறந்திருக்கிறவர் எங்கே? கிழக்கிலே அவருடைய நட்சத்திரத்தைக் கண்டு, அவரைப் பணிந்துகொள்ள வந்தோம் என்றார்கள். ஏரோது ராஜா அதைக் கேட்டபொழுது அவனும் அவனோடு கூட எருசேலம் நகரத்தார் அனைவரும் கலங்கினார்கள். (மத்.2:2-4)

கர்த்தருடைய தூதன் சொப்பனத்தில் யோசேப்புக்குக் காணப்பட்டு ஏரோது பிள்ளைகளைக் கொலை செய்யத் தேடுவான், ஆதலால் இனி நீ எழுந்து பிள்ளைகளையும் அதன் தாயையும் கூட்டிக்கொண்டு எகிப்துக்கு ஓடிப் போய், நான் உனக்குச் சொல்லும்வரைக்கும் அங்கே இரு என்றான். (மத்.2:13)

அப்பொழுது ஏரோது ... மிகுந்த கோபமடைந்து ஆட்களை அனுப்பி ... பெத்லேகேமிலும் அதன் சகல எல்லைகளிலு மிருந்த இரண்டு வயதுக்குட்பட்ட எல்லா ஆண் பிள்ளை களையும் கொலை செய்தான். (மத்.2:16)

படைவீரன் கதவைத் தள்ளித் திறந்து கொண்டு உள்ளே வந்தான். அவன் களைப்படைந் திருந்தான்.

தளர்ந்த கால்களுடன் ஒரு கட்டிலில் விழுந்து தன் கண்களை மூடினான்.

உள்ளே ஒரு கதவு சற்று திறந்தது. அடைத்துக் கொண்டது. அதை யாரோ தாளிட்டார்கள்.

படைவீரனின் செருப்புகளில் உலர்ந்த இரத்தத்தின் மீது ஈக்கள் மொய்த்தன. எங்கோ ஒரு மூலையில் ஒரு குளவி தொடர்ந்து ரீங்கரித்தது. முற்றத்தில் கோழிகள் வெயிலில் காய்ந்து சலசலத்தன. வெளியிலிருந்து அழுகை ஒலியின் தேய்ந்த சப்தங்கள் திறந்து கிடந்த ஜன்னல்கள் வழி அசரீரிகளைப் போல் கடந்து வந்தன. சிறிது நேரத்திற்குப்பின் கோழிகள் எங்கோ சென்றுவிட்டன. குளவிகள் நிசப்தமாயின. படைவீரன் உறங்கிய கட்டிலைச் சுற்றி அழுகை ஒலி மட்டும் வளையம் போல் கவிழ்ந்தது.

படைவீரன் விழித்தபோது வெயில் வெகுவாய்க் குறைந் திருந்தது. அவன் எழுந்தான். கைகளையும் உடைகளையும் பார்த்துக்கொண்டே, "எனக்குக் குளிக்க வேண்டும்" என்றான்.

விபசார விடுதியின் தலைவி உள்ளே வந்தாள். "என்ன வாசனைத் திரவியம் இட வேண்டும்?" என்றாள்.

"ஏதாவது" என்றான் படைவீரன், இருகைகளாலும் தலையைத் தாங்கியபடியே. பின்னர், "ரத்தத்தின் நாற்றம் சீக்கிரம் போவதில்லை" என்று முணுமுணுத்தான்.

விடுதியின் தலைவிக்கு ஐம்பது வயதிருக்கும். நல்ல உயரம். அழகின் நிழல்கள் இன்னும் மறையவில்லை. எந்த உணர்ச்சியை யும் காட்டாத அவள் முகத்தில் தோன்றிய சிறு மாற்றம் அவன் தலையை உயர்த்தியதும் சட்டென மறைந்தது. "குறிப்பாகக் குழந்தைகளின் ரத்தம்" என்றாள் அவள்.

படைவீரன் தன் கைகளையே பார்த்துக்கொண்டிருந்தான்.

"நீங்கள் எந்தத் தெருவுக்குப் போயிருந்தீர்கள்?" என்று கேட்டாள் அவள்.

படைவீரன் பதில் கூறவில்லை.

விடுதித் தலைவி கம்பீரமாக நடந்து முன்னே வந்து படைவீரனின் எதிரே ஓர் இருக்கையில் அமர்ந்தாள்.

"நீங்கள் கொன்ற குழந்தைகளுக்கு, நீங்கள் அவர்களைக் கொல்லப் போகிறீர்கள் என்று தெரிந்திருக்குமா?"

படைவீரன் எதிர்பக்கச் சுவரையே பார்த்துக்கொண் டிருந்தான். அவள் அவன் முகத்தைப் பார்த்தபடி பதிலுக்காகக் காத்திருந்தாள்.

"எனக்குக் குளிக்க வேண்டும்" என்றான் அவன்.

தலைவி அவனையே பார்த்துக்கொண்டிருந்தாள்.

“எனக்குத் தெரியாது” என்றான் படைவீரன். “குழந்தை களுக்கு மரணமுண்டுமா? மரணத்தைப் பற்றி அவைகளுக்குச் சிந்திக்கத் தெரியுமா?”

அவள் ஒன்றும் சொல்லவில்லை.

“நான் கேட்டதெல்லாம் தாய்மார்களின் அலறல்களை மட்டுமே” என்றான் அவன்.

தலைவி எழுந்து உள்ளே சென்றாள்.

படைவீரன் தன் இடுப்பு வாரிலிருந்து இரத்தம் உறைந்த ஒரு வாளை எடுத்துத் தரையில் வைத்தான். இடுப்புப் பட்டையை அவிழ்த்து வாளின் அருகே வைத்தான். பிறகு கைகளில் உறைந்த இரத்தத்தை நகத்தால் சுரண்டத் தொடங்கினான்.

விடுதித் தலைவி திரும்ப வந்து மீண்டும் அவன் எதிரே அமர்ந்தாள். “வென்னீர் தயாராகிறது” என்றாள். பிறகு சற்று முன்னால் குனிந்து அவனிடம் கேட்டாள்: “நீங்கள் எத்தனைக் குழந்தைகளைக் கொன்றிருப்பீர்கள்?”

படைவீரன் ஒன்றும் கூறவில்லை.

முகத்தில் ஓர் அசட்டுச் சிரிப்பை வரவழைத்துக் கொண்டு அவள் கேட்டாள், “நீங்கள் ஒரு நல்ல படைவீரர்தான். பத்து நூறு குழந்தைகளைக் கொல்வதற்கும் அத்தனை படைவீரர் களைக் கொல்வதற்கும் ஏதாவது வித்தியாசம் இருக்கிறதா?”

படைவீரன் பதில் சொல்லவில்லை.

“குழந்தைகளுடன் உங்களுக்குச் சண்டையில்லையே. அதுதான் பிரச்சனை” என்றாள் அவள்.

அவன் சொன்னான்: “படைவீரர்களுக்கு யாரோடுதான் சண்டை?”

விடுதித் தலைவி தரையிலிருந்த வாளைப் பார்த்துக் கொண்டிருந்தாள். “வாளுக்கு யாருடன்தான் சண்டை” என்றாள்.

பின், சற்று முன்னே நகர்ந்து, முகத்தைப் படைவீரனின் அருகே கொண்டுவந்து, குரலைத் தாழ்த்தியபடி கேட்டாள்: “யார் அந்த ஏரோதின் விரோதி? அப்படிப் பிறந்தவன் யார்? ஒரு குழந்தையிடம் ஏன் ஏரோதுக்கு அவ்வளவு பயம்?”

“உனக்குத் தெரியாதா?” என்று கேட்டான் வீரன்.

"தெரியாது" என்றாள் அவள்.

படைவீரன் கூறினான்: "யூதர்களின் ராஜா இங்கே பெத்லகேமில் பிறந்திருக்கிறார் என்று அவரைத் தேடி வந்த சாஸ்திரிகள் ஏரோதுவிடம் கூறினார்கள். ஏரோது பயந்து விட்டான். அவர்கள் குழந்தையை ரகசியமாகப் பார்த்து ஆராதித்து விட்டு ஓடிப் போய்விட்டார்கள். அந்தக் குழந்தையைத்தான் நாங்கள் தேடிக்கொண்டிருக்கிறோம். அவனைத்தான் நாங்கள் கொல்கிறோம்."

அவன் தன் இரு கைகளையும் சேர்த்துக் குவித்து அதை நோக்கியபடியே கூறினான்: "யாருக்குத் தெரியும்? ஒருவேளை எனது இந்தக் கரங்களில் தொங்கியபடியே யூதர்களின் ராஜா இன்று இறந்திருக்கலாம்."

விடுதித் தலைவி கூறினாள்: "ஆம், யாருக்குத் தெரியும்."

படைவீரன் முன்னே குனிந்து அவள் முகத்தைப் பார்த்துக் கேட்டான்: "இத்தனை ஆயிரம் குழந்தைகளின் இரத்தத்தின் வழியாகவா ஒரு ரட்சகன் வருகிறான்?"

அவள் ஒன்றும் சொல்லவில்லை.

படைவீரன் கைகளில் தலையைத் தாங்கியபடி விரல்களால் கண்களையும் முகத்தையும் தேய்த்துக் கொண்டு சொன்னான்: "உனக்குப் புரியாது. உனக்குத்தான் குழந்தைகள் இல்லையே. நான் கொலை செய்த குழந்தைகளின் முகத்தின் பதற்றத்தை நீ பார்க்கவில்லையே."

சற்றுநேரம் இருவரும் ஒன்றும் பேசவில்லை. பின் விடுதித் தலைவி கூறினாள்: "பாவம்!"

படைவீரன் திடுக்கிட்டான். அவள் முகத்தை உற்று நோக்கிக் கொண்டு கேட்டான்: "யார்? யார் பாவம்?"

அவள் சொன்னாள்: "அந்தக் குழந்தை... யூதர்களின் வரப்போகிற ராஜா. யார் இந்த விதிகளை ஏற்படுத்தியது? நான் தாசியானதும், குழந்தைகளின் ரத்தத்தின் வழியாக அவரது வரவு அமைவதும் ஒரே விதியின் காரணத்தாலா?"

சற்று நேரம் கழித்து அவள் மீண்டும் கூறினாள்: "ஒரு ரட்சகன் பெருமையோடல்லவா வரவேண்டும். அந்தக் குழந்தை இந்த ரத்தத்துக்கெல்லாம் பதில் சொல்ல வேண்டாமா? எப்படி இந்தக் கடனைத் தீர்க்கப்போகிறது அது?"

படைவீரன் சொன்னான்: "அவன் பிழைத்திருந்தாலல்லவா?"

இருவரும் மீண்டும் மௌனமானார்கள்.

"யாருக்குத் தெரியும்?" என்றான் படைவீரன் திரும்பவும். "ஒருவேளை யாரெனத் தெரிந்திருந்தால் நான் அவனைக் கொன்றிருக்க மாட்டேனோ என்னமோ?"

விடுதித் தலைவி கூறினாள்: "நேர்மாறாக, யாரென அறிந்திருந்தால், முதலில் நீங்கள் கொன்றது அவனாக இருந்திருந்தால், மற்றக் குழந்தைகள் எதுவும் இறந்திருக்காது."

"ஆனால், அப்போது ரட்சகனின் வரவு நிகழவே முடியாதே. இப்போது அதற்கு ஒரு சாத்தியமாவது இருக்கிறதல்லவா?"

"உண்மைதான்" என்றாள் விடுதித் தலைவி. கைகளை நீட்டி அவன் கால் முட்டியை வருடினாள். "நமக்கு ரட்சகர்கள் வேண்டும். ரத்தத்தின் ஊடோ ஆரவாரத்தினூடோ அவர்கள் வரட்டும். படைவீரர்களுக்கும் வேசிகளுக்கும் ரட்சகர்கள் வேண்டும்."

"ஆம்" என்றான் படைவீரன். "வென்னீர் தயாராகிவிட்டதா?"

உள்ளே தாளிட்டிருந்த அறையிலிருந்து ஒரு குழந்தையின் அழுகையொலி கேட்டது. உடன்தானே யாரோ அதை அமர்த்தினார்கள். படைவீரன் முகத்தில் ஒரு தளர்ந்த புன்னகை நிழலிட்டது.

"வேசிகள் விடுதியில் யாரும் ரட்சகனைத் தேடி வரவில்லை அல்லவா? எந்தப் பெண்ணின் குழந்தை அது? ஆண் குழந்தையா? இது வரைப் பிச்சைக்காரர் யாருக்கும் விற்கவில்லையா?"

முகத்தில் எந்த உணர்ச்சியையும் காட்டாமல் விடுதித் தலைவி கூறினாள்: "அது எனது வீட்டிலுள்ள பூனைக்குட்டி. குழந்தையின் அழுகுரல் போலவே இருக்கிறது இல்லையா?"

படைவீரன் புன்னகைத்தான். "நீ பொய் சொல்ல சிரமப்பட வேண்டாம். அது யூதர்களின் ரட்சகனாயிருந்தால் எனக்கென்ன? குளிக்க வந்தவன் நான். வேலை முடிந்து ஓய்வெடுக்க வந்திருக்கிறேன். வென்னீர் தயாராகிவிட்டதல்லவா?"

அவன் செருப்புக்களைக் கழற்றி ஓரமாக வைத்தான். விடுதியின் தலைவி உணர்ச்சியற்ற தன் முகத்தில் ஓர் அடங்கிய புன்சிரிப்பை வெளிப்படுத்தியபடி கேட்டாள்: "குளித்து முடித்ததும் என் புதிய பெண்ணை உங்களிடம் அனுப்பட்டுமா?"

யாருக்குத் தெரியும்

"வேண்டாம்" என்றான் அவன். "குளிக்க வென்னீர் மட்டும் கொடு. இரத்தம் படாத ஓர் அங்கியும் வேண்டும். அது போதும்." அவன் அவசரப்பட்டான். "குளிக்க வேண்டும்."

விடுதித் தலைவி எழுந்து உள்ளே சென்றாள்.

படைவீரன் இரத்தம் படிந்த தன் அங்கியைக் கழற்றித் தரையில் எறிந்தான். குளிக்கும் அறையிலிருந்து பாத்திரங்களில் நீர் நிரப்பும் ஒலி கேட்டது. அவன் குளியலறைக்குச் சென்றான். அவனுடைய உடைகளையும் செருப்புகளையும் அவன் படுத்துறங்கிய விரிப்பையும் ஒரு வேலைக்காரி வெறுப்புடன் இழுத்துக்கொண்டு சென்றாள்.

நள்ளிரவு கடந்தபோது கட்டிலில் படைவீரன் குறட்டை விட்டு உறங்கிக்கொண்டிருந்தான். உள்ளேயிருந்து தணிந்த பேச்சுக் குரல்கள் வெளிப்பட்டன.

ஒரு கதவு மெல்லத் திறந்தது. இருட்டில் இரண்டு பெண்களும் ஓர் ஆணும் படைவீரனின் கட்டிலைக் கடந்து சென்றனர். ஒரு பெண் தன் மார்போடு எதையோ சேர்த்துப் பிடித்திருந்தாள். அவர்கள் கதவைத் திறந்து தெருவில் நட்சத்திர ஒளியில் இறங்கினர். அங்கே ஒரு கோவேறு கழுதை அவர்களுக்காகக் காத்திருந்தது.

விடுதியின் தலைவி தன்னுடன் இருந்த பெண்ணிடமிருந்து அவள் மார்போடு அணைத்திருந்த குழந்தையை வாங்கினாள். அதன் முகத்தில் நட்சத்திர ஒளி விழும்படி இரு கைகளையும் உயர்த்தினாள். அதன் முகத்தை உற்று நோக்கியபடி, "பாவம் ... பாவம் ராஜா" என்றாள். பின்னர் குனிந்து குழந்தையின் நெற்றியிலும் பிஞ்சுக் கால்களிலும் முத்தமிட்டாள். இதற்குள் அந்தப்பெண் கழுதையின் மேல் ஏறிவிட்டிருந்தாள். விடுதித் தலைவி குழந்தையை அவள் கையில் திரும்பிக்கொடுத்தாள். அவள் மீண்டும் அதை மார்போடு அணைத்துக்கொண்டாள். வீட்டின் உள்ளேயிருந்து மூன்று நான்கு பெண்கள் இருட்டில் நிசப்தமாக வெளியே வந்தனர். கழுதையின் மூக்குக் கயிற்றை அந்த ஆண் பிடித்திருந்தான். கழுதை மேல் இருந்த பெண் எல்லோரையும் பார்த்துக் கூறினாள்: "அடைக்கலம் தந்ததற்கு எங்கள் நன்றி. என் குழந்தையின் நன்றி. உங்களுக்கு எந்தப் பிரதி உபகாரமும் எங்களால் செய்யமுடியவில்லை."

விடுதியின் தலைவி கூறினாள்: "உன் மகன் வளர்ந்து ராஜாவாகும்போது எங்களையும் ரட்சிக்கும்படிச் சொல். நாங்கள் தாசிகள்தான். ஆனால், அம்மா சொல்வதை அவன் கேட்பான்."

கோவேறு கழுதை நடக்க ஆரம்பித்தது.

விடுதித் தலைவி முன்னால் விரைந்து வந்து சொன்னாள்: “அந்தப் படைவீரனையும் . . . உங்களுக்கு நல்லதே நடக்கட்டும்.”

வீதியின் இடைவெளியில் திரும்பி ஆணும் கோவேறு கழுதையும் தாயும் குழந்தையும் இருட்டில் மறைந்தனர்.

வேசிகள் படைவீரனைக் கடந்து உள்ளே செல்லும்போது, அவன் உறக்கத்தில் முணுமுணுத்துக் கொண்டிருந்தான்:

“வெந்நீர் தயாராகிவிட்டதா?”

பசி

அனில் வ்யாஸ்

எனக்குப் போக விருப்பமில்லை. ஆனால் சேட் சொல்லிவிட்டான். போகாமலிருக்க முடியாது. இரவு முழுதும் வெளியூரில் தங்க வேண்டும். அதுவும் இந்த மழைக் காலத்தில். என் வேலை அப்படி – பெரிய வேலை. "இதோ பார் ஹாஸு பாய், இந்தப் பார்சல் எப்படியாவது போய்ச் சேரவேண்டும். மிகவும் அவசரம். இல்லாவிட்டால்..."

பணம் கேட்டால் பாம்பு மாதிரிச் சீறுவான் என்று எனக்குத் தெரியும். இருந்தாலும் கேட்டேன். 'ஹி... ஹி...' என்று சிரித்துக்கொண்டே இரண்டு நோட்டுகள் தந்தான். இருநூறு ரூபாய். அப்புறம் என்ன..? புறப்பட்டேன்.

வீட்டில் அல்கா முணுமுணுத்தாள். அவசர அவசரமாகச் சாப்பாட்டை அள்ளிப் போட்டுக் கொண்டு பஸ் ஸ்டாண்டை நோக்கி ஓடினேன். பஸ்ஸில் கூட்டமில்லை. வசதியான ஸீட் கிடைத்தது. வழியில் தேவையின்றி பஸ் இரண்டு இடங்களில் நின்றிருக்காவிட்டால் மத்தியானம் 12.30க்கே போய்ச் சேர்ந்திருக்கலாம். இப்போது 1.15. பரவாயில்லை. எப்படியும் நாளை காலைக்குள் புறப்பட முடியாது. கமன்லால் வீட்டில் தூங்கலாம். கமன்லால்! அவன் ஒரு தடவை என் வீட்டில் இரண்டுநாள் தங்கியிருந்திருக்கிறான்.

பஸ்ஸைவிட்டு இறங்கியதும் கூட்டத்தில் நெரிபட்டு நசுங்க இருந்தேன். என்ன கூட்டம்!

இந்த ஆட்களுக்கு ஓய்வே கிடையாதா? எவ்வளவு பேர் திகைப்புடன் சுற்றிச் சுற்றி ஓடிக்கொண்டிருக்கிறார்கள். என்னவோ நிகழ்ந்திருக்க வேண்டும். கலவரமா? யாரிடமாவது கேட்கலாம். பார்சல் கனத்தது. நடந்து மெயின்ரோட்டை அடைந்து, ரோட்டின் மறுபக்கம் நின்ற ஒருவரை "அரே பாயி" என்று அழைத்தேன். அவர் எனக்குப் பதிலளிக்குமுன் ஒரு ரிக்ஷா எங்களுக்கிடையே வந்தது. ரிக்ஷா போகட்டும் என்று அந்த ஆள் காத்திருந்தார். நான் ரிக்ஷாவில் ஏறி விட்டேன். என்ன கூட்டம், என்ன கூட்டம்! பார்சலைக் கொண்டு சேர்த்துவிட்டால் அப்புறம் நிம்மதிதான்.

ரோட்டிலும் ஜனநெருக்கமிருந்தது. ப்ரீஃப்கேஸ்களையும் துணிப்பைகளையும் குழந்தைகளையும் தூக்கிக்கொண்டு ஜனங்கள் அங்குமிங்குமாக ஓடுகிறார்கள். எங்கு பார்த்தாலும் வண்டிகள். பலவிதமான குரல்களால் அந்த இடம் சூழ்ந் திருந்தது. ஒரே கூச்சல். எங்கே ஓடுகிறார்கள்? கடவுளுக்குத் தான் வெளிச்சம்.

ஏன் இவர்கள் முகத்தைத் துணியால் மூடிக்கொண் டிருக்கிறார்கள்?

"ஏதாவது கலவரமா? காஸ் லீக்கா?" ரிக்ஷாக்காரனிடம் கேட்டேன்.

"கலவரமா? ஒரு கொள்ளை நோய் பரவிக்கொண்டிருக்கிறது ஐயா! எல்லோரும் ஊரைவிட்டே ஓடுகிறார்கள். காஸ் லீக் ஒன்றுமில்லை."

ரோட்டின் இந்தப் பகுதியில் கூட்டம் சற்றுக் குறைவாக இருந்தது. ரிக்ஷாவை அழுத்தி மிதித்துக்கொண்டே, "ஐயாவுக்கு இங்கே ஏதாவது வேலை இருக்கா?" என்று கேட்டான் ரிக்ஷாக்காரன்.

"ஒரு பார்சலைக் கொடுக்க வேண்டும்."

"வேலை முடிந்ததும் உடனே கிளம்பி விடுங்கள். நானும் போகத்தான் போறேன். கையிலே துட்டு இல்லை. அதனால் தான் காலையில் இந்த ரிக்ஷாவை இழுத்துக்கொண்டு வந்தேன்."

"தொத்து நோயா?"

"பிளேக் ஐயா, பிளேக்."

அந்த வார்த்தைகள் என் இதயத்தை வேகமாக அடிக்க வைத்தன. நாசமாப் போகிற பிளேக்! ஆனால், அதனால் எனக்கு என்ன? பார்சலைக் கொடுக்க வேண்டும், வீட்டுக்குத்

திரும்ப வேண்டும். அவ்வளவுதான். ரிக்ஷாக்காரன் கொஞ்சம் வெயிட் பண்ணச் சம்மதித்தால் அவன் ரிக்ஷாவிலேயே பஸ் ஸ்டான்ட் திரும்பி விடலாம். என்னை அங்கே இறக்கி விட்டு விடு தம்பி என்று இணக்கமாகக் கேட்க வேண்டும். அவன் முடியாது என்றுதான் சொல்லுவான். அவனும் ஓடுவதற்குத் தான் தயாராக இருக்கிறான்.

பிளேக்கைத்தான் ஒழித்துக் கட்டிவிட்டோமே!

எங்களைச் சுற்றி வண்டிகள் வேகமாக விரைந்தன. கண்கள் கூசும் வெயிலில் ஒரு வித புகைமண்டலம் அனைத்தையும் மூடியிருப்பதாக ஒரு பிரமை. ஜனங்கள் கிடைத்த ட்ரக்குகளிலும் சொகுசு பேருந்துகளிலும் தங்களைத் திணித்துக்கொண் டிருக்கின்றனர். நிறையபேர் ஓடுகிறார்கள். வாகனங்களுக்கும் மக்களுக்குமிடையே குறுக்கும் நெடுக்குமாகச் சென்ற ரிக்ஷா ஆள் நடமாட்டம் குறைந்த ரோட்டில் சென்று நின்றது. தூரத்தில் ஹௌஸிங் காம்ப்ளக்ஸ். நான் போகவேண்டிய இடம்.

“இப்படியே இடதுபக்கம் போ.”

ரிக்ஷா திரும்பியது.

“அதோ ஒரு வெள்ளைக் கார் நிற்கிறதே, அந்த வீடுதான்.”

வாடகையைக் கொடுத்துவிட்டு, “கொஞ்சம் நிற்பாயா? எனக்குத் திரும்ப பஸ் ஸ்டாண்டுக்குப் போக வேண்டும்” என்றேன்.

“நிக்க முடியாது சாமி. என் பிள்ளைகுட்டி காத்துக் கிட்டிருக்காங்க.” அவன் கிளம்பிவிட்டான்.

வெள்ளைக் காரில் இருந்தவர்கள் தலையை வெளியே நீட்டிப் பார்த்தார்கள். அவர்கள் கிளம்ப ஆயத்தமாகயிருப்பது தெரிந்தது.

“அஷ்வின் ... என்ன அதிசயம்!” என்றேன் நான் வியப்புடன்.

வீட்டின் கதவைப் பூட்டிக்கொண்டிருந்த அஷ்வின் திரும்பிப் பார்த்தான். சிறிதாக புன்னகைத்துவிட்டு என்னிடம் வந்தான். “நீ வந்தது நல்லதாப் போச்சு. உனக்காகத்தான் கவலைப்பட்டுக் கொண்டிருந்தேன். ராமன் பாபு என்னிடம் போனில் பேசினபோது நான் உன்னை அனுப்ப வேண்டா மென்று சொன்னேன். அதற்குள் நீ கிளம்பிவிட்டாய். என்ன செய்ய?”

வீட்டைப் பூட்டிவிட்டு, என் பார்சலை வாங்கிக் கொண்டான். பெற்றுக்கொண்டதற்கான ரசீதில் ஒப்பிட்டபடி, நான் அந்தச் சூழ்நிலையில் அங்கு தங்குவது நல்லதல்ல என்றான். "மிக மோசமான நோய். முன்னூறு பேருக்குமேல் மரணம். இந்த மாதிரி சாகத் தொடங்கினால் ஊரில் யாருமே மிச்சமிருக்க மாட்டார்கள். நாங்கள் போகிறோம்."

அவர்கள் ஒரே அவசரத்திலிருந்தார்கள். எனவே அதிகம் பேசிக்கொள்ள முடியவில்லை. நான் சமயத்தில் வந்தது நல்லதாய் போயிற்று. வந்த வேலையும் முடிந்தது. இல்லாவிட்டால் அந்த கனத்த பார்சலையும் தூக்கிக்கொண்டு நடப்பதென்றால்... அஷ்வினிடம் இன்னமும் பழைய மரியாதையும் இரக்கமும் ஒட்டிக்கொண்டிருக்க வேண்டும். காரில் ஆணும் பெண்ணுமாக நெருக்கியடித்துக் கொண்டிருந்தனர். எனினும் என்னிடம், "வா, பஸ் ஸ்டாண்டில் இறக்கி விடுகிறேன்" என்றான். ஏதோ அதிர்ஷ்டம்தான். சீக்கிரம் வீடுபோய் சேர்ந்துவிடலாம்.

பஸ் ஸ்டாண்டுக்கு சற்று முன்னதாகவே நான் இறங்க வேண்டியதாயிற்று. தனியார் வாகனங்கள் குறிப்பிட்ட எல்லைக்கு அப்பால் செல்ல அனுமதியில்லை. எத்தனை போலீஸ்! பஸ்கள் எல்லாம் வரிசையாய் நிற்கின்றன. ஆட்கள் கூட்டம் கூட்டமாக ஓடிக்கொண்டும் சண்டையிட்டுக் கொண்டும் காணப்பட்டனர். ஊரைவிட்டு ஓடவேண்டுமென்று வந்துவிட்டால் எந்த வாகனமானால் என்ன? கைக்குட்டையால் மூடப்பட்ட முகங்கள் விவரிக்கமுடியாத கடுமையான பயத்தால் பீடிக்கப்பட்டிருக்கின்றன. ஏதோ கொலைசெய்யப்படுவது போல் உரசிக்கொண்டும் இடித்துக்கொண்டும் செல்லும் எண்ணற்ற உடல்கள்.

திடீரென்று என்னைப் பயம் பீடித்தது.

"அமதாபாத், ராஜ்கோட், பவநகர், மும்பாய்..." சொகுசு பஸ்காரர்களின் கூக்குரல் அழைப்பு. பஸ்களின் கூரைகளில், ட்ரக்குகளில், ஜீப் படிகளில் எங்கும் ஜனங்கள். மரண பயத்தின் அழுத்தத்தில், மெயின் ரோடுவரை நீண்டு நின்ற க்யூவை நோக்கி இடித்துக்கொண்டே முன்னேறினேன். கைக்குட்டையால் முகத்தை மூடியிருந்ததால் சரியாக மூச்சுவிட முடியவில்லை... நல்ல தாகம் வேறு. குடிப்பதற்கு ஏதாவது வேண்டும் – தண்ணீரோ, டீயோ...

இந்த சொகுசு பஸ்காரர்களும் ட்ரக்கர்களும் நூற்றைம்பது ரூபாய் வாங்கிக்கொள்வார்கள். ஆனால் உட்கார ஒரு ஸீட் கிடைக்காது. திருட்டுப் பசங்கள். என்முறை வந்துவிடும். அந்த மங்கிய வெளிச்சத்தில் நான் அடிஅடியாக நகர்ந்து

பசி ◆ 191 ◆

கொண்டிருந்தேன். டிக்கட் கொடுக்கும் ஜன்னல் தென்பட்ட போது வெளிச்சத்தில் கண்கள் வலித்தன. களைப்பில் சிவப் பேறியிருக்க வேண்டும். பர்ஸை எடுக்க ஜேபியில் கைவிட்டதும் திடுக்கிட்டேன். ஜேப் காலி. அடுத்த ஜேபை பார்த்தேன். உடம்பு வியர்வையில் நனைந்தது ... இப்போ என்ன செய்வது? எங்காவது விழுந்து கிடக்கிறதா? கடவுளே, என்ன செய்வது?

கூட்டம் என்னை இடிப்பதையும் தள்ளுவதையும் பொறுத்துக்கொண்டு அங்கேயே சற்று நேரம் பித்துப் பிடித்தவன் போல் நின்றேன். பிறகு கீழே சுற்றுமுற்றும் பார்த்துக்கொண்டே நடந்தேன். சட்டைப் பைகளை மீண்டும் சோதித்தேன். சில துண்டு காகிதங்களும் கொஞ்சம் சில்லரையும் கிடைத்தன. எழுபத்தைந்து பைசா. பரவாயில்லலை. டிக்கட் எடுக்காமலே போவோம். பழையபடி க்யூவில் பழைய இடத்தில் போய் நின்றேன். என் வரிசை வந்ததும் டிக்கட் ஜன்னல் பக்கம் சற்று நிற்பதுபோல் பாவனை செய்துவிட்டு பஸ்ஸைநோக்கி ஓடினேன். கதவருகே கண்டக்டர் நிற்கிறான். "டிக்கட்?" ஒரு வினாடி அவன் முகத்தை முறைத்துப் பார்த்தேன். என் கண்களில் கண்ணீர் தழும்புவதை உணர்ந்தேன். பேசுவதற்கு முயன்றால் ஒரு வார்த்தையும் வரவில்லை. தலையைக் குனிந்தபடி மெதுவாக அங்கிருந்து நடக்க ஆரம்பித்தேன்.

ஆனால், எங்கே போவது? நான்கு பக்கமிருந்தும் ஒலிக்கும் விதவிதமான குரல்களுக்கு நடுவில் நின்றேன். இரண்டு மூன்று பஸ்களிலும் ட்ரக்குகளிலும் ஏற முயற்சிசெய்தும் பயனில்லை. ஒவ்வொரு நிமிஷமும் டிக்கட் விலை ஏறிக்கொண்டேயிருக்கிறது. இப்போது எழுநூறு ரூபாய். "தம்பி, என்னை வீட்டில் கொண்டு விட்டுவிடு, தொள்ளாயிரம் ரூபாய் தருகிறேன்" என்று கெஞ்சினேன். என்னை யார் நம்பப்போகிறார்கள்? "போய்யா போ. உன்னைமாதிரி தொள்ளாயிரம் ரூபாய் ஆசாமிகளை நிறைய பாத்தாச்சு. போ, போ."

கோபமும் விரக்தியும் என்னைப் பிடித்துத் தள்ள, நடந்தேன். ரயில் இருந்தால் டிக்கட் இல்லாமலே போய்விடலாம். எல்லா ஊருக்கும் ரயில் இருந்தால் எவ்வளவு நன்றாக இருக்கும்! என் பர்ஸை எடுத்தவன் மட்டும் என் கையில் அகப்பட்டால் ...

கமன்லால். வீட்டுக்குத்தான் போகவேண்டும். வேறு வழியில்லை. யாரிடமோ வழியை விசாரித்தேன்.

ரோடில் ஜனக்கூட்டம் குறைந்திருந்தது. ஒன்றிரண்டு அரசு கார்களும் போலீஸ் வேன்களுமே கண்ணில் பட்டன. காமெக்ஸின் பௌடர் மூட்டைகளை டிக்கியிலிருந்து இறக்கிக் கொண்டிருந்தனர். தெருசுத்திக்காரர்களின் நீண்ட துடைப்பங்கள்

எங்கும் காணப்பட்டன. ஒரே தூசியும் காமெக்ஸின் பொடியும். ஒரு ஜீப் விரைந்து ஓடியது. அதிலிருந்து ஒலிபெருக்கி அலறிக் கொண்டிருந்தது. "பிளேக்கைக் குணப்படுத்த முடியும். சரியான சிகிச்சை எடுத்துக்கொள்ளுங்கள்." இரண்டாவது வேன் வந்தது. "டெட்ராசைக்ளின் அல்லது அல்பா மாத்திரைகள் பகலில் ..." போய்த் தொலையுங்கள். மனுஷன் தாகத்தால் செத்துக் கொண்டிருக்கிறான். இந்தப் பயல்கள் பவுடரையும் தூசியையும் வீசிக்கொண்டிருக்கிறார்கள். இந்த நாற்றத்தில் தலையே வெடித்துவிடும் போலிருக்கிறது.

சற்றுத் தொலைவில் இரண்டு ஆலமரங்களுக்கருகே ஒரு சிறு கூட்டம் நிற்பதைக் கண்டு அங்கே சென்றேன். பலவிதமான முகமூடிகளை அணிந்திருந்தனர். சிலர் கைக்குட்டையால் முகத்தை மூடியிருந்தனர். அவர்கள் கையில் எலிப்பொறிகள் இருந்தன. இரண்டு பேர், தங்கள் உடம்பில் எதுவும் பட்டு விடாதபடி ஜாக்கிரதையாக, எலிப்பொறியைத் தண்ணீருக்குள் அமிழ்த்தினர். சற்று எம்பி, தலையை நீட்டிப் பார்த்தேன். அந்த நாற்றம் பிடித்த சுழித்தோடும் நீரில் இருந்து செத்த எலிகளைப் பிடித்துக் கொண்டிருந்தனர். எனக்குக் குமட்டிக் கொண்டு வந்தது. ஒருவன் சிறு குச்சியால் பொறியின் கதவைத் திறந்து அதிலிருந்ததை ஒரு டிரம்மில் காலி செய்தான். எலியின் உடல்கள் குவியல்களாக விழுவதைப் பார்த்து என் வயிற்றுக்குள் எல்லாம் குலுங்கின.

விவரிக்கமுடியாத பயம் என்னைப் பீடித்திருந்தது. அங்கிருந்து விலகி நடக்கும்போது யாரோ ஒருவன் ஒரு காகிதத்தை என் முன்னே நீட்டினான். "பிளேக்கிலிருந்து உங்களை காத்துக்கொள்ளுங்கள் ..." இந்த காகிதத்தை வைத்துக் கொண்டு நான் என்ன செய்ய வேண்டும்? சமைத்துச் சாப்பிடவா? ஐயா, அந்த கமன்லால் எங்கே வசிக்கிறான்? கோபமும் களைப்பும் என்னை வாட்டின. எதிர்பட்ட ஒருவனிடம் வழியைக் கேட்டேன்.

கடைசியில் எப்படியோ கமன்லாலின் இடத்தை அடைந்தேன். யாரையும் காணோம். கமன்லால் வீட்டில் இருப்பானா? இது நாலாவது தெரு. கதவுகள் அனைத்தும் அடைத்துக் கிடப்பதைக் கண்டதும் ஒரு மரணபீதி என்னுள் பாய்ந்தது. ஒன்றிரண்டு வீடுகள் பூட்டப்படவில்லை. ஒரு வீட்டுக் கதவைத் தட்டினேன். ஒரு பெண் கழுத்தை நீட்டி என்னை வெறித்துப் பார்த்தாள்.

"கமன்லால் அங்காடியா ... அவர் எங்கே வசிக்கிறார் தெரியுமா?"

"எங்கிருந்து வருகிறீர்கள்?"

"அமதாபாத். கமன்லால்கிட்ட கொஞ்சம் வேலை இருக்கிறது."

"அவருக்கு சொந்தமா?"

"இல்லை, தெரியும். ஒரு முக்கியமான வேலை இருக்கு."

"உங்களுக்குத் தெரியாதா..? அவர் போயிட்டார். நேற்றைக்கு முந்தின நாள் காலையில். ஆஸ்பத்திரியிலிருந்து நேரே மசானத்திற்கு எடுத்துக்கிட்டு போயிட்டா."

"போயிட்டாரா? எப்படி இருக்க முடியும்... என்ன இது! இந்த ஞாயிற்றுக்கிழமைதானே..."

அவள் பேசாமல் என்னைப் பார்த்துக்கொண்டே யிருந்தாள். அவள் ஏன் பொய் சொல்ல வேண்டும்? இருந்தாலும் கமன்லால்... நிஜமாகவே செத்துப்போய்...

"குடிக்கத் தண்ணீர் ஏதாவது வேண்டுமா?"

வெறுமையில் பார்வையைச் செலுத்தியபடி, எதையும் சிந்திக்க முடியாமல், தலையை அசைத்தேன். 'ஓ'வென்று கத்தி அழ வேண்டும் போலிருந்தது. என்னை அடக்கிக் கொண்டேன். பெருமூச்சுடன் முகத்தைத் துடைத்தபடி நடந்தேன். சிறிது தூரம் சென்றபின் நின்றேன். சுற்றிலும் பூட்டிய கதவுகள். கமன்லால் போய்விட்டான். நான் எங்கு போவது? என்ன செய்வது? தாகமாயிருக்கிறது. பசி வேறு. கதவுகள் எல்லாம் பூட்டிக் கிடக்கின்றன.

சுற்றும் முற்றும் பார்த்தேன். என்ன குமட்டும் நாற்றம்! திடீரென ஏதோ என் காலைத் தொட்டது. குனிந்து பார்த்தேன். ஓர் எலி. அதன் மயிரடர்ந்த உடம்பு, ஒட்டிய வயிறு, கலங்கிய முகம், கூரிய பற்கள், விரிந்த கண்கள்... ஒரே துள்ளலாகக் குதித்து ஓடினேன். கமன்லாலின் கதிதான் எனக்கும்!

ரோட்டின் ஓரத்தில், மூச்சுவிடக்கூட அஞ்சி, நெஞ்சு படபடக்க நின்றேன். கைக்குட்டையை எடுத்து முகத்தை மூடிக்கொண்டேன். உடம்பு நடுங்கியபடி இருந்தது. மரணத்தின் எல்லைக்கே வந்துவிட்டேனா? இல்லை. அவ்வளவு எளிதாகத் தோல்வியை ஏற்பதா? எங்கள் ஆபீஸின் கிளை ஒன்று இந்தப் பக்கம் இருக்கிறதே.

மங்கிவரும் வெளிச்சத்தில் ஆபீஸ் வராந்தாவில் விரக்தியின் விளிம்பில் உட்கார்ந்தேன். ஐயா, எல்லா ஆபீஸ்களும் பூட்டிக் கிடக்கின்றன. பசி குடலைப் பிடுங்குகிறது. பசியிலே செத்துப்

போய்விடுவேன் போலிருக்கிறது. ஏதாவது சாப்பிடக் கிடைத்தால்... எழுபத்தஞ்சு பைசாவுக்கு. வேர்க்கடலை விற்பவர்கள் கூடவா போய்விட்டார்கள். சூடான வேர்க்கடலை... பச்சைக் கடலை கிடைத்தாலும் போதும். எல்லாக் கடைகளும் மூடிக் கிடந்தன. நகரம் ஆட்களையெல்லாம் அப்படியே விழுங்கிவிட்டது... எல்லாம் அந்த சனியன் பிடித்த பார்சலால் வந்த வினை.

ஒரு போலீஸ்காரர் வருவதைப் பார்த்தேன். அவரிடம் கேட்போம். ஐயா, ஊர்போய்ச் சேர எனக்கு ஏதாவது உதவி பண்ணுங்களேன். உங்கள் உதவியை மறக்கவே மாட்டேன், ஐயா... ஆனால் அவர் கண்டிப்பாக அவருடைய இஸ்திரி போட்ட யூனிபார்ம் மாதிரி, விறைப்புடன் இருந்தார். "யாராவது சொந்தக்காரர் வீட்டுக்குப் போங்கள். பஸ்ஸிலெல்லாம் எக்கச்சக்கமாகப் பணம் கேட்கிறான். உங்களை சும்மா யார் ஏற்றுவார்கள்? போங்கள் சீக்கிரம்... இங்கே நிற்கக்கூடாது."

எங்கே போவேன் நான்? எவ்வளவு கெஞ்சிக் கேட்கிறேன். என்னை வீட்டுக்குப் போகச் சொல்கிறான். எனக்கு இங்கே சொந்தக்காரர் யார் இருக்கிறார்கள்? இருந்தால் உன் தயவு எதற்கு? அடுத்த ஆள் பற்றிய இரக்க உணர்வே இப்போது மக்களிடம் மறைந்துவிட்டது. ஒரு மனிதன் இவ்வளவு கஷ்டப்படுகிறான், கெஞ்சுகிறான்; நீங்கள் இப்படிச் சொல்கிறீர்களே...

இருட்டத் தொடங்கிவிட்டது. இரவை எங்கே கழிப்பது? கால்நடையாகவே நகரத்தைவிட்டுப் போய்விடலாமா? அங்கே நெடுஞ்சாலையில் ஏதாவது லிஃப்ட் கிடைக்காமலா இருக்கும்.

காற்று பலமாக வீசுகிறது. தாகம் அதிகமாக இருக்கிறது. அந்த வழியாகப் போகிற வாகனங்களில் லிஃப்ட் கேட்கிறேன். டயர்களின் கிறீச் சப்தத்திலும் தகரங்களின் உராய்வு ஒலியிலும் நேரம் கடந்து கொண்டிருக்கிறது. வண்டியை நிறுத்த கையை உயர்த்துவதே பெரும் பிரயாசையாகத் தோன்றுகிறது. கடந்து செல்லும் ஒவ்வொரு வாகனமும் என்னைத் தாக்குகிறது. அதன் சப்தம் என் இரத்த நாளங்களில் அமிழ்கிறது. தாங்க முடியாத கோபத்தில் உடல் நடுங்குகிறது. பாதைகளிலெல்லாம் தடை போட்டுத் தடுக்க வேண்டும். அதுதான் இந்தப் பயல்களுக்கு நல்ல பாடமாக இருக்கும்.

ஆனால், எங்கே போவது? ஒரு காலுக்கு முன் மற்றொரு காலை வைப்பதே கஷ்டமாக இருக்கிறது. முதுகில் வலி. தோள்களும் அப்படியே. வயிற்றுக்குள் ஏதோ உஷ்ணமாக அங்குமிங்கும் ஓடி குடலைத் தின்கிறது. பசி ஒரு... ஒரு

ராட்சசி மாதிரி என்னைப் பிடித்திருக்கிறது. இங்குள்ள பனியாக்கள் எல்லாரும் எங்கே? எட்டு நாள் உபவாசம் இருக்கப் போய்விட்டார்களா? நாக்கும் தொண்டையும் உலர்ந்து விட்டன. மூச்சு விடுவதே பிரயாசையாக இருக்கிறது. ஒரு வீட்டு வராந்தாவில் ஏறி அமர்ந்தேன். கால்களை நீட்டினேன். குதிகால்களை மெதுவாகத் தடவிக் கொடுத்தேன். என்ன சிக்கலில் மாட்டிக் கொண்டு விட்டேன் பாருங்கள்!

தாகம் . . . தாகம் . . . அது தன் கூரிய நகங்களால் என்னைப் பிராண்டி உடலைத் துளைத்தது. நாக்கு மேலண்ணத்தில் ஒட்டிக்கொண்டது. என் உள்ளேயும் வெளியேயும் ஒரே காலியாக இருந்தது. ஏதாவது கிடைத்தால் போதும். காந்தியா கிடைத்தாலும் சரி. காய்ந்து உலர்ந்த காந்தியா. அடே, கரேலா கறியும் இருந்தால் . . . வேண்டாம். வெறும் கரேலாவே போதும், திடீரென அந்த செத்த எலியின் நினைவு வந்தது. சீனாவில் எலியைத் தின்பார்களாமே. எப்படிச் சாப்பிடுவார்கள்? சீ, என்ன நினைப்பு இதெல்லாம். அல்கா இப்போ என்ன செய்து கொண்டிருப்பாள்? சாதம், பருப்பு, சப்பாத்தி, கூட்டு . . . வயிறுமுட்ட சாப்பிட்டு, ஏப்பம் விட்டு . . . இங்கே நான் இப்படி . . . பக்கவாட்டில் ஒடுங்கிப் படுத்தேன். கண்கள் மூடின. மூடிய இமைகளுக்குள்ளாக சுடச்சுட சப்பாத்தி, மணம் வீசும் பருப்பு, காயம் மணக்கும் கூட்டு, நாக்கில் நீர் ஊறும் வெள்ளை சாதம் . . . கண்களை மூடிக்கொண்டே அந்த நினைப்பில் ஆழ்ந்தேன். பின் கண்களைத் திறந்து கால்களை மடித்து முட்டுகளை வயிற்றில் அழுத்தியபடி கைகளால் அவற்றைக் கட்டிக்கொண்டேன். கண்கள் மீண்டும் அயர்ச்சியில் மூடின. நடுங்கும் தேகம் சற்று அமைதியடைந்தது. மெதுவாக . . . மெதுவாக . . .

விழித்தபோது பொழுது விடிந்திருந்தது. மீண்டும் என் எதிரே ஒரே சூன்யம். என்னை இங்கே கொண்டுவந்து விட்ட விதியை நொந்துகொண்டேன். இங்கே வந்தது ஒரு பிரச்சினையல்ல . . . பாக்கட் காலியாகவிருப்பதும் ஜனங்கள் ஊரைக் காலிசெய்து விட்டு ஓடுவதும்தான் பிரச்சினை. தண்ணீரோ டீயோ குடித்தே ஆக வேண்டும் என்ற உணர்ச்சியை அடக்கியபடி எழுந்தேன். சுற்றி நடந்து தேடியும் ஒரு குழாயும் தென்படவில்லை. தூரத்தில் ஒருவன் பல்விளக்கிக்கொண் டிருப்பது தெரிந்தது. அவன் முன்னால் போய் நின்றேன். எங்கள் கண்கள் சந்தித்ததும், "ஒரு டம்ளர் தண்ணீர் கிடைக்குமா?" என்று கேட்டேன்.

ஒரு நிமிஷம் என்னையே வெறித்துப் பார்த்தான். தரையில் வேகமாகத் துப்பினான். முகத்தில் விரோதம் தெரிந்தது. "மூணு

நாளா தண்ணி இல்லாம கஷ்டப்படுகிறோம். டம்ளர் நிறைய தண்ணி வேணுமாம் . . . பொழுது விடியவில்லை, போய்யா . . . போ."

என்னைப் பிச்சைக்காரன் என்று நினைத்தானோ? ஒரு லோட்டா தண்ணி இல்லை. பன்றி ஜென்மம். சரி, தண்ணீர் குடிக்க வேண்டாம். டேய், நான் ஒன்றும் யாசிக்க வரவில்லை. அதைவிட பேசாமல் உயிரை விட் . . . அங்கிருந்து நடந்தேன். விரல் நுனிவரை கோபம் துடித்தது. எவ்வளவு பெரிய நகரம். ஒரு சொட்டு தண்ணீர் கிடையாது. ரொம்பவும் யோக்கியனாக இருந்தால் உனக்கு ஒன்றும் கிடையாது.

களைப்பு. நல்ல களைப்பு. ஆனால், எங்கே போவது? முகத்தை மூடிய மனிதர்கள். இரும்பு தூண்கள் போல. உங்கள் தலையை அவர்கள் மீது மோதி உயிரை விட்டாலும் ஒரு மாற்றமும் தெரியாது. நீங்கள் நோயில் செத்தால் என்ன, பசியில் போனால் என்ன?

பசியை நினைத்ததும் ரத்த நாளங்கள் வலித்தன. எதிரே ஒரு புளியமரம். அதன் அடியில் நின்றேன். சுற்றுமுற்றும் பார்த்து விட்டு ஒரு கிளையை ஒடித்தேன். அதன் இலைகளை பறித்துத் தின்னத் தொடங்கினேன். புளித்த சாறில் பற்கள் கூசின. ஆயினும் இனம்புரியாத ஒரு மகிழ்ச்சி ஏற்பட்டது. கையிலிருந்த இலைகளையெல்லாம் தின்று தீர்த்தேன். அட, முழு மரத்தையே தின்றுவிடலாம் போலிருக்கிறது. ஆனால், மேலும் கொஞ்சம் இலைகளை வாயில் இட்டதும் வயிற்றைப் புரட்டியது. இலைகளைத் தொண்டையில் அடைத்து யாரோ பூட்டிவிட்டது போலிருந்தது. களைப்புடன் தரையில் உட்கார்ந்தேன். புளிப்பு தாங்காமல் காறித் துப்பினேன்.

ஆம்புலன்ஸ்களும் போலீஸ் அரசு வேன்களும் வேகமாகச் சென்றுகொண்டிருந்தன. எனக்கு ஏனோ பயமாக இருந்தது. எதையுமே சிந்திக்க முடியவில்லை. ஹோட்டல் ஏதாவது திறந்திருந்தால் சாப்பிட்டு வயிற்றை நிரப்பலாம். சாப்பிடுவதற்கு முன் பணம் கேட்க மாட்டானே! வயிற்றுக்குள் ஏதோ வேரோடு கிளம்புவது போலிருந்தது. பசி ஒரு அரக்கன் போல வயிற்றில் இருப்பதையெல்லாம் தன் கூரிய நகங்களால் பிறாண்டி எடுத்துக்கொண்டிருக்கிறது. ஊதிப் புடைத்த செத்த எலிகளின் நினைவு வந்தது. "அவற்றை ரோஸ்ட் பண்ணிச் சாப்பிடலாம். சாப்பிட முடியுமா என்பதல்ல கேள்வி. எதையாவது சாப்பிட்டே ஆக வேண்டும். என் பணத்தை பிக்பாக்கெட் செய்தவன் உருப்படவே மாட்டான். உடம்பு பூரா புழுக்கள் நெளியும். இத்தனை பெ . . . ரி . . . ய . . ."

எப்போது என் குரல் உயர்ந்தது என்று தெரியவில்லை. புழுக்களைப் பெருவிரலாலும் சுட்டு விரலாலும் அளந்தபடி முனகிக் கொண்டிருப்பதை இரண்டு மூன்று பேர் அதிசயமாகப் பார்த்துக்கொண்டு நின்றனர். ஒருவன் நெருங்கி வந்து உற்றுப் பார்த்தான். நான் கேட்டேன் "புழுக்களை பார்க்க வேண்டுமா, கிட்டக்க வா. முதலில் ஏதாவது சாப்பிட வேண்டும். நீ சாப்பிட்டாச்சா? உணவு வேண்டுமா? பசிக்கிறதா? ஒரு புளிய மரத்தையே தருவேன்." பயத்தில் அவன் இரண்டடி பின்னால் நகர்ந்தான். பிறகு வேகமாகச் சென்றுவிட்டான். "ஓடிப் போகிறாயா? எங்கே ஓடுவாய்? பசிக்கிறதா ... உன்னைத்தான்!"

வார்த்தைகள் காற்றில் கரைந்தன. அசட்டுத்தனமாக உணர்ந்தேன். என்ன காரியம் செய்துவிட்டேன். பிச்சை எடுப்பதைவிட இது மோசம். பேசாமல் ஒரு போலீஸ்காரன் தலையை உடைத்திருக்கலாம். என்னை ஜெயிலில் போடட்டுமே. தாகத்துக்கும் பசிக்கும் ஏதாவது கிடைக்கும்.

பிளேக் ஓரளவு கட்டுப்படுத்தப்பட்டுவிட்டது. இரண்டு மூன்று நாட்களில் ஆபீஸ்கள் திறந்துவிடும். நான் அழைத்தால் சேட் கூட வந்து ... இந்த ஒலிபெருக்கிகள் முழங்கும் அறிக்கைகள் – அவையெல்லாம் பொய்யா? ஆழமாக மூச்சு விட்டபடி ஒரு பக்கம் சாய்ந்து படுத்தேன். சாப்பாட்டைப் பார்த்து இரண்டரை நாட்கள் ஆகிவிட்டன. இன்னும் ஒருநாள் – நான் மயக்கமடைந்து விடுவேன்.

பாட்டில்கள் ... பாட்டில்கள் ... பாட்டில்கள் ... ஆஸ்பத்திரி. அதுதான் சரி. ஒரு ஆஸ்பத்திரியில் அட்மிட் ஆக வேண்டும். உணவு தருவார்கள். சாப்பிடுவதற்கும் படுப்பதற்கும் இடம் கிடைத்துவிடும். அட, போன் பண்ணுவதற்குக் கூட சம்மதிக்கலாம். ஒரு வாரம் அங்கு கிடந்தாலும் கவலையில்லை. உடம்பில் எஞ்சியிருந்த சக்தியெல்லாம் திரட்டி எழுந்தேன். நடந்தேன். ஓர் இசைவான அசைவோடு மூச்சு வாங்கியது என்றாலும் ... ஆ, இதோ ஆஸ்பத்திரி வந்துவிட்டதே. எனக்கு நடக்கமுடிகிறது. நடந்துகொண்டே உள்ளே செல்ல முடிகிறது.

இங்கேயும் என்ன கூட்டம்!

எல்லோரிடமும் ஒரே திகைப்பும் வியப்பும் காணப்படு கிறது. சுற்றிச் சுற்றி நடக்கிறார்கள்.

இதுதான் க்யூ.

"புது கேஸா?"

நான் தொண்டையைக் கனைத்துக்கொண்டேன்.

ஸ்ட்ரெச்சரில் ஓர் உடலைத் தூக்கிக்கொண்டு போகிறார்கள். அருகே இரண்டு பேர் மௌனமாக கண்ணீர் வடிக்கிறார்கள். தன் புடவையால் முகத்தை மூடிக்கொண்டு ஒரு பெண் அழுகிறாள்... கர்ச்சீபால், முகமூடியால், தலைப் பாகை துணியால், புடவைத் தலைப்பால் மூடிய வாய்கள். எவ்வித லட்சியமுமின்றி ஆட்கள் கைகளில் மருந்துப் பைகள், பிளாஸ்டிக் பாட்டில்களுடன் நடந்தபடி இருக்கிறார்கள். பயம் தலை தூக்குகிறது. "போய்க்கொண்டுதானே ஐயா இருக்கிறேன். எதற்காகத் தள்ளுகிறாய்?" பினைல் மணம்...

"பெயர்?.. வயசு?... இந்தா உனது சீட்டு."

அந்தக் காகிதத்தைக் கையில் பிடித்தபடி சிரித்தேன். க்யூவை விட்டு வரும்போது ஒருவன் தண்ணீர் பையுடன் நிற்பதைக் கண்டேன்.

"கொஞ்சம் தண்ணீர்."

"பைப்புக்குப் போ."

"பைப் எங்கேயிருக்கிறது?"

அவன் காட்டிய திசையில் தள்ளாடித் தள்ளாடி நடந்தேன். அங்கும் கூட்டம். என் முறை வந்ததும் சொட்டு சொட்டாக விழும் நீருக்கு அடியில் கையை நீட்டினேன். ஒரு வாய் குடிப்பதற்குமுன் இரண்டு பேர் என்னைப் பிடித்துத் தள்ளினார்கள். "தண்ணீருக்கும் பஞ்சம்" என்று யாரோ சொல்வது காதில் விழுந்தது.

முகத்தை ஈரக் கைக்குட்டையால் மூடியபடி டாக்டரின் அறைக்குச் செல்லும் வரிசையில் நின்றேன். என் நம்பர் வர ஒரு மணி நேரம் ஆயிற்று. பச்சை முகமூடியும் தொப்பியும் அணிந்த ஒரு முகம் என்னை முறைத்தது.

"ஒரே அசதி." கையை நீட்டினேன்.

உணர்ச்சியற்ற குரலில், "காய்ச்சல் இருக்கா?" என்று கேட்டார் டாக்டர்.

இல்லைதான் சொல்ல நினைத்தேன். ஆனால் ஒரு ஆமாம் வெளிவந்தது.

"அட்மிட் ஆயிடு. எட்டாம் நம்பர் ஜன்னலில் உன் கேஸ் ஷீட் இருக்கும். வாங்கிக்கோ."

"எங்கே அட்மிட் ஆகணும்?"

"எல்லாம் அதில் எழுதியிருக்கும். போகலாம்... நெக்ஸ்ட்!"

எட்டாம் நம்பர் ஜன்னலில் கேஸ் ஷீட் கிடைத்தது.

நாலாம் நம்பர் வார்டில் அட்மிட் ஆக வேண்டும். கொஞ்ச தூரம் நடக்க வேண்டியிருக்கும். ரொம்ப தூரமில்லை. அப்புறம் ரெஸ்ட் எடுக்கலாம்.

போனேன். வார்டு ஹவுஸ்புல். ஒரு ஸிஸ்டர் பயந்து கலங்கும் முகங்களைப் பார்த்துக் கத்திக்கொண்டிருந்தாள். "படுக்கையே இல்லை. உங்கள் துணியை எடுத்து விரித்துத் தரையில் படுங்கள்..."

பசிக்கிறது. தண்ணீர் குடித்திருந்தேன். ஆனால் இந்த பசி... எனக்கு மூன்றாவது பாயில் ஒரு பெண் ஆரஞ்சு பழம் ஒன்றை உரிக்கிறாள். எதிர் படுக்கையில் ஒருவன் சிக்கூவை நறுக்குகிறான். இவர்களைப் பார்த்துக்கொண்டே யிருந்தேன். அல்கா மட்டும் இங்கு இருந்தால்! அவளும் ஆரஞ்சும் சிக்கூவும் மொஸாம்பியும் ஆப்பிளும்...

ஸிஸ்டர் வந்தாள். "கையை நீட்டு..."

அரே பாப்ரே! எத்தனை பெரிய ஊசி. எவ்வளவு ரத்தம் எடுக்கிறாள். கொஞ்சம், கொஞ்சமா எடு அம்மா... அம்மா... ஒரு பாட்டில் நிறைய எடுத்துவிட்டாள்.

சாப்பாடு வேண்டுமா என்று கேட்பார் இல்லை. ரத்தம் மட்டும் இவ்வளவு எடுக்கிறார்கள்.

நேரம் ஊர்ந்தது. முகத்தைக் கைக்குட்டையால் மூடிக் கொண்டேன். திணறியது. அந்த கார்மெக்ஸைன் நாற்றத் திலிருந்து தப்பினேனே, அதுவே பெரிது. அதை நினைக்கையில் இங்குள்ள மருந்து நெடி எவ்வளவோ பரவாயில்லை. ஆனால் என் பசி..? எப்போ சாப்பாடு தருவார்கள்? சாயங்காலம் ஆகப்போகிறதே. பொறுமையை ரொம்பத்தான் சோதிக்கிறார்கள்.

முதலில் அந்த அற்புதமான மணம் வந்தது. பிறகு இரண்டு வார்டு பையன்கள் ட்ராலியை தள்ளிக்கொண்டு ஹாலின் நடுவில் நிறுத்தினர். சற்று வேகமாகவே சென்று வார்டு பையன் நிரப்பிய முதல் தட்டைப் பிடித்தேன்.

"யார் கூட இருக்கிறீர்கள்?"

"யார் கூடவும் இல்லை."

"தட்டை விடுங்கள். நோயாளிகளின் சொந்தக்காரர்களுக்கு சாப்பாடு கிடையாது."

தட்டைப் பிடித்திருந்த என் பிடி இறுகியது.

"சொன்னது கேட்கலையா? சாப்பாடெல்லாம் நோயாளி களுக்கு மட்டும்தான்."

"நான் நோயாளிதான்."

"அப்போ உன் படுக்கைக்குப் போ. சாப்பாடு அங்கே வரும். திங்கணுங்கறதுக்காக சீக்காளியா வேஷம் போடறயா? பொய்தானே சொல்லறே?"

நான் கத்தினேன்.

"ஐயா, நான் நோயாளிதான். நோயாளி. இதோ பாருங்க."

வார்டு பையன்கள் தட்டைப் பிடித்துக்கொண்டு என் வீக்கத்தைப் பார்ப்பதற்காகக் காத்திருந்தனர். இடது கையால் உணவுத் தட்டைப் பிடித்தபடியே வலதுகையால் என் சட்டையின் நுனியைப்பற்றி உயர்த்தி அவர்களிடம் என் வயிற்றைக் காட்டினேன்.

ஆதியில் பெண் இருந்தாள்

மரிஜா ஸ்ரெஸ்

வெகு காலத்திற்கு முன், இப்போது ஆரவல்லி மலை இருக்கும் இடத்தில் ரொம்ப அழகும் அகலமும் கூடிய ஒரு பெரிய பள்ளம் இருந்தது. உள்ளே இருட்டைத் தவிர ஒன்றுமே யில்லை. ஆனால், ஏற்கனவே குத்ரத் அங்கே இருந்தான். காலம் தோன்றியபோதே அவன் அங்கேதான் இருக்கிறான். அவன் மகிழ்ச்சியோ டிருந்தான். அங்கே அவனுக்கு எல்லாம் கிடைத் திருந்தது. திருப்தியாயிருந்தான். மனிதக் கண்களுக்கு அங்கே இருட்டாக இருப்பதாகத் தோன்றினாலும் உண்மையில் அது இருட்டல்ல. அந்த இருளில் கடவுள் நிறைந்திருந்தார்.

ஆயிரக்கணக்கான வருஷங்களுக்குப் பிறகு குத்ரத் தனக்குள் நினைத்துக்கொண்டான்: ‘அன்பு செலுத்த யாரையாவது உருவாக்குவோம். மிகவும் அழகான விரும்பக்கூடிய ஒன்றை.’ பிறகு குத்ரத் ஒரு பெண்ணை உருவாக்க ஆரம்பித்தான். முதலில் பெண்ணின் எலும்புகளை உருவாக்கினான். அதை ப்ருத்வி – பூமி – என்று அழைத்தான்.

இப்படியே அவன் தொடர்ந்தான். முதலில், ‘ஒரு மலையைச் செய்வோம். உயர்ந்த கம்பீரமான மலை. பிறகு அதற்கு உடையணிவித்து அதை அழகு படுத்துவோம்’ என்று நினைத்தான். அவன் குத்ரத் அல்லவா, அதை அற்புதமாக எங்கும் காண முடியாத வகையில் செய்ய முடியும்.

ஆஹா, அது மிகவும் உயர்ந்த மலை. அதன் இரண்டு குன்றுகளும் உருண்டு திரண்டிருந்தன. சூரிய கிரணங்களை ஏற்று சந்திரனின் மங்கிய ஒளியில் மின்னின. அவை இன்றைய ஆரவல்லி மலைகளைவிட உயரமானவை. அவை சரிவுகளும் பள்ளத்தாக்குகளும் நிழலும் குளிரும் கொண்டிருந்தன. பாறைகளும் கற்களும் ஒன்றோடொன்று சீராக அமைக்கப்பட்டு ஒரே அளவில் காட்சியளித்தன. அவற்றிலிருந்து அவன் கண்ணை எடுக்கவே முடியவில்லை. தனது சிருஷ்டி அவனுக்கு மிகவும் மகிழ்ச்சி அளித்தது.

'என் அழகிய பூமிப் பெண்ணே, ப்ருத்வி, உன்னை அழகு படுத்துகிறேன்' என்று சொல்லிக்கொண்டான்.

மெதுவாக, ஒவ்வொன்றாக, பாசத்துடன் கவனமாக, அவன் பூமியின் மேல் மரங்களை நட்டான். நிறைய மரங்கள். தேக்கு, ஓக், மூங்கில். ஓ, பூமியின் ஒவ்வொரு அங்குலமும் மரங்கள் வளர்ந்தன. உயரமாக, நேராக, பசுமையான கிளைகளும் இலைகளுமாக வானை நோக்கி வளர்ந்தன. இவற்றிற்கிடையே குத்ரத் செடிகளையும் கொடிகளையும் படரவிட்டான். பாசியும் புல்வெளிகளும் தோன்றின. தொடுவதற்கு மிருதுவாகவும் மணத்துடனும் இருந்தன. கண்ட இடமெல்லாம் மரங்களை வளர்த்தான். இறுதியில் பெரிய ஆரண்யம் உருவாயிற்று. பூமியில் விரித்த கம்பளம் போல் இருந்தது. எந்த மிருகமும் உள்ளே நுழைந்துவிட முடியாதபடி நெருக்கம். ஆமாம், அந்தக் காலத்தில் மிருகமோ மனிதனோ இல்லை தான். அது இன்றைய ஆரவல்லி மலைத்தொடர் விரிந்து பரந்து இருக்கிறதே, அந்த இடத்தில்தான் இருந்தது.

உயரேயிருந்து பார்த்தால் ப்ருத்வி பிரமிக்க வைக்கும் அழகுடன் அற்புதமாகக் காட்சி அளித்தாள். எங்கும் பல விதமான பழுப்பு நிறம். அதற்கு மேல் பட்டு விரித்தாற்போல் பசுமை அவளை மூடியிருந்தது. காற்றில் காட்டு மரங்கள் அசையும்போது அதன் கிளைகளின் ஊடே கீழே அமைதியான பள்ளத்தாக்குகளும் கலகலவென ஒலித்து ஓடும் நதிகளும் வானை நோக்கி உயரும் மலைச் சிகரங்களும் காட்சி அளித்தன.

குத்ரத்தின் சிருஷ்டி இது. எந்தத் திசையில் போய்த் தேடினாலும் – கிழக்கிலிருந்து மேற்கோ, வடக்கிலிருந்து தெற்கோ – ப்ருத்வி மாதிரி அழகான ஒன்றைப் பார்க்கவே முடியாது. குத்ரத்தே ப்ருத்வி மேல் காதல் கொள்ளத் தொடங்கினான்.

காலைக் கதிரவனின் பொற்கதிர்கள் அவள் மார்பில் விழுந்து அவளை எழுப்பும்போது அவளையே நினைத்துக்

கொண்டிருந்தான். நிலவொளியில் அவள் வெளிர் வெள்ளியாக மினுங்குவதைப் பார்த்து மயங்கி நின்றான். அவ்வப்போது அவளுக்கு அவன் மேலும் அழகு சேர்த்தான். இங்கும் அங்குமாகச் சில மாற்றங்கள் செய்தான். வயிற்றிலிருந்து வேகமாகக் கீழிறங்கி அடர்ந்த புதர்களிடையே உள்ள ரகசியக் குகையில் தோன்றும் இளம் சூடான ஊற்று நீர் மாதிரி. அப்போது ப்ருத்வியைப் பார்க்கும்போது குத்ரத்துக்கு அவள்மீது மேலும் காதல் பெருகும். அவள் இன்னும் அழகாகத் தோன்றினாள். ஆசையைக் கிளறினாள். ஆம், குத்ரத்தின் பிரமாண்டமான சிருஷ்டிதான் ப்ருத்வி.

இப்போது ப்ருத்வி குத்ரத்தின் சக்தியுடன் வாழ்ந்தாள். இந்தச் சக்தியின் மூலம் தன் உடம்பில் நிறைய தாவர இனங்களைச் செழிக்கச் செய்தாள். தேக்கும் மூங்கிலும் நிரம்பிய அடர்ந்த காடுகள் செழித்தன. மஹுடாவும் சுபபூலும் வளர்ந்தன. காட்டின் நடுவே ஓர் பெரிய ஆலமரம். ஆஹா, எவ்வளவு பெரிய மரம்! வேர்களைப் போலவே நிறைய கிளைகளும் எங்கே தொடங்கி எங்கே முடிகின்றன எனத் தெரியாத அளவு விரிந்திருந்தன. கிளைகளின் இலைகளினூடே சூரியனின் கதிர்கள் தரையில் அழகிய ஒளிக் கோலங்கள் வரைந்தன.

இதுவரை காட்டில் மரங்கள் மட்டுமே இருந்தன. 'மிருகங் களையும் பறவைகளையும் சிருஷ்டித்தால் என்ன?' என்று நினைத்தான் குத்ரத். அவற்றை அங்கே விளையாட விட்டு ப்ருத்வியை மகிழச் செய்தான்.

அங்கே 'ஆங்க்யீ – ஆங்க்யீ' எனப் பிளிறும் யானை இருந்தது. சுனைகளின் அருகே நின்றுகொண்டு, வருபவை மேல் தண்ணீர் தெளித்து வரவேற்றது. சிங்கம் இருந்தது. 'வாாாா' என்று கர்ஜித்து எல்லா மிருகங்களையும் நடுங்கச் செய்தது. ஆனால், அவை சிங்கத்தின் அருகில் சென்றதும் அதன் நாற்றம் பிடித்த மூச்சு அவற்றை விரட்டி அடித்தன. இரவில் பார்க்கும்போது நரியின் கண்கள் நெருப்புக் கங்குகள் போல் ஒளிர்ந்தன. முரட்டுக் கரடிகள் கூட்டமாக வரும். தங்கள் குட்டிகளை நக்கிச் சுத்தப்படுத்தும். சிறுத்தைப் புலி தரையில் புரண்டு கொண்டே 'ஹரூம்ப் – ஹரூம்ப்' என்று உறுமியபடி பாதங்களைச் சுத்தம்செய்யும்.

ஒட்டகம் இருந்தது. எல்லாவற்றையும்விட உயரம். தலையைத் தாழ்த்தித்தான் மற்ற மிருகங்களைப் பார்க்கும். முயல்கள் தங்கள் நீண்ட காதுகளைச் சொறியும். மான்கள் வெள்ளி நீரோடையை அற்புதமாகத் தாவிக் குதித்துக் கடக்கும். காட்டில் அடர்ந்த செடிகொடிகளின் ஊடே பாம்புகள்

ஊர்ந்து சென்று எலிகளையும் தவளைகளையும் பிடித்துத் தின்னும். உயரே குரங்குகள் தேக்கு மரத்திலிருந்து தேவதாரு மரத்தை நோக்கித் தாவும். மரங்களிலிருந்து திம்புரா பழங்களைப் பறித்துக் கீழே வீசுவதை மற்ற பிராணிகள் பொறுக்கித் தின்னும்.

அவை ஒன்றுக்கொன்று விரோதம் காட்டுவதில்லை. இணக்கமாகவே வாழ்ந்து வந்தன.

அப்புறம், பலவிதமான பறவைகள். ஆனால் எல்லா வற்றிலும் அழகானது மயில்தான். ஆலமரத்தின் பின்னாலிருந்து ராஜநடை நடந்து வரும். ஓ! கருநீலமும் தங்கம் ஜொலிக்கும் உடலும், நீண்ட தோகையுமாக. அதில்தான் ராஜகுமாரி சூர்யாவின் நயனங்களைப் போல் மின்னும் எத்தனை அழகிய கண்கள் –அவளுடைய கண்ணீர்த் துளிகளாம் அவை – சுற்றிலும் கரு வளையங்கள். சட்டென்று தன் தோகையை விசிறிபோல் விரித்து வளைத்து அம்பாரமாக வரும்போது உண்மையிலேயே பறவைகளின் ராஜா என்றுதான் சொல்ல வேண்டும். சுவையான பூச்சிகளைப் பிடித்துத் தின்னும்.

வேறு பறவைகளும் இருந்தன. கழுகு, காகம், சாந்தமான சிட்டுக் குருவிகள், வாய் ஓயாமல் பேசியபடியே மரத்துக்கு மரம் பறக்கும் கிளிகள். தேவ்லிகூட இருந்தது அங்கே. எல்லாம் காட்டைச் சேர்ந்தவை. அதுதான் அவற்றின் வீடு.

தான் படைத்த ப்ருத்வியைப் பார்த்துக்கொண்டிருந்தான் குத்ரத். எவ்வளவு நல்ல உலகம். ஒன்றுக்கொன்று இணைந்து அன்பு செலுத்தி வாழ்கின்றன. தன் படைப்பைப் பார்த்து மகிழ்ந்த குத்ரத் நடனமாடத் தொடங்கினான். பின்னணியில் நீரோடை சலசலத்தது. மரங்களூடே காற்று வீசியடித்தது. காட்டுப் பறவைகளும் விலங்குகளும் குரலெழுப்பின. அந்த இசைக்கேற்ப ப்ருத்வியின் நடனமும் அமைந்தது. தனக்குள்ளே மகிழ்ந்தபடி, 'ப்ருத்வியை இன்னும் அழகுபடுத்த வேண்டும். என் மனைவியல்லவா, நாளுக்குநாள் பெருத்துக்கொண்டு வருகிறாள்.' விரைவிலேயே வண்ண வண்ண வண்ணத்துப் பூச்சிகளும் ரீங்கரிக்கும் தேனீக்களும் பூக்களைச் சுற்றிப் பறந்தன. மின்மினிப் பூச்சிகளும் வண்டுகளும் புட்டானும் கொசுக்களும் தோன்றின. ஒவ்வொன்றும் நட்புடன் இருந்தன. நன்றாக இருந்தன.

இவ்விதமாக குத்ரத் தன் மனைவியின் – ப்ருத்வியின் – உடலை அழகுபடுத்தினான்.

கடைசியாக ஒருநாள் இரவு, காடு முழுவதும் வெள்ளி நிலவின் ஒளியில் அமைதியில் மூழ்கியிருக்கும்போது குத்ரத் சிறிது மண்ணைக் கையில் எடுத்து, எடையைக் கணித்து, ஓர் உருவத்தை வடித்தான். இதற்கு முன்னால் பறவைகளையும் விலங்குகளையும் படைத்திருக்கிறான் எனினும் ஒரு மனித உருவைப் படைப்பது இதுதான் முதல் தடவை. மிகவும் அழகான பெண் உருவம் அது. முழுமையான அழகு பெற்றது. குத்ரத் அவளை எல்லாப் பறவைகளும் மிருகங்களும் பார்க்கும்படி தரையில் வைத்தான். அவை எல்லாம் அவள் அழகைப் பார்த்து வியந்தன. அவனும் சிறிதுநேரம் அவளையே பார்த்துக் கொண்டிருந்தான். ஒவ்வொரு நொடியும் அவள் மேல் அவன் காதல் வளர்ந்தது. ஓ! வைத்த கண் வாங்காமல் இரவும் பகலும் அவளைப் பார்த்தபடியே இருந்தான். 'என்ன பெயர் இடலாம் இவளுக்கு' என்று யோசித்தான். 'சதி'. அதுதான் அவளுக்கு ஏற்ற பெயர். சதி முழுமையானவள், கட்டுக் கோப்பானவள், எல்லாம் நிறைந்தவள். அதன் பிறகு கல்யாணம் ஆகாத அழகிய பெண்களும் சதி என்றே அழைக்கப்பட்டனர்.

சதி தனியாகவே காட்டில் வசித்து வந்தாள். காலையில் பனித்துளிகள் இலைகளிடையே முத்து நெக்லஸ் போல மிளிர்ந்தன. மரங்களும் புற்களும் காலைச் சூரிய ஒளியில் மின்னின. அவள் மெதுவாக விரல்களை ஊன்றி, பாதத்தைத் தூக்கி மரங்களைக் கைகளால் அணைத்துக்கொண்டாள். மெல்லிய பனித்துளிகள் உதிர்ந்து அவள் முகத்திலும் உடம்பிலும் கைகளிலும் பன்னீர் தெளித்தன.

பகல் பொழுதில் அவள் சுவையான மாங்கனிகளையும் வாழைப் பழங்களையும் பறித்தாள். காட்டோடைக் குளிர் நீரில் திளைத்துக் குளித்தாள். இரவில் தேய்ந்து வளரும் சந்திரனைப் பார்த்தபடி இருப்பாள். வாழை மர இலைகளின் மேல் படுத்து உறங்குவாள். விடியுமுன்னே பறவைகளின் கலகலப்பு அவளை எழுப்பிவிடும். எந்தப் பறவை எப்படி இசைக்கிறது என்று அவளுக்குத் தெரியும். பகலில் நீர்ச் சுனையில் தண்ணீர் குடிக்க வரும் மிருகங்களைக் கவனித்துப் பார்ப்பாள். மான்குட்டியோடு விளையாடுவாள். ஓ! அந்தச் சுவர்க்க பூமியில் வாழ்வதுதான் எவ்வளவு குதூகலமாயிருந்தது.

திடீரென ஒருநாள் அவள் தன் தனிமையை உணர்ந்தாள். எல்லாவிதமான பறவைகளும் மிருகங்களும் அங்கே இருந்தன. அவளுடன் சுற்றி வந்தன. அவளைப் போல் ஒரு மனித ஜென்மம் இதுவரை இல்லை. அவளோடு பேசுவதற்கென்று யாரும் இருந்ததில்லை.

‘எனக்கு யாரும் இல்லை’ என்று நினைத்தாள் அவள். ‘என்னை மாதிரி யாருமே இல்லை.’ அவள் கவலைப்படத் தொடங்கினாள். நாளுக்கு நாள் அவள் கவலை அதிகரித்தது. சதி தனிமையை வெறுத்தாள். அவள் கவலையைக் கண்டு குத்ரத்துக்குத் தாங்க முடியவில்லை. அவள் தனிமையைப் போக்க என்ன செய்வது என்று சிந்தித்தான். கடைசியில் ஒரு வழி தோன்றியது.

ஒருநாள் அவன் ஒரு பாம்பைக் காட்டில் கொண்டு விட்டான். நாளுக்குநாள் அந்தப் பாம்பு வளரத் தொடங்கியது. அதைப் பார்த்த சதி, ‘என்னைப் போல் உள்ள ஒரு குழந்தை எனக்கு வேண்டும். அவன் என்னோடு பேசுவான், எனக்குத் துணையாக இருப்பான். ஆம், என்னுடையவன், என்னில் ஒரு பகுதி அவன்’ என்று நினைத்தாள். அவள் அந்தப் பாம்பைப் பிடித்து எடுத்துக் கட்டியணைத்தாள். பாம்பு அவளைச் சுற்றிப் பிணைந்து நுழைந்து அவளுள் நிறைந்தது. அந்தப் பாம்பின் சக்தியால் அவள் கருவுற்றாள். குத்ரத்தின் சக்திதானே அது!

ஒன்பது மாதங்கள் ஒன்பது நாட்கள் சென்றதும் அவள் தன் மகனைப் பெற்றெடுத்தாள்.

“ஓ! இவன் என்னைப் போலவே இருக்கிறான்” என்று மகிழ்ச்சியில் கூவினாள் அவள். அவனை இறுக அணைத்துக் கொண்டாள். குத்ரத் அவளை அணுகி, ஒரு கத்தியால் குழந்தையின் தொப்புள் கொடியை அறுத்து, அவள் இலைகளாலும் தேக்குமரப் பட்டையாலும் குழந்தையைப் போர்த்திட உதவினான். பிரசவத்தின்போது வெளிப்பட்ட இரத்தம் கெஸுடா மலர்களாக மாறியது. எறியப்பட்ட தொப்புள் கொடி தேக்கு இலைகளாயின.

சதி குழந்தையைப் பார்த்து மகிழ்ந்தாள். அவனுக்குப் பாலூட்டினாள். கொஞ்சிக் குலவினாள். குழந்தை வளர்ந்து பெரியவனானான். அவளோடு ஒன்றிணைந்து குத்ரத் அளித்த குழந்தை அவன். இவ்விதமாகத்தான் மனிதன் உலகில் தோன்றினான். பெண் விரும்பியதால், குத்ரத் அவளை விரும்பியதால், தோன்றினான். குத்ரத் அவளை விரும்பியதால் அவளுடன் ஒன்றினான். முதலில் இருந்தது பெண்ணின் ராஜ்யம் என்பதை அவளால் மறக்க முடியாது.

(இந்தக் கதையை எனக்குக் கூறியவர் நந்து பாலாஜி நினமா. அவளுக்கு இதைச் சொன்னது குட்லா கிராமத்திலிருக்கும் அவள் மாமா. அவர் ஒரு கதைசொல்லி.)